நிற்க அதற்குத் தக!

சி.துரைக்கண்ணு

நீலம்

நீலம்

நிற்க அதற்குத் தக! (தன்வரலாறு)
ஆசிரியர் : சி.துரைக்கண்ணு
முதற்பதிப்பு : ஜனவரி 2024

நீலம் பப்ளிகேஷன்ஸ்,
முதல் தளம், திரு காம்ப்ளக்ஸ்,
மிடில்டன் தெரு, எழும்பூர், சென்னை - 600008.

அட்டை புகைப்படம் : கபிலன் சௌந்தரராஜன்
அட்டை வடிவமைப்பு : Blu foxy media
நூல் வடிவமைப்பு : நெகிழன்

விலை ரூ.180

NIRKA ATHARKUTH THAGA
Author : C.Duraikkannu

© C.Duraikkannu

First Edition : JANUARY 2024

Published by : NEELAM PUBLICATIONS,
1st floor, Thiru Complex, Middleton street,
Egmore, Chennai - 600008.

Email : editor@neelampublications.com
Mobile : +91 98945 25815

INR : 180
ISBN : 978-93-94591-98-1

Neelam Monthly Magazine & Subscription - www.theneelam.com
Neelam Online Store - www.neelambooks.com

சி.துரைக்கண்ணு (பி.1960)

தஞ்சை மாவட்டம், திருவிடை மருதூர் தாலுகா கீழக்காட்டூரில் பிறந்தவர். பெற்றோர் சின்னையன் - காவேரி அம்மாள். மனைவி சுகந்தி கீதா, மகள்கள் வின்னி, ஜென்னி. பள்ளிக்கல்வியைப் பந்தநல்லூரிலும், கும்பகோணத்திலும் முடித்தார். பொறியியல் பட்டத்தை அண்ணாமலை பல்கலைக்கழகத்தில் முடித்தார். மூன்றாண்டுகள் பொதுப்பணித்துறையிலும் முப்பத்தைந்து ஆண்டுகள் என்.எல்.சி இந்தியா பொதுத்துறை நிறுவனத்திலும் செயல் இயக்குநர் பதவி வரை திறம்பட பணியாற்றி நவம்பர் 2020இல் ஓய்வு பெற்றார். மாணவப் பருவத்திலிருந்து சமூக இயக்கங்களில் தொடர்ந்து பங்களிப்புச் செய்துவருகிறார். ஓய்வுக்குப் பின் சென்னை பச்சையப்பன் அறக்கட்டளையின் செயலராகப் பணியாற்றி வருகிறார்.

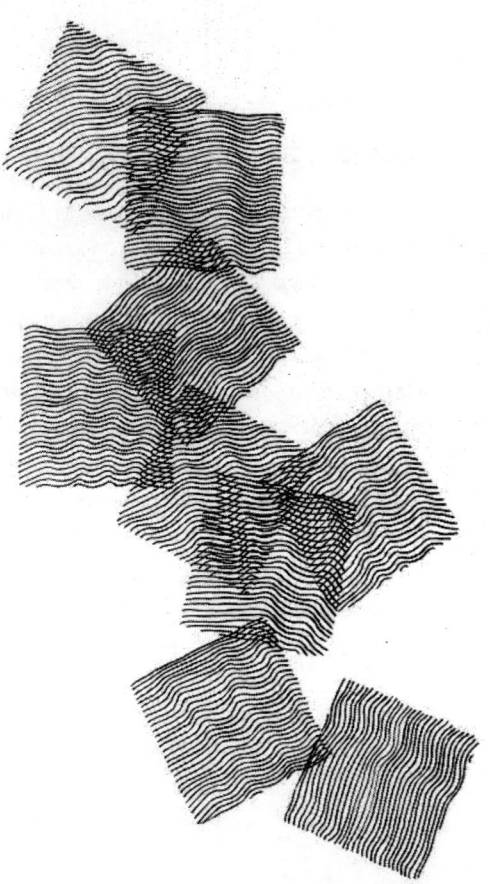

சமர்ப்பணம்
கல்விமணி (எ) பேராசிரியர் கல்யாணிக்கு

அணிந்துரை

1978 -1983 காலகட்டத்தில் சிதம்பரம் அண்ணாமலைப் பல்கலைக்கழகத்தில் பொறியியல் பட்டப்படிப்பு படித்துவந்த காலத்திலேயே, முற்போக்கு மாணவர் கழகம் (Radical Students Union) என்ற அனைத்திந்திய மாணவர் அமைப்பில் அப்போதைய மாணவர்களான துரை.ரவிக்குமார், திரு. கோமகன், திரு. சதாசிவம் ஆகியவர்களுடன் தோழர் துரைக்கண்ணு இணைந்து செயல்பட்டுவந்தார். பட்டப்படிப்பினை முடித்தவருக்கு அரசு பொதுப்பணித்துறையில் பொறியாளர் பதவி கிடைத்து, புதுக்கோட்டையில் பணியில் சேர்ந்தார். பின்பு நெய்வேலி என்.எல்.சி நிறுவனத்தில் 1986இல் பணியில் சேர்ந்தார்.

பகுத்தறிவாளர் குடும்பப் பின்னணியில் பிறந்து வளர்ந்த சுகந்திகீதா அவர்களுடன் 1987 ஆகஸ்ட் மாதத்தில் சீர்திருத்த முறையில் உறவினர்கள், தோழர்கள், உடன் பணியாற்றுபவர்கள் வாழ்த்துகளோடு எளிய முறையில் திருமணம் நடைபெற்றது.

1985 - தோழர் இல.கோவிந்தசாமி தலைமையிலான புரட்சிப் பண்பாட்டு இயக்கம், கவிஞர் கே.வி.ஆர்., வரவரராவ் ஆகியோர் தலைமையிலான அனைத்திந்திய புரட்சிப் பண்பாட்டு இயக்கங்களின் கூட்டமைப்பு (AILRC).

1989 - புதுக்கோட்டை தோழர் கு.தருமலிங்கம் தலைமையில் மக்கள் கல்வி இயக்கம்.

1994 - மானமிகு வ.சு.சம்பந்தம் தலைமையில் திண்டிவனம் நகர மற்றும் ஊரகக் கல்வி மேம்பாட்டுக் கழகம்.

1995 - ஒருமொழிக் கொள்கையே உரிமைக் கொள்கை என்ற அடிப்படையில் புலவர் கி.த.பச்சையப்பன், முனைவர் அரணமுறுவல் ஆகியோர் தலைமையிலான தமிழ் உரிமைக் கூட்டமைப்பு.

1996 - பழங்குடி இருளர் பாதுகாப்புச் சங்கம் தொடக்கம்.

2000 - திண்டிவனம் நகர மற்றும் ஊரகக் கல்வி மேம்பாட்டுக் கழகம் என்ற அறக்கட்டளைச் சார்பில் தொடங்கப்பட்ட ரோசணை தாய்த்தமிழ்ப் பள்ளி போன்ற அமைப்புகள் மூலம் சமூகச் செயல்பாடுகள் தொடர்ந்தது, தொடர்கிறது.

2007 - ஆசிரியர் சி.ஜெயபாலன் அவர்களின் தலைமையில் பழங்குடி இருளர் கல்வி அறக்கட்டளை.

தோழர் துரைக்கண்ணுவின் சாதனைகள்

தனது 14ஆவது வயதில் அரசு மற்றும் அரசு உதவிப் பெறும் பள்ளி மாணவர்கள் கல்வி உதவித்தொகை பெறுவதற்கான போட்டித் தேர்வில் ஒன்றுபட்ட தஞ்சை மாவட்டத்தில் முதலிடம் பெற்றவர். பள்ளிக் கல்வியிலும், பல்கலைக்கழகக் கல்வியிலும் சிறப்பிடம் பெற்றவர். பணியில் சென்ற இடமெல்லாம் சிறப்பாகப் பணியாற்றி முத்திரைப் பதித்தவர்.

2001-2004 காலகட்டத்தில் என்.எல்.சி கல்விச் செயலாளராகப் பணியாற்றியபோது என்.எல்.சி நிறுவனப் பள்ளிகளின் கல்வித் தரத்தை உயர்த்தியவர்.

*2014*இல் நெய்வேலி அருகில் 1,664 ஏக்கரில் அடையாளமின்றித் தூர்ந்து கிடந்த வாலாஜா ஏரியை என்.எல்.சி நிறுவனத்தின் சமூகப் பாதுகாப்புத் திட்டத்தின் கீழ் (CSR) ரூ. 14 கோடியில் சீரமைத்து, நிறுவனத்திற்கு அகில இந்திய அளவில் புகழைச் சேர்த்தவர்.

2016இல் என்.எல்.சி ஒப்பந்தத் தொழிலாளர்களின் கூட்டுறவுச் சங்கங்களின் மேலாண்மை இயக்குநராகப் பொறுப்பேற்றுப் பல்வேறு நலத்திட்டங்களைச் செயல்படுத்தி அனைவருடைய பாராட்டுதல்களையும் பெற்றவர். என்.எல்.சி நிறுவனத்தில் நடைபெறும் ஊழல்களுக்கு எதிராக, மறைந்த ஐ.பி.எஃப் செல்வராஜ், பொறியாளர் பரமசிவம் உள்ளிட்ட பலருடன் இணைந்து தொடர்ந்து குரல் கொடுத்து வெற்றியும் கண்டவர்.

1999இல் நிறுவனத் தலைவர் பூபதி; 2005இல் நிர்வாக இயக்குநர் நரசிம்மன்; 2009இல் நிறுவனத் தலைவர் அன்சாரி ஆகியோர் செய்த ஊழல்களை அம்பலப்படுத்தி அவர்கள் மீது நடவடிக்கை எடுக்கக் காரணமாக இருந்தவர்.

தற்போது 30.11.2020 அன்று பணி நிறைவு செய்யும் வரையிலும் மனிதவளத்துறை இயக்குநர் ஆர்.விக்கிரமன் செய்த பல்வேறு ஊழல் மற்றும் முறைகேடுகள் குறித்து சி.பி.ஐ புலன் விசாரணை நடத்த வேண்டுமெனப் பல்வேறு ஜனநாயக சக்திகளோடு இணைந்து போராடிவருபவர். தான் வாங்குகிற சம்பளத்திற்கு உண்மையாகவும், நேர்மையாகவும், திறமையுடனும் அதிக அக்கறையுடனும் செயல்பட்டுவந்த துரைக்கண்ணு அவர்களின் பங்களிப்பு, சமூக இயக்கங்களிலும் மகத்தானது.

1992இல் தனிப் பயிற்சி முறைகேட்டினை எதிர்த்துத் தமிழகத்தில் முதன்முதலாக நெய்வேலியில் மாநாடு நடத்திக் காட்டியவர்.

1992இல் பாபர் மசூதி இடிப்பைத் தொடர்ந்து நெய்வேலி நகரத்தில் அம்பேத்கர் சமூக மையம் என்ற அமைப்பினைத் தொடங்கி ஆர்.எஸ்.எஸ் கும்பலுக்கு எதிராகப் பதிலடிக் கொடுத்துவந்தவர்.

2000இல் தொடங்கப்பட்ட திண்டிவனம் ரோசணை தாய்த்தமிழ்ப் பள்ளியின் கட்டட நிதிக்காக, தான் பொறுப்பேற்றிருந்த 'படிக்கட்டு' என்ற அறக்கட்டளை மூலம் தன்னோடு பணிபுரிந்த என்.எல்.சி அலுவலர்களான திரு. சத்தியமூர்த்தி, திரு. பக்கிரிசாமி, திரு. எம்.கணேசன், திரு. அரங்கநாதன், கோ.முத்தரசு கோச்சடை, பேராசிரியர் பிரபா கல்விமணி ஆகிய ஏழு பேர் மூலம் ரூபாய் 7 இலட்சம் நன்கொடை அளித்து பள்ளியின் வளர்ச்சிக்குப் பேருதவி புரிந்தவர். கடந்த ஆண்டு தனது மகள் ஜென்னி திருமணத்தின்போது ஒரு இலட்ச ரூபாய் நன்கொடை அளித்ததுடன், பள்ளியில் பணியாற்றும் ஆசிரியர்கள் மற்றும் பணியாளர்கள் ஊதியத்திற்காக

மாதந்தோறும் நன்கொடை அளித்துவருபவர். கடந்த ஆறாண்டுகளாக மாதந்தோறும் ரூ. 5,000 என வருடத்திற்கு 60,000 அளித்து இலவசக் கல்விக்கு உதவிவருபவர்.

2007இல் பழங்குடி இருளர் கல்வி அறக்கட்டளைக்கான முதல் ஆலோசனைக் கூட்டம் 2006இல் நெய்வேலியில் துரைக்கண்ணு அவர்கள் இல்லத்தில்தான் நடைபெற்றது. எழுத்தாளர் ப.சிவகாமி ஐ.ஏ.எஸ் அவர்கள் அளித்த ரூ.1,00,000 நன்கொடையோடு தொடங்கப்பட்ட பழங்குடி இருளர் கல்வி அறக்கட்டளைக்கு, நெய்வேலியில் பணிபுரியும் தன்னுடைய நண்பர்கள் பலரையும் அதில் சேர்த்து அனந்தபுரத்தில் 28 செண்ட் நிலம் வாங்க உதவியவர். அச்சொத்தின் இன்றைய மதிப்பு 30 இலட்சத்திற்கு மேலாகும். மேலும், அந்த அறக்கட்டளை மூலம் 10ஆம் வகுப்பு, 12ஆம் வகுப்பு மற்றும் பட்டப்படிப்பில் வெற்றிபெறும் அனைத்து இருளர் இன மாணவர்களுக்கும் பரிசுகள் வழங்குவதற்கு நன்கொடை அளித்து உதவுபவர்.

2014இல் நீதிநாயகம் கே.சந்துரு அவர்கள் எழுதிய 'அம்பேத்கர் ஒளியில் எனது தீர்ப்புகள்' என்ற நூலின் அறிமுகக் கூட்டத்தை நெய்வேலியில் சிறப்பாக நடத்திக் காட்டியவர். இப்படி அவரது சாதனைகளைக் கூறிக்கொண்டே போகலாம். சொல்லுக்கும் நடைமுறைச் செயல்பாட்டிற்கும் இடையில் இடைவெளி இல்லாதவர். தாய்மொழி வழிக் கல்வியில் முழு நம்பிக்கை கொண்டுள்ள இவர், தனது அன்பு மகள்களான வின்னி, ஜென்னி இருவரையும் நெய்வேலி நிறுவனப் பள்ளிகளில் தமிழ் வழியில் பயிலச் செய்தார்.

மொழிபெயர்ப்பில் அவருக்குள்ள ஈடுபாடும் திறமையும் பேராசிரியர் சவகர் நேசன் அவர்கள் எழுதி தமிழில் வெளிவந்துள்ள 'கல்வியைத் தேடி...' என்ற நூலில் வெளிப்பட்டுள்ளது. எனவே, தோழர் துரைக்கண்ணுவின் சேவை மனித உரிமைத் தளத்திலும், கல்வித் தளத்திலும், கட்டுமானத் துறையிலும் தொடர வேண்டும்.

பேராசிரியர். கல்விமணி
பழங்குடி இருளர் பாதுகாப்புச் சங்கம், திண்டிவனம்

அணிந்துரை

சமூகத்தில் எத்தகைய அநீதி நடந்தாலும் காந்தியடிகளின் குரங்கு பொம்மைகளைப் போல எந்தத் தீமைகளையும் காணாமல் கண்களை மூடிக்கொள்கிறோம்; உண்மையின் ஒருவார்த்தையும் காதில் விழுந்துவிடக்கூடாது என்பதில் கவனங்கொண்டு காதுகளைப் பொத்திக்கொள்கிறோம்; அதிகாரத்திற்கெதிராக ஒருவார்த்தையும் பேசிவிடக்கூடாது என்று வாய்மூடி மௌனிகளாக அமைதிகொள்கிறோம். ஒருசிலரே நெஞ்சுறுதியோடு நேர்படப் பேசுகின்றனர், அதிகாரத்திற்கு அடிபணியாமல் பிறரின் உரிமைகளைக் காப்பாற்றப் போராடுகின்றனர்.

இழப்பதற்கு ஏதுமில்லாத போராட்டக் குணமே ஏழை எளிய மக்களின் உரிமைகளை மீட்டுக்கொடுக்கிறது. நூலாசிரியர் சி.துரைக்கண்ணு அத்தகைய போராட்டக் குணமிக்க வெகுசிலரில் ஒருவராக இருக்கிறார். தனிமனித முன்னேற்ற வாழ்வைக் கடந்து பொதுவுடைமை சமூகம் அமைய தன்னால் இயன்ற பங்களிப்பை அளிக்கத் தயாராக இருந்த ஒருதலைமுறையின் அடையாளமாக அவரின் வாழ்வும் செயல்பாடும் அமைந்திருக்கிறது.

தமிழகத்தின் சின்னஞ்சிறிய கிராமத்தில், ஒடுக்கப்பட்ட சமூகத்தில் பிறந்த ஒருவர், தனிப்பட்ட வாழ்வில் அன்பும் அறனும் தழைக்க எடுத்த முயற்சிகளை எளிமையான மொழியில் விவரிக்கிறது இந்நூல்.

மத்திய அரசு நிறுவனமான நெய்வேலி நிலக்கரி கார்ப்பரேஷன் அமைப்பு, பல நூறு கிராமங்களின் விவசாய நிலங்களைக் கையகப்படுத்தித் தொடங்கப்பட்டது. நாட்டின் முக்கிய பொதுத்துறை நிறுவனமாகப் பல ஆயிரக்கணக்கான தொழிலாளர்களின் உழைப்பில் நிர்மானிக்கப்பட்டது. பல தலைமுறைகளாக அந்நிலத்தில் வாழும் மக்களிடம் பெற்றுக்கொண்டதிலிருந்து மிகச்சிறிய பங்களிப்பையே நிறுவனம் அப்பகுதி மக்களுக்குப் பகிர்ந்தளிக்கிறது. அதிலும் ஊழல், அதிகார அத்துமீறல் என 'மேலிடம்' போடும் ஆட்டத்தைப் பார்க்க மனம் பதைக்கிறது. அரசு நிறுவனம் நடத்தும் பள்ளிக்கூடங்களில் நடந்த கல்வி விரோத நடவடிக்கைகளைத் தடுத்து, தரமான கல்வி அனைத்து மாணவர்களுக்கும் கிடைக்க துரைக்கண்ணுவும் அவருடைய நண்பர்களும் எடுத்த முயற்சிகள் சிறிய நம்பிக்கை வெளிச்சத்தைப் பாய்ச்சுகின்றன.

இந்நூலின் உள்ளடக்கம், வாசகர்களுக்கு ஒன்றை நன்றாக விளங்கச் செய்கிறது. கல்வி நமக்கு என்ன செய்யும் என்ற கேள்விக்குக் 'கல்வி கற்றல்' குறித்த துரைக்கண்ணுவின் அனுபவ பகிர்தல் விடை சொல்கிறது. கல்விக்கு நாம் என்ன செய்ய வேண்டும் என்ற கேள்விக்கு என்.எல்.சி. நிறுவனம் நடத்தும் பள்ளிகளில் துரைக்கண்ணு நிகழ்த்திய போராட்டங்களே விடையாக அமைகின்றன. அரசு நடத்துகிற கல்வி நிறுவனங்களில் பொது மனிதர்கள் காட்டுகிற அக்கறை, எத்தகைய வியத்தகு மாற்றங்களை உருவாக்கும் என்பதற்கு இந்நூல் முக்கிய ஆதாரம். அதிகாரத்திற்கு அடிபணியாமல் பொதுநலன் சார்ந்து குரல் கொடுப்பவர்களுக்குப் பல நெருக்கடிகள் வந்தாலும் பயனாளிகளாக இருக்கும் சாதாரண மக்களுக்கு நன்மை கிடைக்கிறது.

அந்த வகையில் தனக்காகப் பேசியதை விட பிறருக்காகப் பேசியதே துரைக்கண்ணுவின் தனித்த அடையாளம். என்.எல்.சி நிறுவனம் நடத்தும் பள்ளிகளுக்கான பொறுப்பாளாராக அவர் பொறுப்பேற்றப் பிறகு, அங்கு படித்த பல ஆயிரக்கணக்கான மாணவர்களின் வாழ்வில் நிகழ்ந்த மாற்றங்களை அளவிடவே முடியாது. அது 'நீர் உயர நெல் உயரும்' என்பது போன்ற பொது அறம். நீர் இல்லாத நெல் கருகும் என்கிற எதிர்மறை உண்மையை மறக்க இயலாது. நெய்வேலி என்கிற சிறு நகரத்தில் கருகிக்கொண்டிருக்கும் கல்விச் சூழலை மாற்றியமைக்க நிகழ்ந்த இந்தப் போராட்டங்கள் அரசு பொறுப்பேற்று நடத்தும் கல்வி நிறுவனங்களைச் சீரமைக்க உதவும் சிறந்த கையேடு.

என்.எல்.சி. நிறுவனம் சார்பாக மிகப்பெரிய ஏரியை மீட்டுருவாக்கம் செய்யும் பணியில் துரைக்கண்ணுவின் உழைப்பு நன்றிக்குரியது. வாங்கும் சம்பளத்திற்கு உண்மையாக வேலை செய்வதையும் கடந்த ஆத்மார்த்தமான ஈடுபாடு அவரின் பிரிக்க இயலாத பண்பு. பழிவாங்கும் நோக்கத்தில் தொலைதூரத்திற்குப் பணியிடைமாற்றம் செய்யப்பட்டாலும், அதே ஈடுபாட்டோடு எடுத்துக்கொண்ட எந்தப் பணியையும் திறம்படச் செய்வது, சுட்டாலும் பொன் ஒளிரும் குணம். சுதந்திர உணர்வுடன் செயல்பட எத்தகைய விலையையும் கொடுக்கத் தயாராகவே இருந்திருக்கிறார். கட்டுப்பாடுகள் அதிகமுள்ள பிரபலமான கல்லூரியில் படிப்பதைவிட, சுதந்திர உணர்வை மதிக்கும் அரசுக் கல்லூரியில் படிக்கும் முடிவை எடுக்கிற பக்குவம் இளம்வயதிலேயே அவருக்கு வாய்த்திருக்கிறது. இலஞ்சமும் ஊழலும் திளைக்கும் தமிழகப் பொதுப்பணித்துறையில் பொறியாளராகப் பணி கிடைத்தும் உண்மையாக இருக்க இயலாது எனக் கருதி தனது பணியை ராஜினாமா செய்த அவரது துணிவு ஆச்சரியப்படுத்துகிறது.

மத்திய அரசின் சி.பி.எஸ்.இ. பள்ளியில் தனது பிள்ளைகளைப் படிக்கவைக்கும் வாய்ப்பிருந்தும், கொள்கையின் உறுதியால் தமிழ் வழியில் படிக்கவைப்பதில் தொடங்கி, அவரின் ஒவ்வொரு பொதுநலன் சார்ந்த பணிகளிலும் மனைவியும் மகள்களும் அவரைப் புரிந்துகொண்டு துணைநின்றது பாராட்டுக்குரியது.

என்.எல்.சி. நிறுவனத்தில் பணியில் சேருவதற்கு முற்பட்ட துரைக்கண்ணு அவர்களின் கல்வி, சமூகச் சூழல் சார்ந்த அனுபவ பகிர்வு முதல் தலைமுறையாகப் படித்து வாழ்வில் முன்னேறத் துடிக்கும் அனைவருக்கும் வழிகாட்டுகிறது. வாய்ப்புக் கிடைத்த தனிமனிதன், பொதுச் சமூகத்திற்கு ஆற்ற வேண்டிய பங்களிப்பின் அவசியத்தை என்.எல்.சி. பணி அனுபவங்கள் உணர்த்துகின்றன.

மக்களின் வரிப்பணத்தில் ஊதியம் பெறுகிற அரசு உயரதிகாரிகள் ஊழலில் எப்படித் திளைக்கிறார்கள், மிகச் சாதாரணப் பின்னணியிலிருந்து வந்தாலும் சமூகநீதி அரசியல் உணர்வுடன் இருப்பவர்கள் எப்படி அவர்களுக்கு எதிரான போராட்டங்களை முன்னெடுக்கிறார்கள். பல்லாயிரம் கோடி ரூபாய் மதிப்புள்ள என்.எல்.சி., போன்ற நிறுவனத்தின் உயர் பொறுப்பில் இருப்பவர்களின் தவறுகளை எதிர்த்து அவர்களைப் பகைத்துக்கொள்ள, 'அறவுணர்வு' உள்ளவர்களால் மட்டுமே முடியும்.

துரைக்கண்ணு அவர்களின் வாழ்வு முழுவதும் இந்த 'அறவுணர்வு' அறுக்க முடியாத இழையாகத் தொடர்ந்துகொண்டே இருக்கிறது. பணியில் இருந்து ஓய்வுபெற்ற பிறகும் அதுவே அவரை இயக்குகிறது.

அருகிலிருந்து உரையாடுவது போன்ற அனுபவ பகிர்வான இந்த நூல், கல்வியாளர்கள் மட்டுமின்றிச் சமூக ஆர்வலர்களும் கல்வித்துறையில் அக்கறை செலுத்த வேண்டியதன் அவசியத்தை உணர்த்துவதால், முக்கியத்துவம் பெறுகிறது. தனிப்பட்ட இழப்புகளைப் பற்றிய அச்சமின்றி, நெஞ்சுரத்துடன் மாற்றங்களை முன்னெடுத்த துரைக்கண்ணு அவர்களின் நிறைவாழ்வு மெச்சத் தகுந்தது. செயல்வீரம் மிகுந்த அவருக்கு என் அன்பும் வணக்கமும்.

அன்புடன்,
த.செ.ஞானவேல்

என்னுரை

ஒடுக்கப்பட்ட சமூகத்தைச் சேர்ந்தவர்கள் தமக்குள்ள தடைகளைத் தாண்டி, கருத்தூன்றிப் படித்து, ஒரு வேலையில் சேர்ந்து பொருளாதாரச் சுயசார்பு பெற்று, சுயமரியாதை உள்ளவர்களாக உயர்வதை மட்டுமே வளர்ச்சியாகவோ முன்னேற்றமாகவோ கருத முடியாது. அனைத்துத் தனிமனித உயர்வுகளும் சமூக உயர்வுக்கும் சமூக விடுதலைக்கும் உதவுவதாக அமையவேண்டும் அவ்வாறு தமது வாழ்க்கைப் பயணத்தை ஒவ்வொருவரும் அமைத்துக்கொள்வதே பாராட்டுக்குரியதாகும். அப்படி அமைவதற்கும், சரியான தருணத்தில் சமூக அக்கறை உள்ள தனிமனிதர்கள் மற்றும் இயக்கவாதிகளின் தொடர்பும் இயக்கச் சார்பும் கிடைப்பது வாழ்க்கையின் போக்கில் மிகப்பெரும் திருப்புமுனையை ஏற்படுத்தும். அப்படித்தான் பள்ளிக்காலத்திலேயே நல்வாய்ப்பாகப் பகுத்தறிவு கருத்துகளும்; சாதி, தீண்டாமை ஒழிப்புச் சிந்தனைகளும்; வர்க்க அரசியலும் வரிசையாக எனக்கு வந்து சேர்ந்தன. 'இளமையில் கல்' என்பது சமூக விடுதலைக்கான தத்துவ அரசியல் கற்றலுக்கும் பொருந்தும் என நினைக்கிறேன்.

முதல் தலைமுறை படிப்பாளிகள் எதிர்கொள்ளும் எல்லாச் சங்கடங்களையும் கடந்து சமூகப் பொது நீரோட்டத்தின் எதிர் திசையில் நீந்திதான் கரையேற முடிந்தது. பள்ளிக்காலத்திலேயே தலைவர் டி.எம். மணி (பின்னாளில் டி.எம்.உமர் பாரூக்காக இஸ்லாம் மதத்துக்கு மாறியவர்) தொடர்பால் தந்தை பெரியாரும் புரட்சியாளர் அம்பேத்கரும் அறிமுகமானார்கள். அண்ணாமலைப் பல்கலைக்கழகப் பொறியியல் கல்லூரியில் சேர்ந்த பிறகு, தோழர் மேகநாதனின் தொடர்பால் மார்க்ஸிய - லெனினிய இயக்கத் தொடர்புகள் கிடைத்தன.

எழுபதுகளின் இறுதியில் ஏற்பட்ட மா - லெ இயக்கங்களுடைய வீச்சு இளைஞர்களையும் மாணவர்களையும் பெருமளவில் இயக்கத்துக்குள் கொண்டுவந்து சேர்த்தது. தோழர்கள் ரவிக்குமார், கோமகன், சதாசிவம் ஆகியோருடன் இணைந்து முற்போக்கு மாணவர் சங்க (R.S.U) கிளையை அண்ணாமலைப் பல்கலைக்கழகத்தில் தொடங்கி கடலூர் மாவட்டக் கிராமங்களுக்கும் விரிவுபடுத்தினோம். விழுப்புரம் தோழர்கள் த.பாலு, ரவி கார்த்திகேயன், ஞான சூரியன் ஆகியோரின் தோழமையான பங்களிப்புகள் மேற்கண்ட பணிகளுக்குப் பேருதவியாக இருந்தன.

எண்பதுகளின் பிற்பகுதியில் இயக்கப் போக்கில் தேக்கநிலை ஏற்பட்டது. பேராசிரியர் கல்விமணியின் முன்மொழிவில் கல்வி விழிப்புணர்வு, தாய்மொழி வழிக்கல்வி, ஆசிரியர்களின் கட்டாயத் தனிப் பயிற்சி ஒழிப்பு ஆகியவற்றில் கவனம் செலுத்தலாம் என 'மக்கள் கல்வி இயக்கம்' தொடங்கப்பட்டது. அதன் மூலம் பல்வேறு கல்விப் பணிகள் முன்னெடுக்கப்பட்டன. 35 ஆண்டுகால நெய்வேலி நிறுவன பணிக்காலத்தில் எவ்வளவோ நிகழ்வுகள், பெரும்பாலும் என்.எல்.சி நிர்வாகத்தின் அதிகார மீறல்களையும் ஊழல்களையும் எதிர்த்துப் போராட வேண்டியிருந்தது. பல்வேறு கட்டங்களில் நடைபெற்றப் போராட்டங்களில் தோழர்கள் கு.மு.சவகர், நெய்வேலி பாலு, ஐ.பி.எப்.செல்வராஜ், எம்.பி.கணேசன், முத்து அசோகன், எம்.எல்.எம்.காசிம், புலவர் மு.வரதராசன், சிந்தனைச் செல்வன், ரவிச்சந்திரன், பொறியாளர்கள் இராமசாமி, வாணன், பக்கிரிசாமி, நெய்வேலி தமிழ்ச் சங்கப் பணிகளில் என்.எஸ்.இராமலிங்கம், ஞானசேகரன், கார்த்திகேயன், மருதூர் அரங்கராசன், முத்துக்கிருஷ்ணன், கோவி.கோபாலகிருஷ்ணன், சுபச்சந்திரன் விவேக், வேர்கள் இராமலிங்கம், கண்ணன், சவரிமுத்து போன்ற தோழமைகளின் பங்கேற்போடு பேராசிரியர் கல்விமணியின் அர்ப்பணிப்பு மிக்க ஈடுபாடும் வழிகாட்டுதலுமே

வெற்றிகளைச் சாத்தியப்படுத்தியது. வழக்கு சம்பந்தப்பட்டவற்றில் நீதிபதி சந்துரு, வழக்கறிஞர்கள் பொ.ரத்தினம், சத்திய சந்திரன், மனித உரிமை ஆர்வலர் தோழர் சுகுமாரன் ஆகியோரின் ஒத்துழைப்பும் ஆலோசனையும் அளப்பரியது.

"அனுபவங்களை எழுதுங்கள் அண்ணா" என்று தொடர்ந்து வலியுறுத்திய இளவல் புதுவை இளவேனில் நூலாக்கத்தில் பங்கெடுத்த எழுத்தாளர் சுந்தர புத்தன், நீலம் பதிப்பகத்தின் மூலம் நூல் வெளிவரக் காரணமாய் இருந்த ஆய்வாளர் ஸ்டாலின் ராஜாங்கம், நீலம் பொறுப்பாசிரியர் வாசுகி பாஸ்கர், இணையாசிரியர்கள் இலஞ்சி.அ.கண்ணன், சிவராஜ் பாரதி ஆகியோருக்கு என் நன்றிகள்.

தொடர் வேலைப்பளுவிலும் நூலைப் படித்துச் சிறப்பான அணிந்துரை வழங்கிய 'ஜெய் பீம்' பட இயக்குநர் முனைவர் த.செ.ஞானவேல் அவர்களும் வாழ்த்துரை வழங்கிய பேராசிரியர் கல்விமணி அவர்களும் என்றென்றும் என் நன்றிக்குரியவர்கள்.

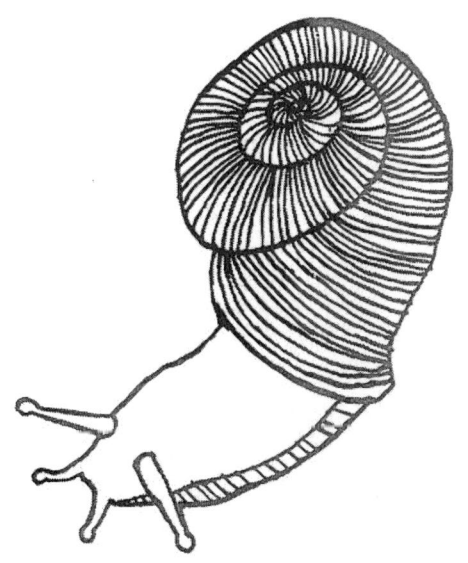

நான் பிறந்த ஊர் கீழக்காட்டூர். தஞ்சாவூர் மாவட்டம், திருவிடைமருதூர் தாலுகாவில் உள்ள பசுமையான விவசாயப் பூமி. ஊருக்கு எல்லையில் ஆறும் ஊருக்குள் அல்லியும் தாமரையும் படர்ந்திருக்கும் குளங்களும் கோயில்களும் கொண்ட செழிப்பான பழம்பெரும் கிராமம். காவிரியில் பிரியும் மண்ணியாறு பாசனம். நான் பள்ளியில் படித்தபோது முப்போகம் விளையும். பெரிய மாந்தோப்புகள், வாழைத்தோப்புகள் ஊரில் உண்டு. பெருமாள் கோயிலுக்கு எதிரே இருந்த பெரிய தாமரைக்குளம் பார்ப்பதற்கு அவ்வளவு ரம்மியமாக இருக்கும்.

ஊரின் பிரதான தெருவில் எல்லாச் சமூகத்தைச் சேர்ந்தவர்களும் ஊருக்கு வெளியே நான்கு திசைகளிலும் திசைக்கு ஒன்றாக நான்கு தெருக்களில் பறையர்களும் வாழ்ந்தார்கள். மற்ற ஊர்களை ஒப்பிடும் அளவிற்கு வெளிப்படையான தீண்டாமைக் கொடுமை கிடையாது. ஆனால் பெரும்பான்மை பறையர்கள் எந்தச் சொத்தையும் விற்கவோ வாங்கவோ முடியாத அளவுக்கு மற்ற சாதியினர் பார்த்துக்கொள்கிறார்கள். எப்போதும் மற்றவர்களின் தயவில் வாழ்பவர்களாக ஒடுக்கப்பட்ட மக்களை வைத்துக்கொண்டார்கள்.

ஊரின் நடுவே பெரிய சிவன்கோயில் இருக்கிறது. பெருமாள் கோயில், அய்யனார் கோயில் எல்லாம் உண்டு. ஆண்டுதோறும் மிகச் சிறப்பாகக் காளியாட்டம் நடைபெறும். ஆடுதுறைக்கு அந்தப் பக்கம் திருமங்கலக்குடி. அந்த ஊர்தான் காளியாட்டத்துக்குப் புகழ்பெற்றது. அதற்கடுத்தது எங்கள் காட்டூர்தான். அந்தக் காளியாட்ட விழா மூன்று நாள் வெகு சிறப்பாக நடக்கும்.

இடைநிலைச் சாதிகளின் வீடுகளில் காளி நின்று ஆடி தீபாராதனை வாங்கிக்கொள்ளும். பறையர் தெருக்களுக்குள் செல்லாமல் ஒவ்வொரு தெருவின் முனையில் நிற்கும் காளியை மக்கள் கூட்டமாக வந்து கும்பிடவேண்டும். என் பள்ளி இறுதித்தேர்வுக் காலத்தில் "உள்ளே வந்தா வா, இல்லையென்றால் காளியைத் தூக்கிக்கொண்டு போய் விடு" என்று தலித் மக்கள் எதிர்வினையாற்றினார்கள். அன்றோடு ஊரில் காளியாட்டம் நின்றுவிட்டது.

எங்கள் கிராமம் வித்தியாசமான அமைப்பைக் கொண்டிருக்கும். எல்லாச் சமூகத்தினரும் வாழும் ஊர். ஒவ்வொரு சாதியிலும் இரண்டு குடும்பங்களாவது இருக்கும். இன்னொரு சிறப்பும் உண்டு. அதாவது ஊரின் ஒட்டுமொத்த நிலங்களும் ஒரு பண்ணையாருக்குச் சொந்தமாக இருந்தது. சென்னையில் மிட்லேண்ட் தியேட்டர் நடத்திக்கொண்டிருந்த ஏ. கே. ராமச்சந்திர அய்யர்தான் அந்தப் பண்ணையார். எப்போதாவது ஒருமுறைதான் ஆய்வுக்கு வரும் அரசு அதிகாரிபோல ஊருக்கு வருவார். அந்த நாளில் ஊரே சுத்தம் செய்யப்பட்டுத் திருவிழாக்காலம் போலக் காட்சியளிக்கும். தெருக்கள், சாலைகளில் தண்ணீர் தெளித்துச் சுத்தம் செய்து, கோலமிட்டு, கோயில்களுக்கு வெள்ளையடித்துத் தடபுடலாக ஏற்பாடு செய்திருப்பார்கள்.

அனைத்துச் சமூகத்தினரும் அவருக்குக் கட்டுப்பட்டவர்கள்தாம். ஊருக்கு அவர் வந்ததும் எல்லோரும் போய்ப் பார்ப்பார்கள். அதுவரைக்கும் பெரிய மனிதர்கள் என்று ஊரில் சொல்லிக்கொண்டவர்கள் எல்லாம், இடுப்பில் துண்டைக் கட்டிக்கொண்டு வணங்கி வருவார்கள், இடைநிலைச் சாதிகள் முதல் பிள்ளைமார் வரை அப்படித்தான் செய்வார்கள்.

ஊர் அவருக்கு எவ்வளவு உடைமையானது என்பதற்கு இந்தப் பேச்சுவழக்கை ஊரில் கேட்டிருக்கிறேன். "யாராவது ஒருவர் சிறுநீர்

கழிக்க வேண்டும் என்றால்கூட, அதை அய்யர் வீட்டு நிலத்தில்தான் கழிக்கணும்" என்பார்கள். வேறு யாருக்கும் இங்கே சொந்த நிலம் இல்லை என்பதைத்தான் அப்படிச் சொல்வார்கள். அய்யருக்கு வேண்டியவர்கள் பெருமையாகவும், வேண்டாதவர்கள் கொஞ்சம் விசனத்துடனும் அந்த வார்த்தையைப் பயன்படுத்துவதைக் கேட்டிருக்கிறேன். அந்த மாதிரியான ஊர் அது.

சுதந்திரம் பெற்ற பிறகும்கூட ஊரில் பள்ளிகள் வரவில்லை. பிள்ளைமார் சமூகத்தைச் சேர்ந்த ஒரு பெண்மணி, கிராமத்தில் ஒரு பள்ளியைத் தொடங்க வேண்டும் என்று தம் சொந்த நிலத்தைக் கொடுத்து உதவினார். மராட்டிய மாநிலத்தைச் சேர்ந்த கோவிந்தராவ் என்பவர் 'சிவாஜி' நடுநிலைப்பள்ளி தொடங்கினார். அய்யருடைய எதிர்ப்பை எல்லாம் மீறித்தான் நடுநிலைப்பள்ளி ஊருக்கு வந்தது. அனைத்து சமூகங்களையும் சேர்த்துப் பார்த்தாலும், அங்கு கல்வியறிவு மிகக் குறைவாகவே இருந்தது. பள்ளிப்படிப்பைக்கூட முடிக்காதவர்கள் எல்லாச் சாதியிலும் இருந்தார்கள். அதில் ஒடுக்கப்பட்ட மக்களின் நிலையை நினைத்துக்கூடப் பார்க்க முடியாது. இப்படியான சூழல்தான் நான் சிறுவனாக வளர்ந்த காலத்தில் நிலவியது.

அய்யரை ஊரில் ஏகேஆர் பண்ணை என்பார்கள். இவரது அண்ணனைப் பெரிய பண்ணை என்றும் இவரைச் சின்னப் பண்ணை என்றும் அழைப்பார்கள். எங்கள் ஊரே அவர்களுக்குச் சொந்தம். 'சவாலே சமாளி' படத்தின் கதையே இந்தப் பண்ணையார் சகோதரர்களை மையப்படுத்தி எழுதப்பட்டதுதான் என்று சொல்வார்கள். மயிலாடுதுறை அருகேயுள்ள மல்லியம் என்ற ஊர் பக்கத்தில் வைத்துத்தான் படப்பிடிப்பை நடத்தினார்கள். அப்படியொரு நிலச்சுவான்தார்கள்.

ஒரு மேனேஜர் அந்தப் பண்ணையை நடத்துவார். பள்ளியில் வருகைப் பதிவேடு எடுப்பதுமாதிரி விவசாயத் தொழிலாளர்களுக்கு வருகையைப் பதிவுசெய்வார்கள். காலையில் ஒரு சாய்வுக் கோடு, சாயங்காலம் ஒரு சாய்வுக் கோடு. அந்த மேலாளரும் அய்யராகத்தான் இருப்பார். எங்கப்பா சின்னையன், அந்தப் பண்ணையில், தலையாரியாக இருந்தார். பண்ணை விஷயமாக அடிக்கடி சென்னைக்குச் சென்றுவருவார். ஊருக்கு வந்ததும் அவரிடம் சென்னை நகரத்தைப் பற்றி ஊர்க்காரர்கள் ஆர்வத்துடன் விசாரிப்பார்கள். நான் ஆரம்பப் பள்ளியில் படிக்கும் காலங்களிலேயே மிட்லேண்ட் தியேட்டர் பற்றியெல்லாம் அப்பா வழியாக எனக்குத் தெரியும்.

சி.துரைக்கண்ணு ▶ 21

1960 நவம்பர் 17ஆம் தேதியன்று பிறந்தேன். நாங்கள் ஆறுபேர். மூன்று ஆண்கள், மூன்று பெண்கள். நான் இரண்டாவது. மூத்தவங்க அக்கா. மிகக் கடுமையான வறுமைக்காலம். பெரும்பாலும் மக்கள் விவசாயக் கூலிகளாக இருந்தார்கள். அதில் கொஞ்சம் நிரந்தர ஊதியம் கிடைக்கும். தலையாரியாக அப்பா இருந்தார்.

ஊதியம் என்றால் அன்றைக்கு ஒரு ரூபாய் பணமும் மூன்று படி நெல்லும் கூலியாகக் கொடுத்தார்கள். அந்த உத்தரவாதம் 365 நாளைக்கும் உண்டு. அது ஒன்றுதான் நம்பிக்கை. மூன்று படி நெல்லை வைத்து ஒன்றும் செய்யமுடியாது. மக்களிடம் வறுமைதான் எஞ்சியிருந்தது. இந்த உத்தரவாதம்கூட பலருக்கு இல்லை. வாழ்க்கையே தள்ளாடும்போது கல்வியின்மீது எப்படி ஆர்வம் வரும். எனக்கும் இயல்பாக அதில் ஆர்வமில்லை.

சென்னைக்கு வந்துபோகிற சூழல் அப்பாவுக்கு இருந்ததால், என்னைப் படிக்க வைக்க வேண்டும் என்ற ஆர்வம் இருந்தது. இது குறித்து அய்யரிடமும் கலந்துபேசுகிறார். "ஆமாம்... ஆமாம்... நல்ல விஷயம், படிக்க வை" என்கிறார். அய்யரின் மகன் ஏ.ஆர்.சீனிவாசன், தென்னிந்திய பிலிம் சேம்பர் தலைவராக இருந்தார். தந்தையைப் போலின்றிக் கொஞ்சம் முற்போக்குச் சிந்தனை கொண்டவர். அரசியல் புரிதல் உள்ளவர். காங்கிரஸ்காரராக இருந்தார். அவங்க அப்பா இருக்கும்வரைக்கும் யாரும் படிக்க முடியாத நிலையே இருந்துவந்தது. ஆனால் அவர் மகனுக்கு, அடுத்த தலைமுறை படிக்க வேண்டும் என்ற விருப்பம் இருந்தது. ஊருக்குள் அரசு உதவிபெறும் பள்ளிக்கூடம் வந்ததால் இடைநிலைச் சாதியினர் மெல்ல படிக்கத் தொடங்கினார்கள். தலித் சமூகத்தில் அவ்வளவாக யாரும் படிக்கவில்லை.

இந்தச் சூழலில் உன் பையனைப் பள்ளியில் சேரு என்று சொல்லி, எனக்குப் புதிதாக ஒரு அரைக்கால் சட்டையும் மேல் சட்டையும் பார்சலில் ஊருக்கு அனுப்பினார் அய்யர். அடுத்த நாளே என்னை அழைத்துப்போய்ப் பள்ளியில் சேர்த்தார்கள். ஊரில் யாரும் ஆர்வமாகப் படிக்காத நிலையில், என்னால் தொடர்ந்து பள்ளிக்குத் தனியாகச் செல்ல முடியவில்லை. கொஞ்ச நாள் சென்றுவிட்டு இடையில் நின்றுவிட்டேன். குடும்பமும் வறுமையாக இருந்ததால், இயல்பாகவே படிப்பின்மீது எனக்கு ஆர்வமில்லை.

எங்கள் ஊரிலிருந்து ஐந்தாறு கிலோ மீட்டர் தூரத்தில் என் அம்மாவழி பாட்டி ஊர் ஆலவேலி உள்ளது. அதுவொரு குக்கிராமம். பாட்டியிடம் பேசி அங்கே படிக்க அனுப்பிவிட்டார்கள். இந்த ஊருக்குச் சாலை வழியாகச் சென்றால் திருப்பனந்தாள் போய்ச் சுற்றி வர வேண்டும். குறுக்கே வயல்வரப்புகளில் நடந்துதான் ஊருக்குச் செல்ல வேண்டியிருக்கும். சொந்த ஊரில் சரிவரப் பள்ளிக்குச் செல்லாத காரணத்தால் பாட்டி ஊரில் முதல் வகுப்பில் சேர்ந்தேன். அந்த ஊரில் எல்லோரும் ஆர்வத்துடன் பள்ளிக்குச் செல்வார்கள். அதைப் பார்த்து நானும் தனியாகவே செல்ல ஆரம்பித்துவிட்டேன்.

குக்கிராமமாக இருந்தாலும்கூட, அங்கு வாழ்ந்த மக்களிடம் ஆளுக்குக் கொஞ்சம் நிலம் இருந்தது. சுயசார்புடன் இருந்தார்கள்.

தொடர்ந்து பள்ளிக்குச் செல்லத் தொடங்கினேன். ஓர் ஆண்டிலேயே எழுத்துக்கூட்டி வாசிக்கத் தெரிந்துவிட்டது. எதைக் கொடுத்தாலும் வாசிக்கிற திறன் வந்ததும் ஆச்சரியமாகப் பார்த்தார்கள். எழுதப் படிக்க வந்துவிட்டது. நல்லாப் படிக்கிறானே என்று திருமணப் பத்திரிகை, கடிதங்களை எல்லாம் உள்ளூர் மக்கள் என்னிடம் கொடுத்துப் படிக்கச் சொல்வார்கள்.

எனக்கு நல்ல ஆசிரியர்கள் அமைந்தார்கள். நான் படித்தது ஈராசிரியர் பள்ளி. இரண்டு பேரும் அவ்வளவு அர்ப்பணிப்புடன் பாடம் நடத்துவார்கள். நிறையப் பொதுஅறிவுத் தகவல்களைச் சொல்லிக்கொண்டே இருப்பார்கள். ஐந்து வகுப்புகளுக்கு இரண்டு ஆசிரியர்கள். அதில் ஒருவர் விடுப்பு என்றால், ஐந்தாவது வகுப்பில் நன்றகாப் படிக்கிற பையனை மற்ற வகுப்புகளுக்குப் பாடம் நடத்தச் சொல்வார்கள். அப்படிப் பலமுறை நான் அந்த வகுப்புகளுக்கு ஆசிரியராக இருந்திருக்கிறேன். ஐந்தாம் வகுப்பை முடித்துவிட்டு ஆறாம் வகுப்பில் சேர ஆறுகிலோ மீட்டர் தூரத்தில் உள்ள பந்தநல்லூருக்குச் செல்ல வேண்டியிருந்தது.

என்மீது அம்மாயி அதிகப் பாசம் காட்டினார். எங்க அம்மாவைவிட அம்மாயிக்கு ஏதாவது என்றால் என்னால் தாங்க முடியாது. உடனே அழுதுவிடுவேன். கிட்டத்தட்ட அவங்கதான் அம்மா என்ற நினைப்பில் இருந்தேன். அவங்கதான் நான் நன்றாகப் படிக்கணும் என்று ஆசைப்பட்டார்கள். என்னைப் படிக்க வைப்பதற்காக மிகவும்

சிரமப்பட்டார்கள். ஊரில் எல்லோரும் படிக்கிறார்கள் என்பதால், பேரனும் படிக்க வேண்டும் என்று முழு ஈடுபாட்டுடன் கவனித்துவந்தார்கள்.

ஆறாம் வகுப்புப் படிக்க ஆலவேலியில் இருந்து பந்தநல்லூர் செல்ல வேண்டும். வயல்வரப்புகள், இரண்டு மூன்று வாய்க்கால்களைக் கடக்க வேண்டும். மழை, வெள்ளம், புயலைத் தாண்டிப் பள்ளிக்குச் செல்வோம். கால்சட்டையைக் கழற்றிப் புத்தகப் பையுடன் தலையில் வைத்துக்கொண்டு வாய்க்காலைக் கடந்து கரைக்கு வந்த பிறகு கால்சட்டையை மாட்டிக்கொள்வோம். பிறகு அடுத்த வாய்க்கால், அதற்கடுத்த வாய்க்கால், கடைசியில் வரப்புகள் என அலுக்காமல் நடப்போம். அதுவொரு கடுமையான கனாக்காலம். ஒரு நாளொன்றுக்கு 12 கிலோ மீட்டர் நடக்க முடிந்தால்தான் ஆறாம் வகுப்புப் படிக்க முடியும். அந்த அளவுக்கு உடல் ஆரோக்கியம் இருந்தால் மட்டுமே தொடர்ந்து படிக்க முடியும்.

காலையில் ஊரிலிருந்து பத்து இருபதுபேர் புறப்பட்டுப் பள்ளிக்குச் செல்வோம். அங்கே இலவச மாணவர் விடுதி இருந்தது. அதற்கு விண்ணப்பித்து அங்கு தங்கிப் படித்தேன். விடுதியில் காலையில் கஞ்சிதான் கொடுப்பார்கள். அது அரசு ஆதிதிராவிடர் மாணவர் விடுதி. பிற்படுத்தப்பட்ட, மிகவும் பிற்படுத்தப்பட்ட மாணவர்கள் சிலரையும் சேர்த்துக்கொண்டார்கள். விடுதியில் மாணவர்கள் சாதிபேதம் இல்லாமல் மிகவும் ஒற்றுமையாக இயல்பாக இருப்பார்கள்; சக மாணவர்களைத் தங்கள் வீடுகளுக்கு அழைத்துச் செல்வார்கள்; அந்நியோன்யமாகப் பழகுவார்கள்.

கிருஷ்ணமூர்த்தி என்ற பிராமணர்தான் வார்டனாக இருந்தார். மறக்கமுடியாத மனிதர். அவரின் வழிகாட்டுதலில் விடுதியில் தங்கிப் படித்த காலங்கள் மிக மகிழ்ச்சியான தருணங்களாக மனதில் தேங்கியிருக்கின்றன. விடுதியில் அப்போது விறகு அடுப்புதான். ஜெயங்கொண்டம், உடையார்பாளையம் பகுதியிலிருந்து வண்டிகளில் முந்திரி விறகு கொண்டுவருவார்கள். விறகை உள்ளே எடுத்துப்போடுவதற்கு எங்களிடம் மெல்ல தயங்கிக் கேட்பார். “இந்த விறகுகளை எடுத்தால் 20 ரூபாய் ஆகும். நீங்க எடுத்துப்போட்டுட்டு அந்த ரூபாயை எடுத்துக்குறீங்களா” என்று கனிவுடன் கேட்பார். நீங்கதான சாப்பிடுறீங்க. எடுத்துப் போடுங்கடா என்று சொல்லமாட்டார்.

சின்ன வயதில் அவரை நினைத்தால் ஆச்சரியமாக இருக்கும். நேர்மையான மனிதர். அரிசி, பருப்பு எல்லாம் விடுதியிலிருந்து எடுக்கமாட்டார். அவருக்குத் தேவைப்படும் பொருள்களை வெளியே போய் மாணவர்களை வாங்கி வரச் சொல்வார். அங்கேயே சமைத்துச் சாப்பிடுவார். அதற்குப் பிறகு எத்தனையோ பேர் வார்டனாக வந்தார்கள். அவரைப் போல யாரும் நேர்மையாக எங்களை நடத்தவில்லை.

இங்கே நான் ஒரு கருத்தைப் பதிவு செய்ய விரும்புகிறேன். என் பள்ளி வாழ்க்கையில் மிகச்சிறந்த ஆசிரியர்களாகப் பிராமணர்களைத்தான் பார்த்திருக்கிறேன். சாதிபேதம் பார்ப்பது இருக்கும். ஆனால், பாடம் நடத்துவதில் அவர்கள்தாம் சிறந்தவர்களாக இருந்தார்கள். கற்றுக்கொண்டதை எப்படியாவது மாணவர்களுக்குச் சொல்லிக்கொடுத்துவிட வேண்டும் என்பதில் கருத்தாக இருந்தார்கள்.

விடுதியில் தங்கியிருந்து படித்தவர்களில் நான் என்ஜினீயரிங் படிக்கச் சென்றேன். என் உறவினர் முத்தையன் எம்எஸ் ஆர்த்தோ முடித்தார். வார்டன் கிருஷ்ணமூர்த்தி இங்கிருந்து மாற்றலாகிக் கும்பகோணம் மாணவர் விடுதிக்குச் சென்றுவிட்டார். எட்டாவது படிக்கும்போது போட்டித் தேர்வு ஒன்றை வைத்துச் சிறந்த மாணவருக்கு ஆயிரம் ரூபாய் உதவித்தொகை கொடுத்தது மத்திய அரசு. அதில் நான் தேர்ச்சிபெற்றேன். அதனால் தஞ்சாவூர் மாவட்டத்தில் குறிப்பிட்ட ஐந்து பள்ளிகளில் எதில் வேண்டுமானாலும் சேரலாம் என்றார்கள். கும்பகோணம் லிட்டில் பிளவர், மாயவரம் நேஷனல் ஹை ஸ்கூல், தஞ்சாவூர் செயிண்ட் ஆண்டனிஸ் எனச் சில பள்ளிகளைச் சொன்னார்கள். எனக்குக் கும்பகோணம் பக்கம் என்பதால், லிட்டில் பிளவர் பள்ளியில் சேரச் சென்றேன். நான் பந்தநல்லூர் பசுபதீஸ்வரா பள்ளியில் எட்டாம் வகுப்புப் படித்தேன். அங்கிருந்து சிறப்பாகத் தேர்வானேன் என்பதால், என் சேர்க்கைக்கு பிராமண ஆசிரியர் மரத்துறை ஜெயராமன் துணைக்கு வந்தார். "நான் வர்றேண்டா கும்பகோணம்" என்று ஆர்வத்துடன் சொன்னார். இவ்வளவுக்கும் எட்டாம் வகுப்பு முடித்து மாற்றுச் சான்றிதழ் வாங்கிவிட்டேன். அப்போது வார்டன் கிருஷ்ணமூர்த்தி கும்பகோணத்தில் இருந்தார். அவரையும் அழைத்துக்கொண்டு இரண்டு பேரும் என்னை லிட்டில் பிளவர் பள்ளியில் சேர்த்துவிட்டார்கள். அங்குதான் பள்ளி இறுதி வகுப்பு வரைக்கும் படித்தேன்.

திருவிடைமருதூர், வலங்கைமான், கும்பகோணம் பிளாக்கிலிருந்து முதல் மதிப்பெண் எடுத்த மாணவர்கள் வந்திருந்தார்கள். அனைவருமே இந்துக்கள். ஒருவர்கூட கிறித்தவர் கிடையாது. எங்களுக்கு அந்த ஃபாதர் விடுதி வசதி கொடுக்க யோசித்தார். ஏனெனில் விடுதி கிறித்துவ மாணவர்களுக்கு மட்டுமே. என்னைத் தவிர எல்லோருமே பிராமணர்கள்.

தினமும் 22 கிலோ மீட்டர் பயணித்துப் படிப்பது எளிதான காரியமல்ல. அதெல்லாம் நினைத்துக்கூடப் பார்க்க முடியாது. "என்னடா, விடுதி கொடுக்க மாட்டாங்க போலிருக்கு. என்ன செய்யலாம். எங்க அரசு விடுதியில் சேந்துக்கிறியாடா" என்று கிருஷ்ணமூர்த்தி சார் கேட்டார். ஆனால், அந்த விடுதியோ நகரின் கடைசியில் இருந்தது. இந்தப் பள்ளியில் படிக்க, நீ நாலைந்து கிலோமீட்டர் நடந்து வர வேண்டுமே என்றும் கவலைப்பட்டார்.

மீண்டும் ஃபாதருடன் பேசினார். "மற்ற பையன்களைப் பற்றித் தெரியவில்லை. இவனுக்கு நீங்கள் விடுதி கொடுத்தால்தான் படிக்க முடியும். இவனால் எந்தப் பிரச்சினையும் ஏற்படாது" என்று உறுதிகொடுத்தார் கிருஷ்ணமூர்த்தி சார். மறுநாள் பிஷப்பிடம் பேசிவிட்டுச் சொல்கிறேன் என்றார் ஃபாதர் லூயிஸ். பிறகு ஒருநாள் கழித்துப் பையனைச் சேர்த்துவிடுங்கள் என்று சொல்லிவிட்டார்.

கும்பகோணம் லிட்டில்பிளவர் பள்ளி விடுதியில் சேர்ந்தபோது ஒரு புதிய உலகத்தில் நுழைந்ததுபோல இருந்தது. அரசு ஆதிதிராவிட விடுதியில் படித்துவிட்டுச் சென்றதால், என்னால் பெரும் வித்தியாசத்தை அங்கு உணர முடிந்தது. கட்டணம் செலுத்தித் தங்கும் விடுதி என்பதால் மாணவர்கள் தங்குமிடங்கள் வசதியாகவும் உணவு தரமாகவும் இருந்தது.

பள்ளியில் வகுப்புப் பாடங்களை மிகத் திறமையாக நடத்தக்கூடிய ஆசிரியர்கள் இருந்தார்கள். மாணவர்களுக்குப் பாடங்களைப் புரியவைப்பதில் அவர்கள் எடுத்துக்கொண்ட முயற்சிகளைப் பார்த்தால் மிக வியப்பாக இருந்தது. அங்கு விடுதி மாணவர்கள் தினமும் மாலையில் விளையாடவேண்டும். 4.30 மணிக்குப் பள்ளி முடிந்ததும் 6.30 மணி வரை இரண்டு மணி நேரம் கட்டாயம் விளையாட வேண்டும்.

எனக்கு வாலிபால் விளையாட்டில் ஓரளவு ஆர்வமும் அனுபவமும் இருந்தது. எட்டாம் வகுப்பு வரை அரசு உதவிபெறும் பள்ளியில்

படித்தபோது அங்கு வாலிபால் விளையாடியிருக்கிறேன். ஆதலால், நானும் ஆர்வமாக மாலை நேரங்களில் விளையாடத் தொடங்கினேன். விளையாடவில்லை என்றால், விளையாட்டுத் தொடர்பான 500 வார்த்தைகளை மாணவர்கள் எழுதிவர வேண்டும் என்று ஃபாதர் லூயிஸ் கட்டளையிடுவார். அதற்குப் பதிலாக விளையாடலாம் என்று எல்லோரும் வந்துவிடுவார்கள். தலைமை ஆசிரியர் ஃபாதர் லூயிஸ், மிகச்சிறந்த நிர்வாகியாக இருந்தார். பின்னாளில் நான் பொறியாளராக இருந்தும் கல்வித்துறையில் சிறப்பாகச் செயல்பட்டதற்கு அவருடைய பணிகளைப் பார்த்து வளர்ந்ததுதான் காரணம்.

கணிதப் பாடத்தில் மறக்க முடியாத ஆசிரியர் விக்டர். அவரின் குடும்பம் மலேசியாவில் இருந்தது. தேர்வு விடுமுறை நாட்களில் மட்டும் குடும்பத்தைப் பார்க்க மலேசியா சென்றுவருவார். அப்போதே அவர் நவீனப் பார்வையுள்ளவராக இருந்தார். “என்னுடைய மனைவியின் கைப் பையைத் திறந்து பார்த்ததில்லை. நம்புறீங்களாடா...” என்று கேட்பார். “அப்படியா சார்... பார்த்தா என்ன சார்” என்று மாணவர்கள் கேட்பார்கள். “பார்க்கக்கூடாதுடா. அது அவங்களுக்கானது. அதேபோல நம்முடைய தனிப்பட்ட உரிமைகளிலும் யாரும் தலையிட அனுமதிக்கக் கூடாது. யாரும் தலையிடக் கூடாதுன்னா தலையிடக் கூடாது” என்று சொல்வார்.

நாங்கள் படித்த காலத்தில் பத்து, பதினொன்றாம் வகுப்புகளில் விருப்பப் பாடங்களை எடுத்துப் படிக்க வேண்டும். பத்தாம் வகுப்பில் கணிதத்தை விருப்பமாக எடுப்பதற்கு ஆசிரியர் விக்டர்தான் மிக முக்கியக் காரணம். கணிதத்தை அவ்வளவு சிறப்பாக நடத்துவார்.

புலவர் திருநாவுக்கரசு, புலவர் சம்புகேசன், புலவர் அடைக்கலம் என மூன்று தமிழாசிரியர்கள். எனக்குத் தமிழார்வம் இருப்பதற்கு இவர்கள்தான் ஆணிவேராக இருந்தார்கள். இடைநிலைப்பள்ளியில் படிக்கும்போது புலவர் பாலசுப்ரமணியம், புலவர் கலியபெருமாள் என்ற தமிழாசிரியர்களிடம் பயின்ற தமிழ் இன்றும் மறக்கவில்லை. அர்ப்பணிப்புடன் அவர்கள் கற்பித்த தமிழ்தான் என்னிடம் செழித்திருக்கிறது. தமிழ் வகுப்பில் கேட்ட பாடல்கள் இன்றும் மனத்தில் இருக்கின்றன.

கொம்புளதற்கு ஐந்து முழம் குதிரைக்குப் பத்து முழம்
வெம்புகரிக்கு ஆயிரம்தான் வேண்டுமே! - வம்புசெறி

தீங்கினர்தம் கண்ணில் தெரியாத தூரத்து
நீங்குவதே நல்ல நெறி - (பாடல் 20, நீதி வெண்பா).

யார்? யாராரிடம் எத்தனை அடி விலகியிருக்க வேண்டும் என்பதை விளக்கும் பாடல். அதை அவ்வளவு அழகு தமிழில் விளக்கி நடத்துவார். யானைக்கு ஆயிரம் முழம், மோசமான ஆளென்றால் அவன் கண்ணிலேயே படக்கூடாது என்பார். அதேமாதிரி குறள் நடத்தும்போதும் அவ்வளவு அருமையாக நடத்துவார். அந்தக் காலங்கள் நினைவில் மழையாகப் பொழிகின்றன.

முயற்சி திருவினை யாக்கும் முயற்றின்மை
இன்மை புகுத்தி விடும் - (குறள் 616).

ஆக்கம் அதர்வினாய்ச் செல்லும் அசைவிலா
ஊக்க முடையா னுழை - (குறள் 594).

இந்தக் குறள்களுக்கு விளக்கம் சொல்லும்போது, "ஆக்கம்னா பணம். ஊக்கம்னா முயற்சி. இதான்டா வேறு ஒன்னுமே கிடையாது" என்பார். "ஊக்கம்னா ஆர்வம். ஊக்கம் உடையவன் இருந்தான்னா, அவனை ஆக்கம் என்ன செய்யும்னா எழும்பூர் இரயில் நிலையத்தில் இறங்கி, கும்பகோணம் எந்த ரயிலில் செல்ல வேண்டும் என்று கேட்கும். கும்பகோணம் வந்தவுடன் வீட்டு முகவரியைக் கேட்டு, அவனைத் தேடிவரும். மாணவர் பெயரையும் சொல்வார். ஊக்கம் உடையவன் இந்த முகவரியில் இருக்கிறான் என்று விசாரித்துக்கொண்டு ஆக்கம் வரும்" என்று சுவாரசியமாக விளக்கிக்கொண்டே போவார். நாங்கள் ஆர்வமாகக் கேட்போம். இன்றுவரை அந்த வார்த்தைகளின் அலைகள் மனதில் அவ்வப்போது மோதுகின்றன.

புலவர் கலியபெருமாள் என்ற ஆசிரியர் இருந்தார். நெய்வாசல் கலிய பெருமாள் என்று சொல்வார்கள். மணல்மேட்டுக்கு அருகில் உள்ள ஊர் நெய்வாசல். மூன்று, மூன்று பீரோக்களை வைத்து வகுப்புகளைத் தடுத்திருப்பார்கள். செருப்புப் போட்டுக்கொண்டு வகுப்புக்குள்ளே வரமாட்டார். பீரோ அடியில் செருப்பைக் கழற்றிப் போடும்போதே, 'கற்க கசடற கற்பவை கற்றபின் நிற்க அதற்குத் தக' என்ற குறளைச் சொல்லிக்கொண்டே வந்து மேஜையில் பையை வைப்பார். ஒருநிமிடத்தைக் கூட வகுப்பில் வீணாக்கமாட்டார். இன்று எந்தப் பள்ளியிலும் அப்படியோர்

ஆசிரியரைப் பார்க்க முடியாது. முக்கால் மணி நேரத்தை எப்படிக் கடத்துவது என்று யோசிக்கும் ஆசிரியர்கள்தாம் அதிகமாகிவிட்டார்கள். அந்தக் காலம்... அந்தக் காலம்... என்று சொல்வது மாதிரிதான் இந்தக் காலம் இருக்கிறது.

ஒருமுறை திருவாவடுதுறை மடத்தில் வித்வான் சுப்ரமணியன் என்பவரை மாயூரம் வேதநாயகம் பிள்ளை சந்திக்கச் செல்கிறார். அப்போது அவர் மாயவரத்தில் முன்சீப்பாக வேலை பார்க்கிறார். வெள்ளிக்கிழமையன்று புறப்பட்டுப்போய் அவருடன் தங்கி உரையாடிவிட்டு ஞாயிறன்று மாயவரம் திரும்புவாராம். மீண்டும் அவரால் அடுத்த வெள்ளிக்கிழமைதான் போக முடியுமாம். அந்தப் பிரிவை தாங்க முடியாமல் உடனே ஒரு கடிதம் எழுதினார் வேதநாயகம் பிள்ளை.

சூர் வந்து வணங்கும் மேன்மை சுப்ரமணிய தேவே
நேர் வந்து நின்னை கண்டு நேற்று ராத்திரியே மீண்டேன்
ஊர்வந்து சேர்ந்தேன் என் உளம் வந்து சேரக் காணேன்
ஆர்வந்து சொலினும் கேளேன் அதனை இங்கு அனுப்புவாயே

என்று தமிழாசிரியர் நினைவிலிருந்து எங்களிடம் சொல்வார். இப்படி ஆர்வத்துடன் தமிழ்ப் பாடம் கேட்டதால், கல்லூரியில் தமிழ்ப் பட்டப்படிப்பு படிக்க வேண்டும் என்கிற ஆசை வந்தது. கும்பகோணம் ஆடவர் அரசுக் கல்லூரியில் கணிதம் மற்றும் தமிழுக்கு விண்ணப்பித்திருந்தேன். எனக்குப் பொறியியலில் அவ்வளவாக ஆர்வம் இருக்கவில்லை. ஆனால், நண்பர்கள் மற்றும் உறவினர்களின் வற்புறுத்தலால் அண்ணாமலைப் பல்கலைக்கழகத்தில் மட்டும் பொறியியல் படிப்புக்கு விண்ணப்பம் செய்தேன். இடம் கிடைத்தது பொறியியல் படிப்பில் சேர்ந்துவிட்டேன்.

விடுமுறை நாட்களில் மட்டும் சொந்த ஊருக்குச் செல்வேன். நானாக விடுப்பு எடுத்துக்கொண்டு செல்ல மாட்டேன். அப்பாவும் எப்போதாவதுதான் விடுதிக்கு வந்துபோவார்.

இதற்கிடையில் ஒன்றைச் சொல்ல வேண்டும். நான் பள்ளியில் படிக்கும் காலத்தில், எங்கள் பகுதியில் டி.எம்.மணி என்ற தலைவர் இருந்தார். அவரை திருப்பனந்தாள் மணி என்பார்கள். இரவுப் பள்ளிகள், பெரியார் படிப்பகம் என 70களில் கிராமந்தோறும் தொடங்கினார். அடிப்படையில் அவர் ஒரு டைலர். பகல் முழுவதும் தையல் கடையில்

வேலைகளைச் செய்வார். மாலை நேரங்களில் வேலையில்லாத பட்டதாரி மாணவர்களுடன் கிராமங்களுக்குச் சென்று பெரியார் பற்றிய பகுத்தறிவுக் கருத்துகளை மக்களிடம் பரப்புவார். அந்தப் பேச்சை இளமையில் கேட்பதற்கு உற்சாகமாக இருக்கும். மணியின் பிரச்சாரப் பணிகள் பெரிய அளவில் கிராமங்களில் விழிப்புணர்வை ஏற்படுத்தின. முதலில் அவர் பெரியாரைத்தான் அறிமுகப்படுத்தினார். அப்போது அம்பேத்கர் பற்றிய செய்திகள் அவ்வளவாக அறிமுகமாகவில்லை. கடவுளைப் பற்றிய கேள்வியெல்லாம் அப்போதுதான் எனக்குள் வருகிறது. எட்டாம் வகுப்பு படிக்கும்போது இந்து மதம்தான் மோசமானது, கிறித்துவ மதம் நல்லது என்பது மாதிரியான எண்ணம் இருந்தது.

தினத்தந்தியில் வெளியான அறிவிப்பில் இலவச பைபிள் வேண்டுவோர் முகவரி அனுப்புங்கள் என்று தெரிவிக்கப்பட்டிருந்தது. நான் போஸ்ட்கார்டு எழுதி பைபிள் பெற்று வாசித்திருக்கிறேன். கிறித்துவப் பள்ளிக்குச் செல்வதற்கு முன்பே பைபிள் பற்றிய அறிமுகம் எனக்கிருந்தது.

ஒருநாள் ஜூனியர் ஃபாதரிடம் இயல்பாகப் பேசிக்கொண்டிருந்தபோது, "உண்மையிலேயே கடவுள் இருக்கிறாரா ஃபாதர்" என்று எதார்த்தமாகக் கேட்டேன். அவர் அதிர்ச்சியாகிவிட்டார். "என்னடா இப்படிக் கேட்டுட்ட" என்றார். "இல்லை ஃபாதர். எனக்கு ஒரு சந்தேகம். அதனால் கேட்டேன்" என்று பதிலளித்தேன். மிகவும் இயல்பாகப் பேசியதால் அவரிடம் கேட்டுவிட்டேன். ஏன் அந்தக் கேள்வி வந்தது என்றால், தன் நீண்ட குரு வாழ்க்கைக்குப் பிறகு ஒரு கிறித்துவப் பாதிரியார், கடவுள் இருப்பதாக தான் உணரவேயில்லை என்று எழுதியிருந்ததாக எங்களிடம் சொன்னார். அதிலிருந்து தொடர்ச்சியாக எனக்கும் அந்த சந்தேகம் இருக்கு ஃபாதர் என்று அந்தக் கேள்வியைக் கேட்டேன்.

"கடவுள் இல்லாம எப்படி இவ்வளவு பெரிய அமைப்புகள், இவ்வளவு பேர் சாமியாராக இருப்பார்கள்? அப்படியெல்லாம் கேட்காதே" என்று அறிவுரை சொன்னார். பிறகு கடவுளைப் பற்றிக் கேள்வியெழுப்புவது மோசமான மனநிலை என்றெல்லாம் இயல்புக்கு மாறாகப் பேசத் தொடங்கிவிட்டார். எனக்கும் சங்கடமாகிவிட்டது.

நான் கேட்ட கேள்வி பற்றி தலைமை ஆசிரியர், ஃபாதர் லூயிஸிடமும் உடனே தெரிவித்துவிட்டார். அடுத்த நாள் என்னை அழைத்தார் ஃபாதர்.

"இப்படிக் கேட்டியாமே" என்றார். "எனக்குச் சந்தேகம் இருந்தது அதனால் கேட்டேன் ஃபாதர்" என்று பணிவுடன் கூறினேன். என்னிடம் ஒரு குணம் உண்டு. எதையும் மறைக்கமாட்டேன். மனதில் தோன்றினால் கேட்டுவிடுவேன். திருப்பிக் கேட்டால், ஆமாம் பேசினேன் என்று ஒப்புக்கொள்வேன். அதற்கு என்ன தண்டனையோ கிடைத்துவிட்டுப் போகட்டும் என நினைப்பேன். அந்தப் பழக்கத்தால்தான், "நான் கேட்டேன்" என்று ஃபாதரிடம் கூறிவிட்டேன். ஆனால், அவரோ இயல்பாக இல்லை. உடனே கோபமாகி, கடுமையாகப் பேசத் தொடங்கினார்.

"நான் இப்ப நினைச்சாக்கூட உன்னை வெளியே அனுப்பிவிடுவேன். உங்க தெருவில் பேசுற மாதிரி இங்கே வந்து பேசுறியா. இங்க இருக்க உனக்குத் தகுதியில்லை" என்று வார்த்தைகளைக் கொட்டினார். நாம் இயல்பாகத்தானே பேசினோம். எல்லோரும் பேசுகிற விஷயம்தானே இது. இதைவிட மோசமாக நடந்துகொள்கிற மாணவர்களை அவர்கள் சகித்துக்கொள்கிறார்கள். இதற்கு இவ்வளவு அதிர்ச்சியைக் காட்டுகிறார்களே என்று எனக்கு மனச் சங்கடமாக இருந்தது.

நீண்ட நாள் ஃபாதர் அதை மறக்கவேயில்லை. என்னைத் தனியாகவே நடத்தினார். விடுதியில் மாணவர்கள் திருட்டுத்தனமாகப் புகைப்பிடிப்பார்கள். சுவர் ஏறிக்குதித்து இரவுக் காட்சி சினிமாவுக்குப் போவார்கள். நான் அங்கிருந்த மூன்றாண்டுகளில் இதில் எதையுமே செய்தது கிடையாது. உண்மையில் எனது பெற்றோரால் எனக்கு எந்தக் கட்டுப்பாடும் இல்லை. புகைப்பது என்றால், வெளியில் வந்து புகைக்கலாம். சுதந்திரமான சூழலில் வளர்ந்ததால் எதையும் மறைத்துச் செய்ய வேண்டியதில்லை. மைதானத்தில் எங்காவது சிகரெட் துண்டு கிடந்தால், என்மீது சந்தேகப்படுவார் ஃபாதர். எப்படித் தெளிவுபடுத்துவது என்றும் எனக்குத் தெரியவில்லை. கவலையாக இருந்தது.

கடவுளைப் பற்றிக் கேள்வி கேட்பவன் மிகவும் மோசமானவனாக இருப்பான் என்று அவர் அழுத்தமாக நினைத்திருந்தார். நம் மீதுள்ள சந்தேகத்தைத் தீர்ப்பதற்கு என்னிடம் எந்த உத்திகளும் இல்லை. மீண்டும் ஒருமுறை அவரை ஏதோ வேலையாகச் சந்தித்தபோது, "நீ கிழக்கே விழுந்த மரம்டா, அது மேற்கே விழாது அவ்வளவுதான்" என்றார். நாம் எந்தக் குற்றமும் செய்யவில்லை. இப்படிப் பேசுகிறாரே என்று ஆச்சரியமாகவும் அதிர்ச்சியாகவும் இருந்தது. மதிப்புமிகுந்த மனிதர்களாக இருக்கிறார்கள். இப்படிப் புரியாமல் பேசுகிறார்களே என்று நினைத்துக்கொண்டேன்.

பின்னர் ஃபாதர் லூயிஸ் குருவான 25ஆவது ஆண்டு விழா வந்தது. அதை வெகு விமரிசையாகக் கொண்டாடினார்கள். அந்த நிகழ்வில் ஒரு நாடகம் போட வேண்டும் என்று ஏற்பாடு செய்யப்பட்டது. பொதுவாக கிறித்துவப் பள்ளிகளில் பாட்டு, கச்சேரி எனக் கலை, இலக்கிய நிகழ்ச்சிகள் சிறப்பாக நடப்பது வழக்கம். அப்போது நான் பள்ளி இறுதிவகுப்பு படித்து வந்தேன். 'உண்மையே உன் விலை என்ன' என்ற பெயரில் நடிகர் சோ ஒரு திரைப்படம் எடுத்திருந்தார். அந்த முழுக்கதையையும் ஒரு நாடகமாகப் போடவேண்டும் என்று முயற்சி செய்தார்கள். முழு நாடகத்தையும் மனப்பாடம் செய்தால்தானே நடிக்க முடியும். பள்ளி இறுதித் தேர்வு இருந்ததால் மாணவர்கள் நடிப்பதற்கு ஒப்புக்கொள்ளவில்லை. ஆனால் நாடகத்திற்கான கேரக்டர்களைத் தேர்ந்தெடுக்கத் தொடங்கியிருந்தார்கள். யாராவது ஹீரோவாக நடிக்க வேண்டுமே, நீ நடிக்கலாமே என்று ஆசிரியர்கள் என்னிடம் கேட்டார்கள். நான் ஒப்புக்கொண்டேன். அதற்கும் காரணம் இருக்கிறது. எம்.ஆரோக்கியசாமி என்ற ஆசிரியர் எனக்கு 9ஆம் வகுப்பிலிருந்து வரலாறு பாடம் எடுத்துக்கொண்டிருந்தார். நாடகம் இயக்குவதில் மிகச்சிறந்த திறமை படைத்தவர். அவரே களத்தில் நின்று ஒவ்வொரு கதாபாத்திரமாக நடித்துக்காட்டுவார். ஜெயா தொலைக்காட்சி ரபி பெர்னாட்டின் அப்பாதான் ஆரோக்கியசாமி. "நீ செய்யுடா" என்று உற்சாகமளித்தார்.

ஒரு சம்பவம் பற்றிச் சொல்ல வேண்டியிருக்கிறது. விடுதியில் மாணவர்களை காலை 5.30 மணிக்கு எழுப்பிவிடுவார்கள். காலையில் ஃபாதர் லூயிஸ் நடத்தும் பூஜைக்குச் செல்ல வேண்டும். இந்து மாணவர்களாகிய நாங்களும் கிறித்துவ மாணவர்களோடு தினமும் திருப்பலியில் கலந்துகொள்வோம். கிறித்துவ மாணவர்கள்போல் நாங்களும் முட்டிப் போடுவது எழுந்து நிற்பது அவர்களோடு சேர்ந்து பாடுவது என்று நாட்கள் நகர்ந்தன. ஒருநாள் பூஜை முடியும் தறுவாயில் எல்லோரும் நாக்கு நீட்டினார்கள். அவர்களுக்கு அப்பம் வைத்தார். நானும் நாக்கை நீட்டினேன். எனக்கு வைக்கவில்லை. "ஏய்... இந்தப் பக்கம் போ" என்று அப்பம் வாங்காத பையன்கள் இருக்கும் பக்கம் போகச் சொன்னார்கள். ஞானஸ்தானம் வாங்கினால்தான் அப்பம் வைப்பார்கள் என்று அப்போதுதான் புரிந்தது. ஆனால் எனக்கு அப்பம் வைக்கவில்லையே என்ற வருத்தம் இருந்தது. அதைப் பற்றி எங்களுக்குள் பேசினோம்.

நாம் ஏன் பூஜைக்குப் போக வேண்டும் என்று கேள்வி எழுந்தது. வெளியே வந்ததும் பிராமண மாணவர்கள், "நாம் அந்த நேரத்தில் படிக்கலாம். நீ போய் பேசு" என்று என்னை உசுப்பிவிட்டார்கள். பூஜை முடிந்த நேரத்தில் ஃபாதரிடம் போய், "ஃபாதர், பூஜை நேரத்தில் நாங்கள் எல்லோரும் படிக்கிறோம்" என்று கேட்டேன். உடனே அவரால் மறுக்க முடியவில்லை. எங்களைக் கட்டாயப்படுத்தி வரச் சொல்ல முடியாது என்பதால் ஒப்புக்கொண்டார். "நான் இடையில் வந்து பார்ப்பேன். படிப்பதைத் தவிர வேறு ஏதாவது செய்தால் உங்களைத் தொலைச்சுப்புடுவேன். கவனமாப் படிக்கணும்" என்று மிரட்டி அனுப்பினார். ஒருநாள் பூஜைக்கு நடுவே என்ன செய்கிறோம் என்று பார்க்க வந்துவிட்டார். அப்போது மைதானத்தில் என்.சி.சி பயிற்சியும் நடந்துகொண்டிருந்தது. படிப்பறையில் அங்கங்கே மாணவர்கள் உட்கார்ந்து படித்துக்கொண்டிருந்தார்கள். சில மாணவர்கள் மேசை மேலே ஏறி என்.சி.சி மாணவர்கள் போன்று மார்ச் செய்கிறார்கள். அந்த நேரத்தில் ஃபாதர் வந்துவிட்டார். எதுவும் தெரியாமல் நான் படித்துக்கொண்டிருந்தேன். நிமிர்ந்து பார்க்கிறேன், தனித்தனியாக மாணவர்கள் மேசை மீது அப்படியே நிற்கிறார்கள். கதவுக்கு அருகில் ஃபாதர் நிற்கிறார். இவ்வளவு சத்தத்திற்கு இடையிலும் நான் ஆழ்ந்து படிப்பதைப் பார்த்து ஒருமாதிரி பிரமித்துவிட்டார். "படிப்பு என்றால் இப்படிப் படிக்கணும்டா" என்று மற்றவர்களைத் திட்டினார்.

ஃபாதர் கோபப்படுவதுடன் மாணவர்களை அடிக்கவும் செய்வார். அவரது வெள்ளை அங்கியில் குச்சி வைக்கும் அளவுக்கு நீண்ட பை செய்திருப்பார். அங்கிருந்து குச்சியை உருவி மாணவர்களை அடிப்பார். "அவன் பூஜை நேரத்தில் படிக்கிறேன் என்று சொன்னான். அதன்படி படிக்கிறான். நீங்கள் படிக்காமல் ஏமாற்றியிருக்கிறீர்கள். ஹாஸ்டலை விட்டு விரட்டிவிடுவேன்" என்று கண்டித்தார். மாணவர்கள் மிரண்டுபோனார்கள்.

எல்லா வகுப்பறைகளிலும் ஒலிப்பெருக்கி இருக்கும். ஃபாதர் அறையிலிருந்து இறைவணக்கம் நடத்துவார். அவரே பேசுவார், பாடுவார். அடுத்த நாள் இறைவணக்கத்தில் என்னைப் பாராட்டிப் பேசினார். என்னைச் சுட்டிக்காட்டி "படிக்க வேண்டும் என்று மனதை ஒருநிலைப்படுத்தினால் எவ்வளவு இடையூறுகள் இருந்தாலும் படிக்கலாம். அதற்கு இவன்தான் உதாரணம்" என்றார். இந்தச் சம்பவத்தால் என் மீதிருந்த தவறான பார்வை

சற்று மாறியதை உணர்ந்தேன். பிறகு மெல்ல அவர் என்னிடம் கனிவாகப் பேசத் தொடங்கியிருந்தார்.

இந்தச் சம்பவத்திற்குப் பிறகுதான் நாடகம் நடந்தது. மிகச்சிறப்பாக நாடகத்தை நடத்திமுடித்தோம். அதில் ஃபாதருக்கு மிகவும் பெருமை. விழாவுக்காக திருச்சி ஆர்ச் பிஷப் ஜி.கே.சாமி வந்திருந்தார். அவர் திருச்சி செயிண்ட் ஜோசப் கல்லூரி முதல்வராகவும் இருந்தார். நாடகம் முடிந்ததும் என்னை அழைத்து, “இவனொரு இந்துப் பையன்” என்று அறிமுகப்படுத்தினார். உடனே அவர் “புதுமுக வகுப்பு படிக்க திருச்சி செயிண்ட் ஜோசப் வந்துவிடு” என்றார். “சரி ஃபாதர்” என்றேன். அடுத்த நாள் ஃபாதர் லூயிஸிடம், “இல்லை ஃபாதர் நான் கும்பகோணம் அரசு ஆடவர் கல்லூரியில் படிக்கப்போகிறேன்” என்றேன். எனக்கு அரசுக் கல்லூரியில் படிக்கும் ஆர்வம்தான் அந்தக் காலகட்டத்தில் இருந்தது. எவ்வளவு வாய்ப்புகளும் வசதிகளும் லிட்டில் ப்ளவர் பள்ளியில் இருந்தாலும், கட்டுப்பாடுகள் பிடிக்கவில்லை. என்ன ஆனாலும் பரவாயில்லை, அரசுக் கல்லூரிக்குப் போய் படிப்போம் என்று நினைத்தேன்.

“நீ கணிதத்தை விருப்பப் பாடமாக எடுக்காதே. உயிரியல் பாடத்தைத் தேர்ந்தெடு. நீ எஸ்சியாக இருப்பதால், மருத்துவராக வந்துவிடலாம்” என்று சொல்லிக்கொண்டிருந்தார். விக்டர் சாரின் பாதிப்பு இருந்ததால், “இல்லை ஃபாதர் கணிதம்தான் அதிகம் பிடிக்கிறது” என்றேன். “சரி நாசமாப் போடா...” என்று அலுத்துக்கொண்டார். நான் பள்ளியில் இருந்து விடைபெறும்போது, “நல்லாப் படிச்சுப் பெரிய ஆளா வாடா...” என்று பாராட்டித்தான் அனுப்பினார் ஃபாதர் லூயிஸ்.

என் கிராமத்திலிருந்து சங்கரன் என்ற பட்டதாரி ஆசிரியர், அதே பள்ளியில் ஆசிரியராக வேலை செய்தார். ஃபாதரின் பாராட்டு விழாவுக்காக அவரைச் சிறப்பு விருந்தினராக அழைத்திருந்தார்கள். கர்நாடக சங்கீதம் தெரிந்தவர். கோயில் நிகழ்வுகளில் பாடுவார். என்னிடம் அவர் அடிக்கடி விடுதி, பள்ளிக்கூடம் பற்றி விசாரிப்பார். “எங்க ஊரு பையன் இங்க படிச்சுக்கிட்டிருக்கான். விடுதியில் இருக்கான். பள்ளியும் விடுதியும் மிகவும் சிறப்பாக இருப்பதாகச் சொன்னான்” என்று விழாவில் அவர் பேசியதும் நம்மைப் பற்றி நல்லாத்தான் சொல்லியிருக்கிறான் என்று ஃபாதர் லூயிசுக்கு மகிழ்ச்சி.

என்னைப் பற்றிய மதிப்பீடுகள் மாறுவதற்கு இதெல்லாம் காரணமாக இருந்தது. அதன்பிறகு என்னைப் பார்க்கும்போது அவருடைய உடல்மொழியில் மாற்றத்தைப் பார்த்தேன். என்மீதான தப்பான எண்ணம் மாறியிருப்பதைப் புரிந்துகொண்டேன். பள்ளிப் படிப்பிற்குப் பிறகு அவரை மீண்டும் சந்திக்க முடியவில்லை. அவரது பணி ஓய்வுக்குப் பிறகு ஃபாதர் ஓய்வு இல்லத்தில் இருப்பதாகச் சொன்னார்கள். சன் டிவியில் ரபி பெர்னாட் பணியாற்றியபோது, அவருடைய 75ஆவது பிறந்தநாள் விழா கொண்டாடுவது பற்றி அறிவிப்பு வெளியானது. அதில் எப்படியாவது கலந்துகொள்ள வேண்டும் என முயற்சி செய்தேன், முடியவில்லை. மனவருத்தம்தான்.

என்.எஸ் என அழைக்கப்படும் என்.சேதுராமன் என்ற வரலாற்று ஆசிரியர் இருந்தார். மாணவர்களுடன் கிரிக்கெட் விளையாடுவார். மிகச் சிறப்பாகப் பாடம் நடத்துவார். ஆனால், அவரை எனக்குப் பிடிக்காமல் போய்விட்டது. எங்களுக்கு வகுப்பு எடுக்கும்போது பெரியாரை விமர்சிப்பார். "பெரியோர்களே... தாய்மார்களே... என்று சொல்லாதீங்கடா. பெரியாரைச் சொல்வதாக நினைப்பார்கள். அது ஈ.வெ.ராமசாமியைக் குறிக்கும்டா" என்பார். பெரியார்மீது அவ்வளவு ஆக்ரோஷமான வன்மத்தைத் திணிப்பார். எனக்கு வெறுப்பாக இருக்கும். மற்ற மாணவர்கள் அவருடன் நெருக்கமாக இருக்கும்போது, என்னால் மட்டும் அவரிடம் சரியாக ஒட்டமுடியவில்லை. நல்ல ஆசிரியர். ஆனாலும் அந்தக் காலகட்டத்தில் அவருடைய பெரியார் எதிர்ப்பு மனநிலை என்னை மிகவும் பாதித்தது.

புதுமுக வகுப்புக்காகக் கும்பகோணம் அரசுக் கல்லூரியில் விண்ணப்பம் செய்திருந்தேன். இங்கு கிராமப்புற மாணவர்கள்தாம் அதிகம் படிப்பார்கள். சுற்றுப்பட்ட கிராமங்களில் உள்ள அரசு உயர்நிலைப் பள்ளிகளில் படித்த மாணவர்கள் விண்ணப்பிப்பார்கள். என் மதிப்பெண்கள் ஆசிரியர்கள் வியக்கும் அளவுக்கு அதிகமாக இருந்தன. அரசுக் கல்லூரியில் சேர்வதை, "நீ ஏன் இங்கே வருகிறாய்" என்று அட்மிஷன் கமிட்டியில் என்னிடம் கேட்டார்கள்.

எனக்குக் கணிதம், வேதியியல், இயற்பியல் பாடப்பிரிவுகள், ஆனால் ஆங்கிலவழியில் கிடைத்தன. வகுப்புகள் தொடங்கின. அதுவரையில் படித்தது தமிழ்வழி. திடீரென ஆங்கிலவழிக்கு வந்தது கண்ணைக் கட்டி காட்டில் விட்டதுபோல இருந்தது. வகுப்பில் அவர்கள் போக்குக்குப் பாடம் நடத்துவது போலிருந்தது. நான் மட்டும் திக்குத்தெரியாத காட்டில்

இருந்தேன். எனக்கு ஒன்றும் புரியவில்லை. என்னால் இயல்பாக வகுப்பில் ஒட்டமுடியவில்லை. ஆங்கிலவழி வகுப்பில் பெரும்பாலானவர்கள் உயர்சாதி மற்றும் பிராமண மாணவர்களாக இருந்தார்கள்.

ஒருவழியாகச் சமாளித்து வகுப்புகளுக்குப் போய்க்கொண்டிருந்தேன். ஒருநாள் வேதியியல் ஆசிரியர் என்னிடம் கேள்வி கேட்டார். பாடம் நடத்துவது எனக்குப் புரியவில்லை என்பதை என் முகத்தைப் பார்த்துப் புரிந்துகொண்டார். உடனே என்னை எழுப்பி நடத்திய பாடத்தில் கேள்வி கேட்டார். என்னால் பதில் சொல்ல முடியவில்லை. நானோ நகரப் பள்ளியில் மிக நன்றாகப் படித்த பையன், ஆங்கிலவழியில் ஈடுகொடுக்க முடியவில்லையே என்று வருத்தமாக இருந்தது.

ஆசிரியர் என்ன சொல்கிறார் என்று புரியவில்லை. இரண்டு மூன்று கேள்விகள் கேட்டார். பதில் தெரியவில்லை. உடனே அவர், "நாம ரெண்டுபேரும் ஏதாவது அறிவியலில் பேசியாக வேண்டுமே" என்று நக்கலடித்தார். நான் அமைதியாக நின்றேன். "உங்க ஊர்ல மழை பெய்கிறதா?" என்று கேட்டார். "பெய்யுது சார்" என்று சொன்னேன். "நல்லது. ரெண்டு பேரும் அறிவியல் பற்றிப் பேசிவிட்டோம்" என்றார். என்னடா இவ்வளவு சங்கடப்படுத்துறாங்களே என்று நினைத்துக்கொண்டேன்.

அதன்பிறகு பாடங்களைக் கூடுதல் கவனத்துடன் படிக்கத் தொடங்கி விட்டேன். ஒருவழியாகப் புதுமுக வகுப்பில் தேர்ச்சிபெற்று வெளியே வந்தேன். அது ஓராண்டுப் படிப்பு. கல்லூரியே நடத்தும் விக்டோரியா விடுதியில்தான் தங்கிப் படித்துவந்தேன் எப்போதுமே நான் இரண்டு மூன்று வயது மூத்தவர்களுடன்தான் இருந்தேன். புதுமுக வகுப்புக்குத் தனி விடுதி இருந்தது. பட்டப் படிப்புப் படிப்பவர்கள் பிரிட்டிஷ் காலத்துக் கட்டடமான விக்டோரியா விடுதியில் இருப்பார்கள். அந்தக் காலத்தில் அது குதிரை லாயமாக இருந்ததாகச் சொல்வார்கள். முன்பும் பின்பும் இரும்புக் கதவுகள் இருக்கும். இடையில் இரு சிமெண்ட் கட்டை கட்டியிருப்பார்கள்.

நான் சக மாணவர்களுடன் தங்கவில்லை, மூன்றாம் ஆண்டு மாணவர்களுடன்தான் இருந்தேன். அதனால் கும்பகோணம் கல்லூரியில் படித்தபோது சக மாணவர்களுடன் எந்தத் தொடர்பும் இல்லாமல்

போய்விட்டது. காரணம், எங்கள் வகுப்பிலேயே அந்த விடுதியிலிருந்து யாரும் ஆங்கிலவழியில் கணிதம் படிக்கவில்லை. அறிவியல், பொருளியல், வரலாறு என்று போய்விட்டார்கள். அந்த ஆண்டு முழுவதும் மூன்று மற்றும் இரண்டாமாண்டுப் பட்டப்படிப்பு மாணவர்களுடன்தான் தொடர்பில் இருந்தேன்.

எங்கள் பகுதியில் தலைவர் டி.எம்.மணியின் பணிகளால் கிடைத்த விழிப்புணர்வு கல்லூரிப் படிப்புக்கும் பயனளித்தது. அப்போது முதல்வராக இருந்த பேராசிரியர் பெருமாள், பேராசிரியர் அன்பழகனின் மாணவர். வீட்டுக்கு ஒரு மரம் வளர்ப்போம் திட்டத்தை அவர்தான் கொண்டுவந்தார் என்று சொல்வார்கள். அந்த அளவுக்கு ஒரு சிறந்த சமூகப் பார்வையுள்ள மனிதர் என்பார்கள். தமிழ்ப் பேராசிரியராக இருந்து முதல்வராக உயர்ந்திருந்தார். கல்லூரியை மிகச் சிறப்பாக நிர்வாகம் செய்தார். அவருக்கு முன்பிருந்த முதல்வர்மீது மாணவர்கள் ஆசிட் வீசிய துன்பியல் சம்பவம் நடந்துமுடிந்திருந்தது. அது கலவரமாகவும் வெடித்து அடங்கியிருந்தது.

நாங்கள் படிக்கும்போது கல்லூரி ஆண்டு விழாவுக்குப் பேராசிரியர் அன்பழகனைச் சிறப்பு விருந்தினராக அழைத்துவந்திருந்தார். "உங்கள் முதல்வர் பெருமாள் என் மாணவனாக இருந்தார்" என்று அன்பழகன் பேசும்போது நகைச்சுவையாகக் குறிப்பிட்டார். பெருமாள் குண்டாக இருப்பார். அன்பழகன் ஒல்லியான தோற்றம் கொண்டிருந்தார். எம்ஏ இரண்டாம் ஆண்டில் அவர் ஒரே மாணவராம். வகுப்பு எடுக்கும்போது அன்பழகன் ஒரு பக்கமும் பெருமாள் டேபிளின் மறுபக்கமும் உட்கார்ந்திருப்பார்களாம். கல்லூரி வராண்டாவில் செல்பவர்கள், யார் மாணவர், யார் பேராசிரியர் என்று அடையாளம் தெரியாமல் குழம்புவார்களாம். இந்தச் சம்பவத்தை மிகவும் சுவையாக அன்பழகன் பேசினார். மாணவர்கள் கைத்தட்டி ஆரவாரம் செய்தோம்.

பெருமாளும் மாணவர்களுடன் நல்ல நெருக்கமாக இருப்பார். "உங்களைத் தனித்தனியாகப் பார்க்கிறபோது தங்கங்களாகத் தெரிகிறீர்கள். ஒன்றுக்கு மேற்பட்டவர்கள் இணைகிறபோதுதான் எரிமலையாகிவிடுகிறீர்கள்" என்று சொல்வார். அவருடைய காலத்திற்குப் பிறகு பத்தாண்டுகள் கல்லூரி அமைதியாக மிகச் சிறப்பாக நடந்துவந்தது. மூன்று ஆண்டுகள் கிறித்துவப் பள்ளியில் கட்டுப்பாடுகளுடன் படித்துவிட்டு, கல்லூரியில் ஓர் ஆண்டு புதுமுக வகுப்பு சுதந்திரமாக இருந்தது. ஊருக்கும் அவ்வப்போது

சென்றுவருவேன். தலைவர் மணி ஏற்பாடு செய்கிற நிகழ்ச்சிகளில் கலந்துகொள்வேன். கல்வியிலும் சமூகப் பணிகளிலும் சேர்ந்து பயணித்த நினைவுகள். பின்னர் அண்ணாமலைப் பல்கலைக்கழகத்தில் பொறியியல் படிப்பில் சேர்ந்தேன். அப்போது ஐந்தாறு பொறியியல் கல்லூரிகள்தான் தமிழ்நாட்டில் இருந்தன.

அண்ணாமலைப் பல்கலைக்கழகத்தில் மட்டும் விண்ணப்பம் செய்ததற்கு இரு காரணங்கள் இருந்தன. எனக்கு மற்ற கல்லூரிகள் எங்கே இருக்கின்றன என்ற விழிப்புணர்வு இல்லை. வழிகாட்டவும் ஆளில்லை. வேறு கல்லூரிகளில் விண்ணப்பித்தால், நேர்காணலுக்கு அழைத்தால் செலவாகும். வேறு வழியில்லை. அண்ணாமலைப் பல்கலைக்கழகத்தில் மட்டும்தான் விண்ணப்பித்தேன். நேர்காணலுக்கு வந்திருந்தபோது மற்ற மாணவர்கள், "அவரிடம் சொல்லிவைத்திருக்கிறோம். இவரிடம் சொல்லிவைத்திருக்கிறோம். எனக்கு நிச்சயம் சீட் கிடைத்துவிடும்" என்று பேசிக்கொள்வதைக் கேட்க நேர்ந்தது. கிண்டியில், திருச்சி ஆர்இசியில் அப்ளிகேஷன் போட்டிருக்கேன், காரைக்குடியில் போட்டிருக்கேன் என்றார்கள், எனக்கு ஒன்றும் புரியவில்லை. 'என்னடா... நாம ஒன்றுமே தெரியாமல் இருக்கிறோமே' என்ற கவலை வந்தது.

நாம் ஏதாவது செய்ய வேண்டுமே என்று யோசித்தேன். அப்போது சிதம்பரம் - சென்னை செல்ல இரயிலில் 8 ரூபாய் டிக்கெட். எனக்குத் தெரிந்தது சென்னையில் நம்ம ஊரு பண்ணையாரு இருக்காரு என்பதுதான். அப்பா அவரிடம்தான் வேலை பார்க்கிறார். அப்பா சொன்ன குறிப்புகளை வைத்துக்கொண்டு சிதம்பரத்திலிருந்து இரவில் இரயிலேறிவிட்டேன். பொதுப்பெட்டியில் ஏறினால் மக்கள் கூட்டம். நிற்கக்கூட இடமில்லை. சென்னை வரையில் நின்றுகொண்டே சென்றேன். மிட்லேண்ட் தியேட்டர் அடையாளம் மட்டும் எனக்கு நினைவில் இருந்தது. காயிதே மில்லத் காலேஜ் நிறுத்தத்தில் இறங்கி சாலையைக் கடந்தால் மிட்லேண்ட் தியேட்டர் வந்துவிடும் என்று அப்பா சொல்லக் கேட்டிருக்கிறேன். எழும்பூரில் இறங்கி நகரப் பேருந்தில் ஏறி வழிதவறாமல் அப்படியே இறங்கித் தியேட்டருக்குப் போய்விட்டேன்.

காலையில் சென்றவுடன் பண்ணையாரிடம், சின்னையன் பையன் என்று அறிமுகம் செய்துகொண்டேன்.

"நல்லது, வாப்பா" என்றார்.

“அண்ணாமலை பல்கலைக்கழகத்தில் விண்ணப்பம் போட்டிருக்கேன். இடம் கிடைக்குமான்னு தெரியலை. அதான் உங்களிடம் சொல்லலாம் என்று வந்தேன்” என்று கூறினேன்.

உடனே தொலைபேசியை எடுத்து எம்.ஏ.எம்.ராமசாமி அவர்களிடம் பேசுகிறார். “ஒரு ஹரிசன பையன் அண்ணாமலை பல்கலைக்கழகத்தில் பொறியியல் படிப்புக்கு விண்ணப்பித்திருக்கிறான். அவன் எங்கள் கிராமத்தில் வரலாறு படைக்கிறான்” என்றார்.

அவர் கேட்ட விவரங்களை என்னிடம் கேட்டுக் கேட்டுச் சொல்லிக் கொண்டிருந்தார். “நான் சொல்லிட்டேன்டா. உனக்கு நிச்சயமாக இடம் கிடைத்துவிடும்” என்று உறுதியளித்தார்.

“நீ கிண்டி கல்லூரியில போட்டிருக்க வேண்டியதுதானே, அது சென்னை பல்கலைக்கழகம். இடம் கிடைக்கிறது எளிதுடா” என்று அதட்டலாகச் சொன்னார்.

எனக்குத் தெரியவில்லை என்பதைச் சொல்லக் கூச்சமாக இருந்தது. நான் போடலை என்று தயங்கியபடிச் சொன்னேன். அப்போது கலாநிதி என்பவர் தொழில்நுட்பக் கல்விக்கான இயக்குநராக இருந்தார். “என் வகுப்புத் தோழன்டா அவன்” என்று கூறிவிட்டு அவரிடம் போனில் பேசினார்.

எம்.ஏ.எம்மிடம் பேசும்போது, “அவனுக்குத் தேவையான உதவிகளைச் செய்யுங்கள்” என்று குறிப்பிட்டார். “நீ கவலைப்படாம ஊருக்குப் போ. நல்ல மார்க் வாங்கியிருக்க. உனக்கு இடம் கிடைத்துவிடும்” என்று நம்பிக்கை வார்த்தைகளைக் கூறி வழியனுப்பிவைத்தார். அன்றிரவே இரயிலேறி ஊருக்கு வந்துவிட்டேன். நான் சிதம்பரம் போன மறுநாளே பொறியியல் படிப்பில் சேரச் சொல்லிச் சேர்க்கை அட்டை வீட்டுக்கு வந்திருந்தது.

எனது கிராமத்தில் உள்ள பண்ணையின் மேலாளருக்கு அவர் போன் செய்து, நான் சென்னை வந்துபோன விவரத்தைச் சொல்லியிருக்கிறார். எங்கப்பாவிடம் “உன் பையன் சென்னைக்குப் போய்ட்டு வந்துருக்கான். அய்யரு பேசினாரு” என்று மேனேஜர் சொல்லியிருக்கிறார். எனக்குச் சேர்க்கை அட்டை வந்துவிட்டது என்ற தகவலையும் அப்பா தெரிவித்துள்ளார்.

உடனே மேலாளர் அய்யருக்குச் சொன்னதும், சின்னையன் பையனுக்குக் கல்லூரியில் சேர பணம் கொடுத்துவிடு என்று கூறியிருக்கிறார். அடுத்த நாள் காலையில் எதேச்சையாக மேலாளரைச் சந்தித்தேன். என்னைக்கு அட்மிஷன் என்று கேட்டுவிட்டு எவ்வளவு பணம் என்று கேட்டார். 806 ரூபாய் என்றதும் 900 ரூபாய் கொடுத்தார். அடுத்த நாளே சேர்க்கைக்குப் போனேன். கல்லூரி மட்டுமல்ல, ஒன்றாம் வகுப்பும், அதற்கடுத்து ஆறாம் வகுப்பும் ஒன்பதாம் வகுப்பும்கூட நானேதான் தனியாகப் போய்ப் பள்ளியில் சேர்ந்துகொண்டேன். அது தனிக்கதை.

ஒரு துணிப் பையில் ஒரு வேட்டி மற்றும் சான்றிதழ்களைப் பத்திரமாக எடுத்துக்கொண்டு சிதம்பரத்துக்குப் போனேன். என்னை 3 மணிக்கு அழைத்தார்கள். சான்றிதழ் சரிபார்ப்பு முடிந்தது. "இந்தியன் வங்கியில் பணம் செலுத்திவிட்டு வா" எனச் சொல்லி 806 ரூபாய்க்குச் செலுத்துச் சீட்டுக் கொடுத்தார்கள். இந்தியன் வங்கி எங்கே இருக்கிறது என்று சாலையில் சென்றவரிடம் கேட்டேன். பிரதான கட்டடம் இருக்கும் திசையைக் காட்டிவிட்டார். அங்கிருந்து 3 கி.மீ தூரத்தில் இந்தியன் வங்கி பிரதான கிளை இருந்தது. மாலை 4.30 மணிக்குப் போய் நின்றேன். "இங்க ஏன் வந்தே, என்ஜினீயரிங் கல்லூரியிலேயே கவுண்டர் இருக்கே" என்றார்கள். 'என்னடா வம்பாப் போச்சே' என்று நினைத்துக்கொண்டு திரும்பி நடந்தேன்.

இங்கு வந்தால் நேரம் முடிந்து கிளையை மூடிவிட்டார்கள். திரும்பி ஊருக்குச் செல்லவும் மனம் வரவில்லை. என்ன செய்வது என யோசித்தேன். கொஞ்சம் கவலையாக இருந்தது. எனக்கு இயல்பாகவே சினிமா பார்ப்பதில் நல்ல ஆர்வம். நேரத்தைக் கடத்துவதற்கு சினிமா ஒரு நல்ல யோசனை. நகருக்குள் வரும்போதே தியேட்டர் இருக்கும் வழியாகத்தான் வந்தேன். முதல் காட்சி பார்த்த பிறகு இரவு உணவு சாப்பிட்டுவிட்டு அடுத்த தியேட்டரில் இரண்டாம் காட்சி பார்த்தேன். எங்கே தங்குவது என்பது கேள்வியாக இருந்தது. இரயில் நிலையம்தான் ஒரே வழி. இரவு 2 மணி வரை இரயில்கள் வந்து போவதை வேடிக்கை பார்த்துக்கொண்டு சிமெண்ட் பெஞ்சில் உட்கார்ந்து நேரத்தைப் போக்கினேன். பின்னர் அங்கேயே படுக்க ஆயத்தமானேன். எட்டுமுழ வேட்டியில் பணத்தை மறைத்துவைத்து, அதைத் தலைக்கு வைத்துக்கொண்டேன். இரயில்கள் போவதும் வருவதுமாக இருந்தன. மக்கள் நடமாடிக்கொண்டிருந்தார்கள். தூங்குவதும் விழிப்பதுமாக இரவு முடிந்தது. காலையில் 5 மணிக்கு எழுந்துவிட்டேன். முகம் கழுவி, தேநீர் குடித்துவிட்டுத் தயாராகி

உட்கார்ந்தேன். எப்படா பத்து மணியாகும் என்று காத்திருந்தேன். முதல் ஆளாகக் கல்லூரிக்குப் போய் பணத்தைக் கட்டிவிட்டு நிம்மதியடைந்தேன். ஒருவழியாக 1978ஆம் ஆண்டு பொறியியல் கல்லூரியில் சேர்ந்தாச்சு, விடுதியும் கிடைத்தது. கல்லூரியில் உதவித்தொகை (scholarship holder) பெறுபவன் என்பதால் 806 ரூபாய்க்குப் பிறகு வேறு எந்தப் பணமும் கேட்கவில்லை. நாங்கள் படிக்கும் காலத்தில் சாமானிய மாணவர்கள் படிப்பதற்கு அண்ணாமலைப் பல்கலைக்கழகம் மிகச் சிறந்த கல்விக்கூடமாக இருந்தது. நான் படித்தபோது அனைத்துத் துறைகளின் விடுதிகளில் 10 ஆயிரம் மாணவர்கள் தங்கிப் படித்தார்கள்.

சிதம்பரம் புகைவண்டி நிலையத்துக்கு காலையில் திருச்சியிலிருந்து ஒரு சரக்கு வண்டி வரும். அந்த வண்டி முழுவதும் காய்கறி, இலை மட்டுமே வரும். அவையெல்லாம் அண்ணாமலைப் பல்கலைக்கழக விடுதிக்காக. பொறியியல் பிரிவில் 3 உணவகம், கலைப்பிரிவில் 3 உணவகம், வேளாண்மைத்துறையில் 2 உணவகம். அந்த அளவுக்குச் சுவையாக வேறெங்கும் சாப்பிட்டதில்லை. ஐந்து ஆண்டுகளிலும் காலையில் 8.30 மணிக்கு உணவகத்திற்குச் சென்றால், 65 வயது மதிக்கத்தக்க ஒருவர் இலை வெட்டிக்கொண்டிருப்பார். மதியம் சாப்பிடப் போகும்போதும் வெட்டிக்கொண்டே இருப்பார். இரவு போகும்போதும் வெட்டிக்கொண்டே இருப்பார். கட்டுக் கட்டாக இலை வெட்ட வேண்டியிருக்கும். அடுத்த நாள் அடுத்த லாரி வந்துவிடும். பிரமாதமான அளவில்லாச் சாப்பாடு. இன்று நினைத்தாலும் அதன் ருசி நாக்கில் நீரூறவைக்கிறது. தினம் 10 ஆயிரம் பேருக்குத் தலைவாழை இலைபோட்டுக் கல்யாணச் சாப்பாடு மாதிரி பரிமாறுவார்கள். அதுதான் அன்றைய அண்ணாமலைப் பல்கலைக்கழகம். என்னைப் பார்க்க வருகிற நண்பர்கள், தோழர்களை எந்த நேரமும் அழைத்துக்கொண்டுபோய்ச் சாப்பிடவைப்பேன். நம்ம வீட்டில்கூட அப்படிச் செய்ய முடியாது. அங்கே மாணவர்கள் மத்தியில் அரசியல் வளர்வதற்கு அதெல்லாம் ஒரு காரணம்.

பொறியியல் கல்லூரிக்குச் சென்றவுடன் முதல் ஆண்டில் உதவித்தொகை பிரச்சினை வந்தது. அந்தக் காலகட்டத்தில் அது மிகப்பெரிய பிரச்சினையாக இருந்துவந்தது. உதவித்தொகைக்கு விண்ணப்பித்திருப்போம், ஆனால் தாமதமாக வரும். முதல் பருவத் தேர்வு எழுதுவதற்கு முன்பு விடுதி உணவுக் கட்டணம் கட்டவேண்டும். அதைக் கட்டினால்தான் தேர்வுக் கட்டணம் கட்ட முடியும். தேர்வெழுத அனுமதி கிடைக்கும். எஸ்சி,

எம்பிசி மாணவர்கள் இருதரப்புமே அதிக்மாகப் பாதிக்கப்படுவார்கள். உடனடித் தீர்வுக்கு என்ன செய்வது எனக் கூடிப் பேசினோம். பொறியியல் கல்லூரியில் படிக்கும் அனைத்து எஸ்சி மாணவர்களின் விவரங்களையும் சேகரித்துக்கொண்டு, நானும் நண்பர் குமாரும் புறப்பட்டுச் சென்னைக்குச் சென்றுவிட்டோம். முதல் பருவத் தேர்வு நெருங்குகிறது. யாரிடமும் பணமில்லை. கல்லூரி நிர்வாகம் நெருக்குகிறது. நெருக்கடியான நிலை.

எழிலகத்தில் ஆதிதிராவிடர் நலத்துறை இயக்குநர் அலுவலகம் இருந்தது. அங்கு சென்றோம். பிஎல்.பொன்னுச்சாமி என்ற ஐஏஎஸ் அதிகாரி. சிதம்பரம் நந்தனார் பள்ளியில் படித்து சிவில் சர்வீஸ் எழுதியவர். நான் படிக்கும் காலத்தில் அவரைப் பற்றி நிறையக் கேள்விப்பட்டிருக்கிறேன். அவரைச் சந்தித்துக் கேட்போம் என்று சென்றிருந்தோம். காலையிலேயே அலுவலகம் போய்விட்டோம். “நாங்கள் அண்ணாமலை பல்கலைக்கழக பொறியியல் மாணவர்கள்” என்று அறிமுகப்படுத்திக்கொண்டு, உதவித்தொகை பிரச்சினை பற்றி விளக்கினோம். எங்களைப் பார்த்தவுடனே “சாப்பிட்டீங்களா?” என்று கேட்டார். அந்த விசாரிப்பு மிகவும் ஆறுதலாக இருந்தது. நாங்கள் சாப்பிடாமல்தான் அங்கே சென்றிருந்தோம். உடனடியாக அலுவலக ஊழியர் ஒருவரை அழைத்து, “இவர்கள் இருவருக்கும் கேண்டீனில் டிபன் வாங்கிக்கொடுத்து அழைத்து வா...” என்றார்.

சாப்பிட்ட பிறகு பத்து நிமிடம் காத்திருந்தோம். அதற்கு முன்பே எங்களுடைய கோரிக்கையைப் பார்த்திருந்த அவர், உதவித்தொகை வழங்கும் ஆணையைத் தயார் செய்து கையிலேயே கொடுத்துவிட்டார். “உங்க பிரச்சினை தீர்ந்துவிட்டது. கல்லூரிக்குப் போய் ஒழுங்கா படிங்க” என்று அறிவுறுத்தினார். பல்கலைக்கழகத்தில் ஆர்டரைக் கொடுத்தோம். இப்படியே ஒவ்வோர் ஆண்டும் சிரமப்பட முடியாது என்பதால் அடுத்த ஆண்டில் ஒரு முடிவுக்கு வந்தோம்.

அந்தக் காலகட்டத்தில் நண்பர்கள் கோமகன், சதாசிவம் ஆகியோர் திராவிடர் கழகத்தில் தீவிரமாகச் செயல்பட்டுவந்தார்கள். பொன்முடி எம்.பில் படித்துக்கொண்டிருந்தார். சபாபதி மோகன் விரிவுரையாளராகப் பணியாற்றினார். இவர்கள் திராவிடர் கழகம் சார்பில் கூட்டம் நடத்துவார்கள். பல்கலைக்கழகத்தில் பொறியியல் மற்றும் கலை அறிவியல் படிப்புகளில் உள்ள எஸ்சி மாணவர்களை ஒருங்கிணைத்து அம்பேத்கர் மாணவர் பேரவையைத் தொடங்கினோம். அதன்மூலம் மாணவர்களுக்கான

உதவித்தொகை உள்ளிட்ட பிரச்சினைகளைத் தீர்க்கும் முயற்சிகளில் தொடர்ந்து ஈடுபட்டுவந்தோம்.

நந்தனார் பள்ளியில் பேரவையின் கூட்டத்தைக் கூட்டுவோம். வாடகை மிதிவண்டி எடுத்துக்கொண்டு கூட்டத்திற்கு வருவார்கள். அந்தப் பள்ளி சிதம்பரம் நகரத்தின் கடைக்கோடியில் இருந்தது. ஒரு தகவல் கொடுத்தால், நூறு பேர் வந்துவிடுவார்கள். சென்னைக்குச் சென்று உதவித்தொகை வாங்கிவந்ததால், எங்கள்மீது சக மாணவர்களுக்கு நல்ல நம்பிக்கை உருவானது.

அடுத்தகட்டமாக கோமகன், சதாசிவம் ஆகியோருடன் பேசி உதவித்தொகை பிரச்சினைகளைக் களைய எல்லோரும் ஒன்றிணைந்து உதவித்தொகை பெறுவோர் சங்கம் தொடங்கினோம். ஒருமுறை விண்ணப்பம் கொடுத்த பிறகு உதவித்தொகை வாங்கும் தகுதியுள்ள மாணவர்களிடம் தேர்வுக்கட்டணம் உள்ளிட்ட வேறு எந்தக் கட்டணமும் கேட்கக் கூடாது போன்ற கோரிக்கைகளுடன் பேரணியாகச் சென்று துணைவேந்தர் சிட்டிபாபுவிடம் மனு கொடுத்தோம். உடனே அவரும் ஏற்றுக்கொண்டு அதற்கான உத்தரவைப் பிறப்பித்தார். பிறகு நாங்கள் படிப்பை முடித்துப் பல்கலைக்கழகத்தைவிட்டு வெளியேறும் வரையில் உதவித்தொகை பிரச்சினையே எழவில்லை.

தோழர் மேகநாதன் பற்றிச் சொல்லியாக வேண்டும். எங்களுக்கு முன்பே பொறியியல் படித்துவிட்டுச் சென்றவர். ஈழ இயக்கங்களுடன் தொடர்பில் இருந்தவர். படிக்கும் காலத்திலேயே மேதை மேகநாதன் என்று அழைக்கப்பட்டார். அவருடைய அப்பாவும் அம்மாவும் பெரியார் தலைமையில் சாதி மறுப்புத் திருமணம் செய்துகொண்டவர்கள். மேகநாதன் அப்பாவின் பூர்வீகம் என் சொந்தக் கிராமம். சைவப் பிள்ளை குடும்பத்தைச் சேர்ந்தவர்கள். அம்மாவின் அப்பா குருசாமி நாடார் அந்தக் காலத்தில் தூத்துக்குடியில் திராவிடர் கழகத்தில் முக்கியத் தலைவராக விளங்கியவர்.

மேகநாதனின் அம்மா பள்ளி ஆசிரியர் மட்டுமல்ல. கும்பகோணத்தில் ஓர் அரசு உதவிபெறும் பள்ளியை நடத்திக்கொண்டிருந்தவர். பின்னாளில் கணவரின் மறைவுக்குப் பிறகு அந்தப் பள்ளியையே ஆசிரியர்களுக்குக் கொடுத்துவிட்டார். அந்த அளவுக்குப் பாரம்பரியமான பெருங்குடும்பத்தைச் சேர்ந்தவர் மேகநாதன். படித்த பிறகு ஊட்டியில் பொதுப்பணித்துறையில்

உதவிப் பொறியாளராக வேலை பார்த்தார். அங்கு திட்டமிட்டுத்தான் அவர் சென்றிருந்தார் என்று பின்னாளில் பேசும்போது குறிப்பிட்டார். துப்பாக்கித் தொழிற்சாலை அருகிலேயே வாடகைக்கு அறை எடுத்துத் தங்கியிருந்தார். அங்குள்ள தொழிலாளர்களிடம் நட்பாகப் பேசி, அவர்கள் சிறு சிறு அளவில் வெளியே கொண்டுவருகிற மருந்துகளைச் சேகரித்து ஆரம்பக் காலத்தில் புலிகளுக்குக் கொடுத்ததாகச் சொன்னார். அவர்களுக்கு மருந்து தேவை குறைந்த பிறகு அரசுப் பணி தேவையில்லை என விலகிவிட்டதாகக் கூறினார். அதன் பிறகு கடைசிவரைக்கும் அவர் எந்த அரசுப் பணிக்கும் செல்லவில்லை.

மேகநாதன் மார்க்சிய லெனினியக் குழுவில் இணைந்து மாணவர் அமைப்பைக் கட்டுவதற்கு அண்ணாமலைப் பல்கலைக்கழகத்தில் எங்களைச் சந்திக்கிறார். இரண்டாவது ஆண்டிலேயே அவரது அறிமுகம். புரட்சிக்கான வேலை செய்ய வேண்டிய அவசியம் பற்றித் தொடர் வகுப்புகளில் சொல்லி எங்களைக் களப்பணிகளுக்குத் தயார்படுத்துகிறார். நாங்களெல்லாம் இணைந்து செயல்பட ஆயத்தமாகிறோம். அப்போதுதான் முதன்முதலில் எம்எல் இயக்கத்தினர் பொதுவெளிக்கு வருகிறார்கள். அதுவரை தலைமறைவுச் செயல்பாடுகளைக் கொண்டிருந்த இயக்கம், முதல் முறையாக இரகசியமற்ற வெளிப்படையான சமூக அரசியல் பணிகளுக்கு வந்தது. அதன் தொடர்ச்சியாக முற்போக்கு மாணவர் சங்கம், முற்போக்கு இளைஞர் அணி மற்றும் புரட்சிப் பண்பாட்டு இயக்கம் ஆகியவை தொடங்கப்பட்டன.

முதலில் பொறியியல் புலத்தில்தான் முற்போக்கு மாணவர் இயக்கத்தை ஆரம்பித்தார்கள். நான்தான் முன்னின்று மாணவர்களை ஒருங்கிணைக்கும் பணியில் ஈடுபட்டேன். கோமகன், சதாசிவம், ரவிக்குமார் உள்ளிட்ட சில நண்பர்களுடன் இணைந்து செயல்பட்டோம். பலதுறைகள் கொண்ட பல்கலைக்கழகம் என்பதால் சில நாட்களிலேயே வேளாண்மை, கலை என எல்லாப் புலங்களுக்கும் மாணவர் சங்கத்தை விரிவுபடுத்தினோம். இரவுகளில் பல இடங்களுக்கும் சென்று ஒருங்கிணைக்கும் வேலைகளைச் செய்துவந்தோம். காவல்துறைக்குத் தகவல் தெரிந்ததால், எங்களின் நடவடிக்கைகளைக் கண்காணித்தார்கள். பல ஆண்டுகளாகத் தலைமறைவு இயக்கமாக இருந்தது, வெளிப்படையான மக்கள் இயக்கமாக மாறுவது எங்களுக்கு உற்சாகமளித்தது.

திருப்பனந்தாள் பகுதியில் தலைவர் மணியுடன் சேர்ந்து செயல்பட்ட காலங்களில் பெரியார், அம்பேத்கர் கொள்கை பற்றிய புரிதல் ஏற்பட்டிருந்தது. மேலும் சமூக மாற்றத்திற்காக வேலை செய்ய வேண்டும் என்ற எண்ணம் அழுத்தமாகப் பதிந்துவிட்டதால், எம்எல் இயக்கத்தினர் என்னை அணுகும்போது அவர்களுடன் சேர்ந்து பயணிப்பதற்கு எளிதாக இருந்தது.

முதன்முதலாக முற்போக்கு மாணவர் சங்கத்தின் மாநில மாநாட்டைச் சிதம்பரத்தில்தான் கூட்டினோம். கடைத்தெருவில் வணிகர்களிடம் சென்று அதற்கான வசூல் பணிகளைச் செய்தோம். நீங்கள் யார் என்றும் என்ன அமைப்பு என்றும் கேட்டார்கள். நாங்கள் வெளிப்படையாகவே பதில் சொன்னோம். "இது நக்சல்பாரி இயக்கம். நாங்கள் அதன் மாணவர் அமைப்பைச் சேர்ந்தவர்கள்" என்றோம். சிலருக்குப் புரியவில்லை. "பென்னாடம் புலவர் கலியபெருமாள் இருக்கிற கட்சி" என்று சொன்னவுடன் அவர்கள் மிரட்சியுடன் நன்கொடை கொடுத்தார்கள்.

எம்எல் இயக்கத்தில் இன்னும் ஐந்து ஆண்டுகளில் நிலத்தை எல்லாம் பிரித்துக் கொடுத்துவிடுவோம் என்றார்கள். நல்ல மாற்றம் நிகழப்போகிறது என்று மகிழ்ச்சியடைந்தோம். மாணவர் இயக்கத்தில் ஈடுபடுவதில் எந்தத் தயக்கமும் பயமும் ஏற்படவில்லை. அமைப்பின் மீதிருந்த அதீத நம்பிக்கையால் பலருக்குப் படிப்பில் ஆர்வம் குறைந்தது. சிதம்பரத்தில் மாநில மாநாடு சிறப்பாக நடந்தது. என்னைக் கொடியேற்றி மாநாட்டைத் தொடங்கிவைக்கச் சொன்னார்கள். நடராசர் கோயிலுக்குப் பக்கத்தில் நாடார் மகாஜன திருமண மண்டபம். சதாசிவத்துக்குத் தொடர்பு இருந்ததால், அவர்தான் மண்டப நிர்வாகத்துடன் பேசி அனுமதி வாங்கினார். கோயிலுக்குள் நுழையும் இடத்தில் மண்டபம் இருக்கிறது. அதன் வாயிலில் சிவப்புக் கொடியேற்றி "நக்சல்பாரிகள் தேசபக்தர்கள்... நக்சல்பாரிகள் தேசபக்தர்கள்..." என்று முழக்கமிட்டோம். மாநாடு சிறப்பாக நடந்து முடிந்தது.

காவல்துறையினர் நாங்கள் எங்கே நகர்ந்தாலும் கண்காணித்தார்கள். இரவில் சுவரொட்டி ஒட்டும்போதும், சுவரெழுத்து எழுதும்போதும் அருகே வாகனத்தை நிறுத்திக்கொண்டு முகப்பு வெளிச்சத்தில் பார்ப்பார்கள். "யார் நீங்க" என்று விசாரிப்பார்கள். "அண்ணாமலை பல்கலைக்கழக மாணவர்கள்"

என்று சொல்வோம். காவல்நிலையம் வரைக்கும் வந்துட்டுப் போங்க என்பார்கள். "இல்லை சார்... வேலை இருக்கு. நாளைக்கு வருகிறோம்" என்று துணிவுடன் பதிலளிப்போம். எங்கள் பெயர், முகவரிகளைக் கொடுத்துவிடுவோம். அடுத்த நாள் பல்கலைக்கழகம் வந்து தொடர்புள்ள துறைகளில் விசாரிப்பார்கள். அதற்கெல்லாம் எங்களுக்குப் பயமில்லை.

இயக்கத்தில் மக்கள் பணிகளுக்காகப் பெரும் தியாகம் செய்த மனிதர்களைப் பார்க்கிறோம். பொதுப்பணிக்காக ஏழு முதல், பத்து ஆண்டுகள் வரை சிறையில் இருந்தவர்கள் எங்களிடம் பேசினார்கள். அதெல்லாம் பெரிய நம்பிக்கையைத் தந்தது. எந்தப் பாதிப்பு வந்தாலும் பணிகளைத் தொடர வேண்டும் என்ற அசாத்தியத் துணிச்சல் ஏற்பட்டது. ஆயுதக் குழுவாக இல்லை என்பதை அழுத்தமாகச் சொன்னார்கள். நாம் எதையும் சட்டரீதியாக எதிர்கொள்ளலாம் என்றும் நம்பிக்கை தந்தார்கள். இருந்தாலும் போலீஸ் கண்காணிப்பில் தொடர்ந்து இருந்துகொண்டிருந்தோம்.

பருவத் தேர்வு விடுமுறை நாட்களிலும் ஏதாவதொரு பகுதியில் தங்கிப் பிரச்சாரத்தில் ஈடுபடுவோம். கடலூரில் இருந்து நெல்லிக்குப்பம், பண்ருட்டி பகுதிகளில் உள்ள குக்கிராமங்களுக்குச் சென்று இரவுகளில் கலைநிகழ்ச்சிகள் நடத்துவோம். பகலில் அவர்களுடைய வீடுகளில் தங்கி அரசியல் பேசுவோம். நாடகங்கள் போடுவோம். விழுப்புரத்திலிருந்து ஆசிரியர் பாலு, இரவி கார்த்திகேயன் ஆகியோர் நாடகங்களில் பங்கேற்றார்கள். தற்போது பாலு மேல்நிலைப்பள்ளி தலைமை ஆசிரியராகப் பணியாற்றி ஓய்வுபெற்றுள்ளார். திருக்குறள் முனுசாமி மகன் ஞானசூரியன், மத்திய அரசின் திட்டங்களை விமர்சனம் செய்து நாடகங்களை அற்புதமாக எழுதுவார். நான், கோமகன், சுந்தரவிநாயகம் உள்பட பல நண்பர்கள் பிரச்சாரத்தில் ஈடுபட்டோம்.

பகலில் நாடகங்களைப் பயிற்சி செய்து இரவில் ஊர் மக்கள் மத்தியில் அரங்கேற்றுவோம். அந்தப் பதினைந்து நாட்களும் 15 கிராமங்களுக்குச் சென்றுவருவோம். அங்குள்ள வீடுகளில் கொடுக்கும் எளிய உணவையே சாப்பிடுவோம். "நீங்கள்தான் உணவு வழங்க வேண்டும். எல்லோருக்கும் ஒரே வீட்டில் கொடுக்க வேண்டியதில்லை. ஒவ்வொரு வீட்டிலும் ஒருவருக்குக் கொடுக்கலாம்" என்று கூட்டத்திலேயே அறிவித்துவிடுவோம். பட்டியலின மக்கள் மத்தியில் அதிக ஆர்வம் இருக்கும். அவர்கள் மாற்றத்திற்காக ஏங்குகிறவர்களாக இருந்தார்கள்.

விருத்தாச்சலம், ஆண்டிமடம் பகுதியில் வன்னியர்கள் அதிகம் வாழும் கிராமங்களுக்கு அழைத்துச் சென்றார்கள். மக்கள் மிகுந்த வறுமையில் இருந்தார்கள். ஒரு வீட்டில் ஒருவருக்கு உணவு கொடுப்பதற்கே சிரமப்படுவார்கள். அந்தச் சிரமத்திலும் தாக்குப் பிடித்துப் பிரச்சாரத்தில் ஈடுபட்டு ஊர் திரும்பினோம். இரவு நேரங்களில் தோழர் தமிழரசன் எங்களைச் சந்தித்துப் பேசுவார். அடுத்த நாள் என்ன பேச வேண்டும், எந்தெந்தப் பிரச்சினைகளை மக்களிடம் எடுத்துச் சொல்ல வேண்டும் என்று வழிகாட்டுவார். பொறியியல் படிப்புக்காலம் முழுவதும் படிப்புடன் இப்படியான சமூக அரசியல் பணிகளிலேயே கழிந்தது.

அந்த நாட்களில் கல்யாணி, அ.மார்க்ஸ், கேசவன், கோச்சடை போன்ற பேராசிரியர்கள் புரட்சிப் பண்பாட்டு இயக்கத்தை நடத்திக்கொண்டிருந்தனர். மாணவர் இயக்கத்தலிருந்து அந்தக் கூட்டங்களிலும் கலந்துகொள்வோம். இதற்கிடையில் எங்களுக்குக் காவல்துறையினர் கடுமையான நெருக்கடிகள் கொடுத்துக்கொண்டிருந்தனர். அப்போது மக்கள் யுத்தக் குழுவின் சார்பில் சமரன் என்றொரு பத்திரிகை வெளிவந்தது. அதில் சர்வதேசப் பிரச்சினைகள் பற்றிய ஆழமான கட்டுரைகள் எழுதப்பட்டன.

கல்லூரி விடுமுறை நாட்களில் வீட்டுக்கே சென்றதில்லை. நாளைக்குக் கல்லூரித் திறப்பு என்றால், இன்றைக்கு இரவுதான் விடுதிக்குத் திரும்புவோம். உடல் நலிந்து, மிகவும் பலவீனமாகித்தான் வருவோம். என்னைப் பற்றி என் தந்தைக்கு, அவரைத் தாண்டிச் சிந்திக்கிறோம், சமூக மாற்றத்திற்காக வேலைகள் செய்கிறோம் என்ற பெருமிதம் இருந்தது. ஏழை மக்களுக்காகப் பொதுப் பணிகள் செய்வதில் அம்மாவுக்கும் விருப்பம் இருந்தது. "என் மகன் பொது வேலைகளை ஆர்வமாகச் செய்துகிட்டிருக்கான்" என்று பெருமையாக மற்றவர்களிடம் சொல்வார். தெருவில் உள்ள சிலர் அம்மாவிடம் "என்ன பையன் இப்படிப் போய்க்கிட்டிருக்கான்" என்று கேட்கும்போது என்னை விட்டுக்கொடுக்காமல் பேசுவார். "எங்க புள்ளை செய்வதில் எங்களுக்கு உடன்பாடுதான். அவன் செய்வது சரிதான். பையன் வழியிலதான் நாங்களும் போவோம்" என்று அம்மா பதிலளித்திருக்கிறார்.

1982ஆம் ஆண்டு திருப்பனந்தாள் பகுதியில் பெரும் சாதிக்கலவரம் வெடித்தது. ஒருநாள் முழுவதும் ஒருவன், பேருந்தில் சென்றவர்களிடம் சாதி கேட்டுப் பட்டியலினம் என்றால், அவர்களை அடித்துக்கொண்டிருந்தான். இதைக் கண்டு கோபமடைந்த பள்ளிக்குச் சென்றுவந்த ஒன்பதாம் வகுப்பு

சி.துரைக்கண்ணு ▶ 47

மாணவன் ஒருவன், வீட்டுக்குப்போய் ஒரு சுலுக்கியை எடுத்துவந்து அந்த ஆளைப் பின்புறமிருந்து குத்திவிடுகிறான். சம்பவ இடத்திலேயே அவர் உயிரிழக்க, உடனே அந்த உடலை எடுத்துப்போய்த் திருப்பனந்தாள் போலீஸ் ஸ்டேஷனில் போட்டுவிட்டு வந்துவிட்டான்.

அந்தப் பையன் குத்தியது தன்னிச்சையானது. ஆனால், இதைப் பயன்படுத்தித் தலைவர் மணியின் பணிகளை ஒடுக்க அவரது அமைப்பைச் சேர்ந்த 92 பேர் மீது வழக்குப் போட்டிருந்தார்கள். இந்தப் பிரச்சினையால் எங்கள் பகுதி அமைதி இழந்திருந்தது. பெரும் நெருக்கடியான நாட்கள் அவை. நான் நான்காவது ஆண்டு பொறியியல் படித்துக்கொண்டிருந்தேன். அக்டோபர் மாதம், அடைமழைக்காலம். ஊருக்குச் சென்று நண்பர்களுடன் சேர்ந்து, ஒருவரைக்கூட கைது செய்யவிடாமல் 54 பேரை பல்வேறு நீதிமன்றங்களில் சரண்டர் செய்ய உதவியாக இருந்தோம். இதுபோல் வேறு சிலரும் குழுக்களாக உதவி செய்தனர்.

இரவில் ஊர் ஊராக நடந்தே போய்த் தகவல் அனுப்பி அவர்களை ஒருங்கிணைத்தோம். வாகன வசதிகள் இல்லாத காலம் அது. மழையில் சாலைகள் நடக்க முடியாத அளவுக்குச் சொதசொதவென இருக்கும். எங்கு பார்த்தாலும் மழைநீராகத் தெரியும். வானம் இருண்டு எப்போதும் சதா மழை தூறிக்கொண்டே இருக்கும். இரவு சாப்பிட்ட பிறகு திட்டமிடுவோம். வீட்டிலிருந்து 9 மணிக்குப் புறப்படுவோம். மெல்ல மழை தொடங்கும். ஒரு துண்டைத் தலையில் கட்டிக்கொண்டு நடப்போம். வயல் வாய்க்காலில் விழுந்து புரண்டு சேரும் சகதியுமாகச் செல்வோம். ஐந்தாறு கிலோ மீட்டர் தொலைவில் உள்ள கிராமத்தில் உறவினர் வீட்டில் இருப்பதாகச் சொல்வார்கள். இப்படி விடியும் வரை ஒவ்வொருவராகச் சந்தித்து விஷயத்தைச் சொல்லி அழைத்துவருவோம்.

நான்கைந்து பேராக ஒவ்வோர் ஊரிலும் சரண்டர் செய்ய வைத்தோம். இன்று நாகப்பட்டினம் என்றால், நாளை மயிலாடுதுறை, அடுத்த நாள், கும்பகோணம், தஞ்சாவூர் இப்படி 54 பேரை சரண்டர் செய்தோம். கூடுதல் கவனத்துடன் திட்டமிட்டுச் சரண்டர் செய்யும் பணிகளைக் கட்டுப்பாட்டுடன் ஒருங்கிணைத்து வெற்றிகரமாகச் செயல்படுத்தினோம்.

மழையில் அலைந்ததால் எனது உடல்நிலை மோசமாகப் பாதிக்கப்பட்டது. என்ன செய்வது எனத் தெரியவில்லை. சிதம்பரத்தில் மருத்துவர்

வள்ளல்பெருமான் மருத்துவமனையில் பதினைந்து நாட்களுக்கு மேல் தங்க வைத்து இலவசமாகச் சிகிச்சை செய்தார். ஏற்கெனவே அவரிடம் நல்ல அறிமுகம் இருந்தது. ஏன் இப்படியாச்சு என்று கேட்டபோது, ஊரில் நடந்ததை விரிவாகச் சொன்னதும் நெகிழ்ந்துவிட்டார். "இரவும் பகலும் மழையில் நனைந்து இப்படிச் செய்யலாமா" என்று அக்கறையுடன் விசாரித்தார். பரிவுடன் மருத்துவம் பார்த்து என்னைக் காப்பாற்றினார். பின்னாளில் மூன்றுமுறை நாடாளுமன்ற உறுப்பினராக இருந்தார்.

பொறியியல் படிப்பில் ஒவ்வொரு மாணவரும் செமினார் எடுக்க வேண்டும் என்ற முறை இருந்தது. அதைத் தயார் செய்வதற்குப் பத்து நாட்கள் காலஅவகாசம் கொடுப்பார்கள். அனைவரும் நில அளவைப் பயிற்சிக்காகப் பழனி மலைக்கு ஒரு மாதம் போய்வந்ததால் காலஅவகாசம் இல்லை. ஆனாலும் "நாளைக்கு யார் செமினார் எடுக்கப் போகிறீர்கள்" என்று கேட்கிறார் பேராசிரியர். "நாளைக்கு என்றால் முடியாது சார்..." என்று அனைவரும் சொன்னார்கள். நான் மட்டும், "பொதுத் தலைப்பில் எடுக்கிறேன். அதுவும் தமிழில்தான் எடுப்பேன். இதற்கு ஒப்புக்கொண்டால் நாளைக்கு செமினார் எடுக்கிறேன்" என்றேன். உடனே தலைப்பு கொடு என்று கேட்டார் பேராசிரியர். 'சமூகம் ஒரு விஞ்ஞானக் கண்ணோட்டம்' என்ற தலைப்பைச் சொன்னேன்.

சதாசிவத்துடன் இரவு முழுவதும் ஆலோசனை செய்து தயாரானேன். அடுத்தநாள் செமினார் எடுத்தேன். அதில் பெரியார், அம்பேத்கர், மார்க்ஸ் வரைக்கும் பொருளியல்வாதம் பற்றிப் பேசினேன். சமூகத்தில் நிலவும் சாதிய ஏற்றத்தாழ்வுகள், வர்க்கப் போராட்டங்கள் பற்றிய மார்க்சிய வகுப்பையே எடுத்துவிட்டேன். அதில் எனக்கு மிகச்சிறந்த வரவேற்பும் ஆதரவும் கிடைத்தது. கேரளப் பிராமணரான அச்சுதன் என்ற பேராசிரியருக்கு நான் எடுத்த வகுப்பில் உடன்பாடில்லை. பொறியியல் கல்லூரி செமினாரில் சாதிய ஏற்றத்தாழ்வுகளைப் பற்றிப் பேசுகிறார்களே என்று அவரால் ஏற்றுக்கொள்ள முடியவில்லை.

ஆனால், சக மாணவர்கள் எல்லோரும் ரசித்தார்கள். இப்படியே பொதுத் தலைப்பில் செமினார் எடுக்கலாமே என்று பேசிக்கொண்டார்கள். இரயில்வே பொறியியல் என்ற தலைப்பைக் கொடுத்துவிடுவார்கள். அந்தப் பாடம் தொடர்பான புத்தகத்தை எடுத்துவந்து வகுப்பில் வாசிப்பார்கள். நான் செமினார் எடுத்தது அந்தக் காலத்தில் பெரிய விஷயம்.

அம்பேத்கரை, பெரியாரைப் பேசினார்களாம், சாதிய ஒடுக்குமுறைகளைப் பற்றிப் பேசினார்களாம் எனப் பல்கலைக்கழகத்தில் உள்ள அனைத்துத் துறைகளுக்கும் செய்தி பரவியது.

மின்சாரவியல், இயந்திரவியல்துறை நண்பர்களில் சிலர் என்னிடம் கவலையுடன் விசாரித்தார்கள். என்மீது அன்பு கொண்ட நண்பர்கள் "இந்த நேரத்தில் இப்படிப் பேசினால் ஒழிச்சிடப் போறாங்க..." என்றார்கள். அதுதான் நடந்தது. இறுதி ஆண்டு படிப்பில் அச்சுதன் நடத்திய நீரியல் பாடம் இருந்தது. முழுப் பொறியியல் படிப்பிலேயே மிக எளிதான பாடம் அதுதான். ஆனால் அதில் 2 மதிப்பெண்களில் பெயில் செய்துவிட்டார். அவர் வகுப்பே எடுக்கமாட்டார். அந்தப் பாடத்திற்கு ஆசிரியரின் துணையும் தேவையில்லை. அவ்வளவு எளிமையான பாடம். மாணவர்களே படித்துக்கொள்வார்கள். கூடுதலான பக்கங்கள் எழுதியிருந்தால் 100 மதிப்பெண் வழங்கிவிடுவார். முழு மதிப்பெண்கள் கொடுப்பவராக இருந்தார். நான் பேசியது அவரைப் பாதித்ததால் எனக்கும் சதாசிவத்துக்கும் மதிப்பெண்களைக் குறைத்துவிட்டார். கடினமான தாள்களில் நல்ல மதிப்பெண்கள் எடுத்தபோதும், அதில் குறைவாக எடுத்துத் தேர்ச்சிபெறாமல் போனது கொஞ்சம் வருத்தமாகத்தான் இருந்தது. அடுத்த மூன்று மாதங்களில் நடந்த தேர்வை எழுதி இருவரும் தேர்ச்சிபெற்றோம்.

படிப்பெல்லாம் பெரிய விஷயமில்லை. புரட்சி நடக்கப்போகிறது என்று அவர்கள் சொன்னபோதுகூட நாம் சரியாகப் படித்துவிடவேண்டும் என்பதில் கவனமாக இருந்தேன். ஏனெனில், நம்முடைய தலைமுறையில் முதன்முதலாகப் பொறியியல் படிக்கிறோம் என்ற புரிதல் இருந்தது. புரட்சி நடக்கட்டும். நாம் படித்துவிட்டுப்போய் புரட்சி செய்வோம் என்ற நினைப்பில்தான் இருந்தேன். சாதிய அடுக்குகள் குலையாமல் இருந்த அந்தக் காலத்தில் என் குடும்பப் பின்னணியில் ஒருவன் பொறியியல் படிப்பதே புரட்சியாகத்தான் இருந்தது. என் தந்தைக்கெல்லாம் நான் என்ன படிக்கிறேன் என்பதே தெரியாது. யாராவது என் படிப்பைப் பற்றி விசாரித்தால், "ஏதோ படிக்கிறான்" என்று சொல்லிச் சமாளிப்பார். நகர தொடர்புள்ள தந்தைக்கே அந்த நிலைமைதான்.

பொறியியல் படிப்பை *(1978 - 1983)* முடித்தவுடன் சான்றிதழ்களைச் சேகரித்துக்கொண்டு வேலைவாய்ப்பகத்தில் பதிவு செய்வதற்காகச் சென்னைக்குச் சென்றேன். தி.நகரில் தொழில்நுட்பக் கல்வி வேலைவாய்ப்பு அலுவலகம் இருந்தது. வகுப்புத் தோழர் சதாசிவமும் நானும் சேர்ந்து

சென்றோம். அந்த நாளில் தமிழ்நாட்டில் 5 பொறியியல் கல்லூரிகள் மட்டும் இருந்ததால், படிப்பை முடித்தவுடன் வேலை கிடைக்கும் சூழல் இருந்தது. இன்று நினைத்துப் பார்த்தால், இப்படியொரு காலம் இருந்ததா என ஆச்சரியமாக இருக்கிறது.

வேலைவாய்ப்பு அலுவலகத்தில் பதிவு செய்தவுடனேயே, "தலைமைப் பொறியாளரைப் போய்ப் பார்த்துவிட்டுச் செல்லுங்கள். வேலைக்கான ஆணை வழங்குவார்கள்" என்று அலுவலர்கள் சொன்னார்கள். "தலைமைப் பொறியாளர் ஒருகூட்டத்தில் இருக்கிறார். அதுவரை அறையில் காத்திருங்கள்" என்றார் அவரது உதவியாளர். எங்களையும் சேர்த்து ஆறேழுபேர் அங்கு வந்திருந்தார்கள். இடையில் எங்களை அழைத்து, "உங்களுடைய விவரங்களைக் கொடுங்கள்" என்று கேட்டு வாங்கினார்கள். கூட்டம் முடிந்துவந்த தலைமைப் பொறியாளர், "யாரும் காலம் தாழ்த்தாமல் உடனே போய் வேலையில் சேர வேண்டும்" என்றார். எங்களுக்கு ஒன்றுமே புரியவில்லை.

சதாசிவத்துக்குச் சென்னையும் எனக்குத் தஞ்சாவூரும் பணியிடங்களாகப் போட்டுக்கொடுத்தார்கள். உடனே பணி ஆணையுடன் தஞ்சாவூருக்குச் சென்றேன். பூர்வீக மாவட்டத்தில் உதவிப் பொறியாளர் (AE) பணி நியமனம் கிடையாது. அது நிதி புழங்கும் பொறுப்பு என்பதால் அப்படிச் செய்வதில்லை. அங்கு சென்ற பிறகு நீங்க தஞ்சாவூர் மாவட்டம்தானே என்று விசாரித்தார்கள். புதுக்கோட்டையில் 'வறட்சிக்கு இலக்காகும் பகுதி மேம்பாட்டுத் திட்டத்தில்' (DPAP) வேலை. உலக வங்கியின் நிதியுதவியுடன் சின்னச் சின்ன அணைக்கட்டுகள் கட்டுவதுதான் வேலைத்திட்டம். இரண்டரை ஆண்டுகள் வேலை பார்த்தேன். அங்குள்ள நடைமுறைகள் சங்கடமாக இருந்ததால், ஒருகட்டத்தில் பணி விலக வேண்டியிருந்தது.

புதுக்கோட்டை பணிக்காலத்தில் நல்ல நண்பர்கள் கிடைத்திருந்தார்கள். பலரும் திருமணமாகாத இளைஞர்கள். ஒரு விடுதியில் தங்கிக்கொண்டு வேலை பார்த்துவந்தோம். அப்போது செந்தாரகை என்ற இயக்கப் பத்திரிகை வெளிவந்தது. அதில் கலை, பண்பாட்டுச் செய்திகள் அதிகமாக இருக்கும். சமரன் பத்திரிகையில் ஆழமான இடதுசாரி அரசியல் கட்டுரைகளைப் பார்க்கலாம். இந்த இரண்டு பத்திரிகைகளையும் அங்குள்ள கடைகளுக்கு விநியோகம் செய்துவந்தேன்.

புதுக்கோட்டைக்கு அருகிலுள்ள ஆலங்குடி அம்புலியாற்றில்தான் நான் பணியாற்றிய அணைக்கட்டின் வேலைத்தளம் இருந்தது. அதற்கிடையே உள்ள ஊர்களில் நானே போய்ப் பேசி ஒவ்வொரு கடைக்கும் 5, 10 எனப் பத்திரிகைகளை விற்பனைக்குக் கொடுப்பேன். புதுக்கோட்டையில் புரட்சிகரமான பத்திரிகைகள் வருகிறது என்றதும் காவல்துறையினர் உசார் ஆகிவிட்டார்கள். யார் கொடுத்தது என்று என்னைப் பற்றி விசாரித்தார்கள். சில நாட்களிலேயே நான் எங்கே தங்கியிருக்கிறேன் என என்னை முழுமையாகக் கவனிக்கத் தொடங்கியிருந்தார்கள்.

நாங்கள் தங்கியிருந்த விடுதியில் ஒருநாள் சக நண்பர்களுடன் பேசிக் கொண்டிருந்தோம். அங்குள்ள அறைகளில் பல இளம் பொறியாளர்கள் தங்கியிருந்தார்கள். விடுதி முதலாளியும் எங்கள் வயதுகொண்ட பொறியாளர்தான். அவரிடம் க்யூ பிரிவு காவல்துறையினர் என் முகவரியைக் கேட்டிருக்கிறார்கள். என்னிடம் முகவரியைக் கேட்க அவருக்குச் சங்கடம். உடனே ஒரு நோட்டைக் கொடுத்து "சார்... அவரவர் வீட்டு முகவரியைக் கொஞ்சம் எழுதிடுங்க" என எல்லோரிடமும் கேட்டார்.

என் நண்பர் ஜெயராம் தலைமைப் பொறியாளராக இருந்து ஓய்வு பெற்றுள்ளார். அவரும் என்னுடன் அப்போது பேச்சிலராகத் தங்கியிருந்தார். "உங்க எல்லோரிடமும் முகவரி கேட்டது துரைக்கண்ணு சாருக்காகத்தான். போலீஸ்ல வந்து கேட்டுக்கிட்டு இருக்காங்க" என்று விடுதி முதலாளி சொல்லியதாக என்னிடம் தெரிவித்தார். நம்மைக் காவல்துறை தீவிரமாகக் கண்காணிக்கிறது என்பதை அறிந்தேன். பத்திரிகைக் கடைக்காரர்களும் "பத்திரிகைகளை யார் வந்து கொடுக்கிறார்கள் என்று போலீஸில் விசாரித்தார்கள் சார்..." என்பார்கள். அதைப் பற்றியெல்லாம் கவலைப்படுவதில்லை. இன்னொரு தோழர் ரவீந்திரனும் பொதுப் பணித்துறையில் மின்சார உதவிப் பொறியாளராக இருந்தார். யாருக்கும் பயப்படாமல் இரவு நேரங்களில் அவருடன் சென்று சுவர்களில் மக்கள் விழிப்புணர்வு வாசகங்களை எழுத ஆரம்பித்துவிட்டோம்.

புதுக்கோட்டையில் தோழர் தர்மலிங்கம் இருந்தார். அவர் அரசு ஆரம்பப்பள்ளி தலைமை ஆசிரியர். எம்எல் இயக்கத்தில் நீண்டநாளாக இருப்பவர். என்னைப் பார்த்ததும் அவருக்கு மிகுந்த உற்சாகம். இரவெல்லாம் சுதந்திரமாகச் சென்று சுவர்களில் எழுதுவோம். அதைக் கண்ட உள்ளூர்க்

காவல்துறைக்கு மிரட்சியாகிவிட்டது. ஆனால் புதுக்கோட்டையில் இருந்தவரைக்கும் என்னிடம் காவல்துறையினர் நேரடி விசாரணைக்கு வரவில்லை. ஏனென்றும் தெரியவில்லை.

நாங்கள் தொடர்ந்து பிரச்சாரப் பணிகளில் ஈடுபட்டுவந்தோம். நானே சொந்தமாக ஒலிப்பெருக்கி வாங்கினேன். மாலை நேரங்களில் அதை எடுத்துக்கொண்டு கிராமங்களுக்குச் சென்று நிகழ்ச்சிகள் நடத்துவோம். குடிசைப் பகுதி மக்களுக்குச் சமூகப் பிரச்சினைகள் பற்றிய விழிப்புணர்வு கொடுப்போம். *செந்தாரகை, சமரன்* பத்திரிகைகளை அறிமுகம் செய்வோம். அப்போது முற்போக்கு இளைஞர் அணியில் *(Radical Youth League)* செயல்பட்டு வந்தோம். புரட்சிப் பண்பாட்டு இயக்கத்திலும் இணைந்து பணியாற்றினோம்.

என் அறையில் தலைமறைவுத் தோழர்கள் அவ்வப்போது வந்து பல நாட்கள் தங்கிச் செல்வார்கள். நான் வெளிப்படையாக இயங்கிவந்ததால் யாருக்கும் தங்கியிருந்த இடம் ரகசியமாக இருக்கவில்லை. இரவு நேரங்களில் மைக்கில்,

"தேசம் யாருதடா...

இந்தத் தேசம் நமதேடா" - போன்ற பாடல்களைப் பாடிக் கொண்டிருப்போம்.

ஒருநாள் என் அறையைத் தேடி தோழர் தமிழரசன் வந்திருந்தார். கையால் எழுதிய சுவரொட்டிகள், பெயிண்ட் டின் உள்பட பலப் பொருள்கள் அறையில் இருந்தன. அதைப் பார்த்ததும் "தோழர், இந்த அறை காவல்துறைக்குத் தெரியுமா" என்று கேட்டார். "ஆம் தெரியும்" என்றேன். காவல்துறையால் கடுமையாகத் தேடப்படும் நபர். காவல்நிலையம் வழியாகத்தான் என் அறைக்கு வர வேண்டும். தமிழரசனும் அந்த வழியாகத்தான் வந்திருக்கிறார்.

"எப்படி வந்தீங்க..." என்று கேட்டேன்.

"இந்த வழியாகத்தான் வந்தேன்" என்றார்.

"இவர்தான் சுவரொட்டி எழுதுகிறாரா என்று அருகிலுள்ள சைக்கிள் கடைக்காரரிடம் காவல்துறையினர் விசாரித்திருக்கிறார்கள். அந்தக் கடையில் உட்கார்ந்துதான் என் அறையைக் கண்காணிப்பார்கள்" என்று விளக்கமாகச் சொன்னேன். எனக்கும் அவர் வந்தது சற்றுப் பதற்றமாகிவிட்டது.

"இங்கு தங்க வேண்டாம். வேறு ஏதாவது இடத்தில் தங்கலாம் தோழர்" என்றார்.

வணிக வரித்துறை அலுவலகத்தில் தோழர் ஒருவர் பணியாற்றிவந்தார். ஒருநாள் எதேச்சையாக அவரைச் சந்தித்தேன். இடதுசாரி இயக்கத் தொடர்புள்ளவராக இருந்தார். இயக்க வேலைகளால் பணியை இழந்து, நீதிமன்றம் வரை சென்று மீண்டும் சேர்ந்திருந்தார். உடனே எனக்கு அவரது ஞாபகம் வந்தது.

நகரத்திலிருந்து விலகி ஒரு குடிசைப்பகுதி வீட்டில் இருந்தார். இரவு நேரத்தில் சைக்கிளில் தமிழரசனை அழைத்துக்கொண்டு அங்கு சென்றேன்.

நல்லவேளை நண்பரின் மனைவி ஊருக்குச் சென்றிருந்தார். பெயரை மட்டும் சொல்லாமல், "தோழர், சில நாட்கள் இங்கே தங்கியிருப்பார்" என்றேன். "பரவாயில்லை இருக்கட்டும்" என்றார் நண்பர். அவ்வப்போது உணவுக்கான ஏற்பாடுகளைச் செய்துவந்தேன். ஒருநாள் காலையில் வீட்டுக்குச் சென்றால், ஒருகிலோ வெங்காயத்தை உரித்துவைத்திருக்கிறார் தமிழரசன். "என்ன தோழர்... அவர் ஒருகிலோவையும் உரிச்சிருக்கார்" என ஆச்சரியத்துடன் கேட்டார். "அவர் வெங்காயம் நல்லா சாப்பிடுவார்" எனச் சமாளித்தேன்.

வீட்டில் தங்கியிருந்த நாட்களில் "இரவு நேரத்தில் டிபன் எல்லாம் வேண்டாம். நீங்க சோறு வைத்துவிடுங்கள், நான் சாப்பிட்டுக் கொள்கிறேன்" என்று சொல்லிவிடுவார். தமிழரசன் பற்றிப் பிறர் சொல்லிக் கேள்விப்பட்டிருக்கிறேன். இரண்டு கிலோ, மூன்று கிலோ தக்காளியை அப்படியே சாப்பிட்டுவிடுவாராம். எது கிடைக்கிறதோ, அதை அப்படியே சாப்பிடும் பழக்கத்தை வைத்திருந்தார். அழித்தொழிப்புக் காலங்களில் யார்கிட்டேயும் போய் விரும்பிய உணவைக் கேட்க முடியாது. கிடைத்ததைச் சாப்பிட வேண்டிய நிலை.

தமிழரசன் மின்னியல் பொறியியல் படித்தவர். தமிழ்நாட்டில் ஒன்றிரண்டு கல்லூரிகள் இருந்த காலத்தில் பிஇ படித்தவர். அவர் எழுதிய 'தமிழகத்தில் சாதிகள்' பற்றிய கட்டுரை அந்த நாட்களில் மிகவும் பிரபலமாகப் பேசப்பட்டது. அவரது தலைமையில் தமிழ்நாடு மீட்புப் படை அமைப்பு நடத்திய மீன்சுருட்டி மாநாட்டைப் பற்றிப் பெருமையாகச் சொல்வார்கள். நான்கு நாள்கள் கழித்து அவர் புதுக்கோட்டையிலிருந்து புறப்பட்டார்.

வீடு கொடுத்த நண்பரிடம் "அதிர்ச்சியடையாதீர்கள். அவர்தாங்க டிஏ (தமிழரசன்)" என்று சொன்னேன். அவரால் நம்ப முடியவில்லை. மிகவும் ஆச்சரியப்பட்டார். "நான் நெடுநாட்களாகப் பார்க்க வேண்டும் என்று நினைத்திருந்த மனிதர். சில நாட்கள் அவரைப் பராமரிக்கிற புண்ணியத்தைக் கொடுத்தீர்கள். என் வாழ்க்கையில் பெரும்பேறாக நினைக்கிறேன்" என்று நெகிழ்ந்துவிட்டார்.

எனக்குக் கிடைத்த தகவல்படி 15 ஆண்டுகளுக்கு மேலாக அதாவது இயக்கச் செயல்பாடுகளுக்கு வந்த பிறகு தோழர் தமிழரசன் சட்டையே போடவில்லை என்று சொல்வார்கள். ஆண்டிமடம் பகுதியில் உள்ள முந்திரிக்காட்டு விவசாயி போலவே தோலெல்லாம் கருத்துப்போயிருப்பார். அவரது தோற்றத்தைப் பார்க்கும்போது கல்லூரியில் படித்தவர் என்று நம்பமுடியாது. அறிவுஜீவி என்கிற எந்த அடையாளத்தையும் அவரிடம் காண முடியாது. தமிழ்நாடு முழுவதும் காவல்துறையால் தேடப்படும் முக்கியத் தலைவராக அவர் இருந்தார். அவரைத் தேடுவதற்காகப் பல நாட்கள் போலீஸ்காரர்கள் தூங்காமல் தவிப்பதாகச் சொல்வார்கள்.

பின்னர் அந்த விடுதியிலிருந்து இடம் மாறி வேறு இடத்தில் தங்கியிருந்தேன். உங்களைக் காவல்துறையில் விசாரித்தார்கள் என்று சொல்லிக்கொண்டே இருப்பார்கள். இரண்டரை ஆண்டுகள் புதுக்கோட்டையில் பணியாற்றியது சலிப்படைய வைத்திருந்தது.

இனிமேல் இந்தப் பணியில் நீடிக்க வேண்டாம் என்ற உறுதியான முடிவுக்கு வந்திருந்தேன். சம்பளமும் மிகக் குறைவு. அந்த இரண்டரை ஆண்டுகளும் சொந்த ஊருக்கு வரும்போது 200 ரூபாய் கடன் வாங்கிக்கொண்டு வருவேன். அப்படித்தான் நிதி நிலைமை இருந்தது. பேர்தான் என்ஜினீயர். அந்தப் பணத்திலேயே கட்சி வேலைகள், தோழர்களுக்கு நிர்ணயிக்கப்பட்ட மாதத்தொகை (லெவி) என நாட்கள் பற்றாக்குறையாக நகர்ந்துகொண்டிருந்தன. சம்பளம் வாங்கினால் பத்து நாட்களில் கரைந்துவிடும். பிறகு நண்பர்களிடம் கடன் வாங்க வேண்டியிருக்கும். அதனால் வெறுப்பாகிவிட்டது.

பின்னர் பணியிலிருந்து விலகினேன். ஆனால், அடுத்து என்ன செய்வது என்று தெரியவில்லை. வீட்டுக்கு வந்தால், என்எல்சி வேலைக்கான ஆர்டர் வந்திருந்தது. எப்போது நேர்காணலில் கலந்துகொண்டேன் என்பதையே மறந்துபோயிருந்தேன். சென்னைக்கு வந்து அதில் பங்கேற்ற நினைவுகள்

அப்புறம்தான் வருகிறது. நான் பொறியியல் படிப்பை முடித்தபோது, என்எல்சியில் சேரலாம் என்று சொன்னார்கள். ஆனால் எனக்குப் பிடிக்கவில்லை. சினிமாவில் பார்த்துப் பார்த்துப் பிடிக்காமல் போயிருந்தது. கேட்டில் நிற்கவைத்து ஊழியர்களைப் பரிசோதனை செய்து உள்ளே அனுப்புவார்கள். என்ஜினீயர் பணி எவ்வளவு பெரியது என்ற மனநிலை இருந்தது. கூலித் தொழிலாளி போல நம்மை நடத்துவார்களோ என்ற கருத்தில் இருந்தேன்.

வெளியில் போனால் சுதந்திரமாக வேலை செய்யலாம் என்றுதான் பொதுப்பணித்துறை பணிக்குச் சென்றேன். ஆனால் உள்ளே போனதும் ஊழல் கறையான்களும் சூழ்ச்சிகளும், ஒருவருக்கொருவர் காலை வாருவதுமாக இருந்ததைப் பார்த்தபோது வெறுத்துப்போனேன். எனக்கும் 22வயது. நக்சல்பாரி இயக்கத்தில் வேறு செயல்பாட்டாளராக இருக்கிறோம். மேலும், உலகையே புரட்சியின் மூலம் மாற்ற வேண்டும் என்ற எண்ணத்தில் சுற்றுகிறோம். லஞ்ச லாவண்யங்களுக்கு மத்தியில், வேலை பார்ப்பதா என்று கேள்வியை மனம் எழுப்பியது.

என்எல்சி பணியில் சேர முடிவு செய்தேன். எனது மேலதிகாரி உதவிச் செயற்பொறியாளரிடம் தகவலைச் சொன்னேன். அவர், "முதலில் நீங்கள் பொறுப்புகளை ஒப்படைத்துவிட்டுப் பணி விலகிக்கொள்ளுங்கள்" என்றார்.

பணியிலிருந்து விலகுவதாக முடிவெடுத்த அடுத்த நாட்களிலேயே என் கணக்கில் இருந்த சிமெண்ட் எல்லாவற்றையும் A.E. சந்திரசேகரனிடம் ஒப்படைத்திருந்தேன். அங்கே நடந்த திட்டப் பணியில் பிரதானமாக சிமெண்ட்தான் இருந்தது. அதையும் உடனடியாகக் கொடுத்துவிட்டேன். பொறியாளர் சந்திரசேகரனும் கையொப்பம் போட்டுக்கொடுத்துவிட்டார்.

அடுத்த நாளே என்எல்சிக்கு வந்து அந்த ஆர்டரைக் கொடுத்தேன். அங்கிருப்பவர் பார்த்துவிட்டு. இதில் பணி விடுப்பு ஆணையே இல்லையே என்று சந்தேகத்தை எழுப்பினார். 'நீங்கள் பொறுப்பை ஒப்படைத்துப் பணி விலகிக்கொள்ளவும்' என்று தமிழில் ஆர்டர் கொடுத்திருந்தார்கள். "பொறுப்பை ஒப்படைத்தீர்கள். பணி விலகலுக்கு ஒன்றுமில்லையே" என்று கேட்டார். "தமிழ்நாடு அரசு அலுவலகங்களில் இப்படித்தான் பணி விலகல் ஆணை கொடுப்பார்கள். இப்படி தம்மிடம் இருக்கும் பொருட்களைக் கொடுத்து விலகிக்கொள்வதுதான் பணி விலகல்" என்று

சமயோசிதமாகப் பேசினேன். ஆணை முழுவதும் தமிழில் இருந்ததால் அவருக்கு ஒன்றும் புரியவில்லை. அதை ஏற்றுக்கொண்டு எப்படியோ என்னைப் பணியில் சேர்த்துக்கொண்டார். இப்படித்தான் என்எல்சியில் என் பணி தொடங்கியது.

முதல் ஒருவாரம் பயிற்சி பட்டதாரி பொறியாளர்களாகச் சேர்ந்தவர்களுக்குச் சூழல் நோக்கும் காலம் (ஓரியன்டேஷன்) கொடுப்பார்கள். தினமும் ஒவ்வொரு துறையையும் பார்வையிட்டு, அங்கு நடக்கும் செயல்பாடுகளைப் புரிந்துகொண்ட பிறகுதான் ஓர் இடத்தில் பணி நியமனம் செய்வார்கள். அப்படி ஏழு நாட்கள் கடந்தன. எனக்கு நகர நிர்வாகத்தில் பணி வழங்கினார்கள். பொறியாளர்கள் தங்கும் விடுதியில் அறையும் கொடுத்தார்கள். இரண்டு அல்லது மூன்று பொறியாளர்களுக்கு ஓர் அறையை ஒதுக்குவார்கள். இப்படி வழக்கமான அன்றாடப் பணிகள் போய்க்கொண்டிருந்தன.

1986ஆம் ஆண்டு என்எல்சிக்கு வரும்போது இயக்கத்திற்குள் அதிக முரண்பாடுகளும் சிக்கல்களும் இருப்பதாகச் செய்திகள் பத்திரிகைகளில் கசிந்தன. வெகுஜன அமைப்புகள் தொய்வடைந்திருந்தன. அடுத்து என்ன செய்வது என்ற நிலையில், கல்விச் சீர்கேடுகளைக் களைவதற்காகப் பணியாற்றலாம் என்ற திட்டத்தைக் கல்யாணிதான் முன்வைத்தார். அப்போது அவர் திண்டிவனம் பகுதியில் செயலாற்றிவந்தார். எம்எல் இயக்கத்திலிருந்து வெளியே வந்தவுடன் வெகுஜனப் பிரச்சினைகள், மாணவர்களின் கல்விப் பணிகளில் கவனம் செலுத்தினார்.

அப்போதுதான் கல்யாணி, அ.மார்க்ஸ், கோச்சடை, ரவிக்குமார் போன்றோருடன் சேர்ந்து மாநில அளவில் மக்கள் கல்வி இயக்கத்தைத் தொடங்கினோம். திண்டிவனத்தை மையமாக வைத்து எல்லா வேலைகளும் நடந்துகொண்டிருந்தன. நெய்வேலியில் என்எல்சி நிர்வகிக்கும் ஜவஹர் மெட்ரிக்குலேஷன், சிபிஎஸ்இ என இரு பள்ளிகள் இருந்தன. அங்கு சுந்தரம் என்ற தமிழாசிரியர் தலைமை ஆசிரியராகப் பணியாற்றினார். பள்ளி மாணவர்கள் தமிழில் பேசினால் அபராதம் செலுத்த வேண்டும் எனக் கூடுதல் கட்டுப்பாடுகளுடன் நடத்திவந்தார். அதையெல்லாம் கேள்விப்படும்போது கவலையாக இருந்தது.

பள்ளி, மாணவர் நலனை முன்னிறுத்துவதாக இல்லை. ஆறாம் வகுப்பில் 200 பேர் சேர்வார்கள். பத்தாம் வகுப்புத் தேர்வை 60 பேர் மட்டுமே

எழுதுவார்கள். சராசரி தனியார் நடத்தும் வியாபார நோக்கத்திலான மெட்ரிக்குலேஷன் பள்ளி மாதிரியே செயல்பாடுகள் இருந்தன. கொஞ்சம் மதிப்பெண்கள் குறைந்தாலும் மாணவர்களை பெயில் ஆக்கிவிடுவதாக மிரட்டுவார்கள். மாற்றுச் சான்றிதழ் வாங்கிக்கொள்ள ஒப்புக்கொண்டால், பாஸ் போட்டு மாற்றுச் சான்றிதழ் கொடுத்துவிடுவார்கள். அந்தத் தமிழாசிரியர் தலைமைப் பதவிக்கு வந்ததற்குக் காரணம் இருந்தது. என்எல்சியில் பணியாற்றும் உயரதிகாரிகளின் குழந்தைகள் 200க்கு 200 மதிப்பெண்கள் எடுக்கும் உத்தரவாதத்தைத் தவறான வழிகளில் அவர் ஏற்படுத்திக்கொடுத்தார். கேள்வித்தாள்களை முதல்நாளே கொடுத்துவிடுவார் என்ற செய்திகள் உலவின. அதிகாரிகளுக்கு உதவியாக இருந்தால், அவரை எங்கேயோ கொண்டுபோய் வைத்துவிடுவார்கள். அதுதான் அந்தத் தமிழாசிரியருக்கும் நிகழ்ந்தது.

பள்ளியில் அவர் என்ன தவறு செய்தாலும், என்எல்சி அதிகாரிகள் கண்டுகொள்ளாமல் இருந்தார்கள். தேர்வின்போது சில மாணவர்கள் காப்பியடிப்பதற்கு அனுமதித்து வந்திருக்கிறார். அதை ராஜதந்திரமாகச் செயல்படுத்தியுள்ளார். மணி அடித்து தேர்வு தொடங்கிய பிறகு, தேர்வு அறைகளுக்குச் சென்று "நீ எழுந்திரு... நீ எழுந்திரு..." என அங்கொன்றும் இங்கொன்றுமாகக் குறிப்பிட்ட சில மாணவர்களைப் பொறுக்கியெடுத்து, "அந்த அறையில் போய் உட்காரு, இந்த அறையில் போய் உட்காரு" என்று சொல்வார்.

ஆனால், மிகத் தந்திரமாக உயரதிகாரிகளின் குழந்தைகள் மட்டும் ஒரே அறைக்குச் செல்வதுபோல செய்திருப்பார். மற்ற மாணவர்களுக்கு நடப்பது என்னவென்று தெரியாது. பிறகு எல்லாத் தேர்வு அறைகளின் கதவுகளையும் மூடச் சொல்லிவிடுவார். குறிப்பிட்ட அறையில் உள்ள உயர் அதிகாரிகளின் பிள்ளைகளுக்கு மட்டும் ஆசிரியர் ஒருவர் பதில்களைப் போர்டில் எழுதி வைத்திருப்பார். இதெல்லாம் தேர்வு விதிமுறைகளுக்கு எதிரான நடவடிக்கைகள். யாரும் எதிர்த்துக் கேட்க முடியாத நிலையில், அந்தத் தலைமை ஆசிரியர் பள்ளியில் தனி ராஜாங்கம் நடத்திவந்தார்.

சிபிஎஸ்இ பள்ளியில் நடந்த எத்தனையோ சீர்கேடுகளில் இது சிறு உதாரணம். தனி அறையில் தேர்வு எழுதிய மாணவர்கள் மிக எளிதாக 200க்கு 200 மதிப்பெண்கள் பெற்றுவிடுவார்கள். ஒரு பாடத்தில் மட்டுமல்ல, அனைத்துப் பாடங்களிலும் 200க்கு 200 மதிப்பெண்கள் எடுத்தால்தான்

பிட்ஸ் பிலானி, என்ஐடி, ஐஐடி போன்ற கல்வி நிலையங்களில் சேரலாம். பொறியியல் படித்துவிட்டு அமெரிக்கா செல்ல வேண்டும் என்பது அதிகாரி அப்பாக்களின் இலக்காக இருந்தது. அப்படித்தான் தவறான வழியில் அதிக மதிப்பெண் எடுத்து மாணவர்கள் வெளிநாடுகளுக்குச் சென்றார்கள். இவ்வளவு தவறு செய்த ஒருவரை நெய்வேலி நகரத்தில் பலனடைந்த பலரும் கடவுள் மாதிரி பார்த்தார்கள். பள்ளி நிர்வாகத்தின் சீர்கேடுகள் பற்றி வெளியில் சொல்ல முடியாத நிலை. அப்படி முறையிட்டால், அது உயரதிகாரிகளின் நலன்களுக்கு எதிரானதாகப் பார்க்கப்படும்.

இப்படி ஜவஹர் மெட்ரிக்குலேஷன் மற்றும் சிபிஎஸ்இ பள்ளி பற்றிக் கேள்விப்படும்போது எனக்குக் கோபம் தாங்கவில்லை. அந்த நேரத்தில், பொதுவுடைமை சிந்தனையுள்ள வேலு என்கிற மூத்தப் பொறியாளரின் பிள்ளைகள் அந்தப் பள்ளியில் படித்து வந்தார்கள். குடும்பத்துடன் சொந்த ஊருக்கு அவசரமாகப் போக வேண்டும் என்பதற்காகப் பிள்ளைகளுக்கு விடுப்பு கேட்க தலைமை ஆசிரியரைச் சந்திக்கிறார். என்.எல்.சி நிறுவனத்தில் தொலைபேசி வழியாகவோ அல்லது கடிதம் மூலமாகவோ விடுப்பு கேட்க முடியும் என்ற நிலை இருக்கிற ஊரில், பிள்ளைகளுக்கு விடுப்புக் கேட்க பள்ளிக்குச் சென்று நாள் முழுவதும் காத்திருக்கிறார் ஒரு பொறியாளர். எல்லோரும் பார்த்துப் பயப்படக்கூடிய ஒரு என்.எல்.சி அதிகாரிகூட சுந்தரத்தைப் பார்த்தால் முதுகு வளைந்து வணக்கம் சொல்வார்.

தன் மகன்களுக்கு விடுப்புக் கேட்டிருக்கிறார். "எதுக்கு லீவு. இந்த மாதிரி இருந்தால் டி.சி வாங்கிட்டுப் போய்டுங்க. இப்படியெல்லாம் லீவு கேட்கக்கூடாது" என்று கடுமையாகச் சொல்லியிருக்கிறார் சுந்தரம். அதைக் கேட்டவுடன் எதிரே உள்ள நாற்காலியில் கடுப்பாகி அவர் எதிரே உட்கார்ந்துவிட்டார். "நான் என்னா கேட்டுட்டேன். பிள்ளைகளுக்கு விடுப்புக் கொடுப்பதில் உங்களுக்கு என்ன பிரச்சினை. சொல்லுங்க" என்று கோபத்தில் கத்திவிட்டு எழுந்து வந்துவிட்டார். அவர் வெளியே வந்தவுடன் இரண்டு மாணவர்களின் மாற்றுச்சான்றிதழையும் எடுத்து, என்ன சாதி என்று பார்க்கச் சொல்லியிருக்கிறார் சுந்தரம். பட்டியலினம் என்றதும், உடனே மாற்றுச்சான்றிதழைக் கிழித்து தபாலில் அனுப்பிவிடுங்கள் என்று கட்டளையிட்டுள்ளார். இரண்டுபேரின் மாற்றுச்சான்றிதழும் வீட்டுக்குத் தபாலில் வந்தன.

அப்போது நான், என்எல்சி பட்டதாரி பொறியாளர் சங்கத்தின் நகரப் பகுதிச் செயலாளராக இருந்தேன். இந்தப் பிரச்சினை பற்றிக் கேள்விப்பட்டதும் சங்கத் தலைமையிடம் பேசினேன். சங்கத் தலைவராக இடதுசாரி சிந்தனை கொண்ட பொறியாளர் வெங்கட்ராமன் இருந்தார். நான் பிரச்சினையைச் சொன்னதும் இன்னொருவரையும் அழைத்துக்கொண்டு வந்தார். எனக்குப் பள்ளிக்கு அருகிலேயே அலுவலகம். நானும் அவர்களுடன் சேர்ந்து மூன்று பேராகப் பள்ளிக்குச் சென்றோம்.

“பையன்களுக்கு டி.சி கொடுத்த பிரச்சினை பற்றிப் பேசவந்தோம்” என்று தலைமை ஆசிரியரிடம் சொன்னோம். உடனே அவர், “நல்லதுய்யா, உட்காருங்கய்யா” என்றார். அவர் பேச்செல்லாம் மரியாதையாகத்தான் இருக்கும். “அவர் வந்துய்யா, இந்த நாற்காலியில் உட்கார்ந்துகொண்டு...” என்று சொல்லி இரண்டு கால்களை மேஜைமீது போட்டுக் காண்பித்தார். “இரு பாதங்களுக்கு இடையில் என் முகம் தெரிவதுமாதிரி உட்கார்ந்துகொண்டு என்னிடம் லீவு கேட்டாருய்யா” என்று நல்லவர்போல பேசினார். எனக்கு உடனே கோபம் கொப்பளித்துக்கொண்டு வந்தது.

“சார்... என்னா நினைச்சுக்கிட்டுப் பேசுறீங்க. பிள்ளை இந்தப் பள்ளியில் படிக்குதுன்னா... ஒரு குடிகார அப்பனுடைய மனநிலை உங்களுக்குத் தெரியுமா. குடித்திருந்தால் தம் பிள்ளைகள் படிக்கும் பள்ளி இருக்கும் தெரு வழியாகக்கூட போகமாட்டான். நாங்க பார்த்திருக்கோம். அவருடைய பிள்ளைகள் இரண்டுபேர் இங்க படிக்கிறாங்க. அவர் ஒரு என்ஜினீயர். ஏதோ அவரை மனநோயாளி மாதிரி சித்திரிக்கிறீங்க. என்ன நினைச்சுக்கிட்டிருக்கீங்க” என்று சரமாரியாகப் பேசத் தொடங்கினேன்.

“அய்யா... கல்வி பற்றி அக்கறை உள்ளவர்களிடம்தான் பேச முடியும். இதற்காகத்தான் நான் யாரிடமும் பேசுவதில்லை” என்றார்.

எனக்குக் கோபம் தலைக்கேறியது.

“கல்வி பற்றித் தெரியணும்னா என்ன செய்யணும். எவ்வளவு படித்திருந்தால் கல்வி பற்றி அக்கறையுள்ளவர் என்று அர்த்தம், சொல்லுங்க. உங்கள மாதிரி படித்தவர்கள், உங்கள் தகுதியைவிட கூடுதலான தகுதியுள்ளவர்கள் 200 பேர் அவருக்குக் கீழ் வேலை பார்க்கிறார்கள். அவருக்குப் பக்குவமில்லை, கல்வி பற்றிய புரிதலில்லை என்கிறீர்கள். அந்தப் புரிதல் இருந்ததால்தான் உங்களைத் தட்டிக்கேட்டிருக்கிறார்.

ஓர் அதிகாரி விடுமுறையை வாங்குவதற்குத் தொலைபேசியில் பேசி வாங்கிட்டுப் போறார். பிள்ளைகளுக்கு விடுமுறை வாங்க, அவர் விடுமுறை போட்டுட்டு நிற்கிறார். என்ன அணுகுமுறை, இது என்ன பள்ளிக்கூடம்?" என்று கேட்டேன்.

"இதுமாதிரி பேசினால் உங்களுடன் பேச முடியாதய்யா. இதற்காகத்தான் பேச மாட்டேன் என்று சொன்னேன். பார்த்தீங்களா..." என்று சங்கப் பொறுப்பாளர்களைப் பார்த்துச் சொன்னார்.

"இல்ல... இல்ல... நீங்க அந்தப் பிள்ளைகளை மீண்டும் பள்ளியில் சேர்த்துக்கொள்ள வேண்டும்" என்று வலியுறுத்தினார்கள்.

"இப்படி தபாலில் மாற்றுச் சான்றிதழ் அனுப்புவதற்கான அதிகாரத்தை உங்களுக்கு யார் கொடுத்தார்கள். என்எல்சி நடத்துகிற பள்ளிக்கூடம்தானே. அரசு நடத்துகிற நிறுவனங்களில் பின்பற்றுகிற எல்லாத் தார்மீக நெறிகளையும் நீங்களும் பின்பற்ற வேண்டும். அப்பா தவறாக நடந்திருந்தால் காவல்துறையில் புகார்கூட கொடுங்கள். பிள்ளைக்கு எப்படி மாற்றுச் சான்றிதழ் கொடுக்க முடியும். பிள்ளைகளின் சாதியைக் கேட்டு, அவர்கள் பட்டியலினம் என்றதும் உடனே கிழித்துத் தபாலில் அனுப்பியிருக்கிறீர்கள். இதற்காகவே உங்கள்மீது வழக்குத் தொடுக்கலாம். இதெல்லாம் புரியாமல் நீங்கள் செய்துகொண்டிருக்கிறீர்கள். இந்த அடிப்படை விஷயம்கூட தெரியாமல் தலைமை ஆசிரியராக இருக்கிறீர்கள். ஆனால் படித்தவர்களிடம் மட்டுமே பேசுவேன் என்கிறீர்கள். முதலில் இதையெல்லாம் படிங்க சார்..." என்று சடசடவெனப் பேசினேன்.

எனக்கு ஆத்திரம் அடங்கவேயில்லை. அன்றிரவு வீட்டில் உட்கார்ந்து ஜவஹர் பள்ளியின் முதல்வர் செய்யும் ஊழல்கள் பற்றி விரிவாக ஆறு பக்கம் எழுதினேன். "சீரழிந்த நெய்வேலியின் கல்விச் சூழலைச் செப்பனிடுவோம் வாருங்கள் தோழர்களே..." என்று தலைப்பிட்டுப் பள்ளியின் பிரச்சினைகள் அனைத்தையும் மிகத் தெளிவாகக் குறிப்பிட்டேன். இரவிலேயே திருத்தி எழுதிக்கொண்டு வடலூர் போய்விட்டேன். என்எல்சி டவுன்ஷிப்பில் அப்போது நோட்டீஸ் அடிக்கமாட்டார்கள்.

யூனியன் மிக விழிப்புடன் செயலாற்றிய காலமாக இருந்தாலும் வெளியில் போய்தான் துண்டுப் பிரசுரம் அடிப்பார்கள். வடலூரில் உள்ள

அச்சகத்தில் இரவே அடித்துக்கொடுத்துவிடுகிறேன் என்றார் உரிமையாளர். அவரும், அவரது துணைவியாரும்தான் இருந்தார்கள். "நானும் உதவி செய்கிறேன்" என்று சொன்னேன். "வாங்க சார்" என்றார். சில மணி நேரங்களில் 2 ஆயிரம் நோட்டீஸ் தயாரானது. எனக்கு என்எல்சியில் குடிநீர் பராமரிப்புப் பிரிவில்தான் வேலை. எதிரேதான் பள்ளிக்கூடம். மிகவும் துணிச்சலாகத்தான் செயல்பட்டேன். காலையில் வேலையை முடித்துவிட்டுப் பள்ளியின் வாசலுக்கு நோட்டீஸ் கட்டுடன் 7.30 மணிக்கு வந்துவிட்டேன். பள்ளி செல்லும் பிள்ளைகளிடம் நானே நோட்டீஸ் கொடுத்தேன். இரண்டு ஊழியர்களையும் அழைத்துச் சென்றிருந்தேன். 7.45 மணிக்கு அந்தத் தலைமை ஆசிரியர் வந்தார். அவரிடமும் ஒரு துண்டுப் பிரசுரம் கொடுத்தேன். ஓர் இடம்விடாமல் நகரப் பகுதி, அனல் மின் நிலையம் எங்கும் கொடுத்தாகிவிட்டது. அடுத்த சில மணி நேரங்களில் ஊரே பரபரப்பாகிவிட்டது.

இந்தக் களேபரங்களுக்குப் பிறகுதான் நெய்வேலி பாலுவும் நானும் சந்திக்கிறோம். அந்தத் தருணத்தில், எங்கு வாய்ப்புக் கிடைத்தாலும் பள்ளிப் பிரச்சினை பற்றிப் பேசிக்கொண்டிருந்தேன். மக்கள் கல்வி இயக்கம் சார்பாகத்தான் நோட்டீஸை வெளியிட்டோம். மக்கள் கல்வி இயக்கம், தமிழ்நாடு - புதுவை என்று போட்டதும் இப்படியொரு இயக்கம் எங்கடா இருக்கு என்று பலரும் குழம்பினார்கள். மக்களிடம் பேச்சு தொடங்கியிருந்தது. பள்ளியில் நடைபெறும் பல்வேறு சிக்கல்களால் மனம் புழுங்கிக்கிடந்த ஆசிரியர்கள் போராடத் துணிந்தார்கள்.

இங்கு நாகர்கோயில், திருநெல்வேலி பகுதிகளைச் சேர்ந்த கல்யாணமாகாத பெண்கள்தான் அதிகமாக ஆசிரியர்களாக வேலை பார்த்தார்கள். அவர்களுக்குக் குறைவான ஊதியம் மட்டுமே கொடுக்கப்பட்டது. விடுதியில் தங்குவதற்கு இடம் கொடுப்பதால் அவர்களும் ஆர்வத்துடன் ஆசிரியர் பணிக்கு வந்தார்கள். ஆனால், அவர்களை அடிமைகளைப்போல நடத்தினார்கள். சொந்த ஊரிலிருந்து அவர்களுக்குக் கடிதம் வந்தால், படித்துவிட்டுத்தான் கொடுப்பார் அந்த ஆசிரியர். ஏதாவது பொருட்களை வாங்கிக் கொடுக்கச் சொல்லி நன்கொடை வசூலித்துப் பணி நியமனம் செய்வதுதான் நடைமுறையாக இருந்தது. எந்தக் கணக்கு வழக்கும் இல்லை. விடுதி பிள்ளைகள் கொடுக்கும் வாடகையைக்கூட பள்ளி நிர்வாகத்தில் கட்டுவது கிடையாது. முடிசூடா மன்னனாக அந்தத் தலைமை ஆசிரியர் அதிகாரத் திமிருடன் வலம் வந்துகொண்டிருந்தார்.

என்.எல்.சியில் எம்.எஸ்.மணி என்ற இயக்குநர் பணியில் இருந்தார். வேளாண் விஞ்ஞானி எம்.எஸ்.சுவாமிநாதனின் அண்ணன். மிகவும் நல்லவர், நேர்மையான மனிதர். எல்லோரும் எளிதாக அவரைச் சந்திக்கலாம். நெய்வேலி பாலுவும் நானும் ஜவஹர் பள்ளிக்கூட பிரச்சினையைப் பற்றி அவரிடம் பேசப்போகிறோம். அப்போதுதான் நான் புதிதாகப் பணியில் சேர்ந்திருக்கிறேன். ஓர் இயக்குநரை உதவிப் பொறியாளர் சந்திப்பது மிகப்பெரிய விஷயம். அலுவல்ரீதியாகக்கூடப் பார்க்க முடியாது. போராட்டம் நடத்திவிட்டு அவரைப் போய்ப் பார்க்கிறோம். நாங்கள் சொன்ன எல்லா விஷயங்களையும் பொறுமையாகக் கேட்டுக்கொண்டார். கடைசியாக அவர் சொன்னார்: "பள்ளியை அவர் கண்டிப்பாகத்தானே நடத்த வேண்டும்."

"சார் இவ்வளவு சிக்கல்கள் இருக்கிறதே" என்றோம்.

"எல்லாம் சரி, பள்ளியைக் கட்டுப்பாட்டுடன் நடத்துவது நல்ல விஷயம்தான் என்று நான் நினைக்கிறேன்" என்றார்.

"இவரை ஒன்றும் செய்ய முடியாது. எல்லோரையும் எப்படியோ கவர்ந்து வைத்திருந்தார். மக்கள் இறங்கிப் போராடினால் மட்டுமே பள்ளிக்கு விடிவு கிடைக்கும்" என்று பாலுவிடம் சொல்லிக்கொண்டு வந்தேன். ஆறு பக்க துண்டுப் பிரசுரத்தின் பாதிப்பு மெல்ல தொடங்கியிருந்தது. அதற்குப் பிறகு முதல்வர் சுந்தரத்தால் தன்னுடைய பெருமைக்குரிய பிம்பத்தைத் தூக்கி நிறுத்த முடியவில்லை. அவர் தேர்வில் செய்த மதிப்பெண் ஊழல்கள் மக்களுக்குத் தெரிந்துவிட்டன. பின்னர் பள்ளி ஆசிரியர்கள் போராட்டத்தைத் தொடங்கினார்கள்.

சிபிஎஸ்இ பள்ளியில் தோல்வியடையும் மாணவர்களை என்எல்சி பள்ளியில் சேர்த்துவிடுவார்கள். அவர்கள் நான்கைந்து ஆண்டுகள் ஆங்கிலவழியில் படித்துவிட்டுத் தமிழ்வழிக்கு வருவார்கள். ஒருகட்டத்தில் தமிழும் தெரியாமல் ஆங்கிலமும் தெரியாமல் திக்குத்தெரியாதவர்களாக நிர்கதியாக நிற்பார்கள். என்எல்சி பள்ளிகள் ஒருகாலத்தில் கடலூர் மாவட்டத்திலேயே மிகச்சிறந்த பள்ளிகளாக இருந்தன. ஜவஹர் பள்ளி தொடங்கியதிலிருந்து என்எல்சி பள்ளிகள் மாவட்டத்திலேயே கடைசிப் பள்ளிகளாக மாறிவிட்டன. என்எல்சி பள்ளிகள் ஒப்பந்தத் தொழிலாளிகளை உற்பத்திச் செய்யும் தொழிற்சாலைகளாக நடத்தப்படுகின்றன என்று துண்டுப் பிரசுரத்தில் எழுதியிருந்தோம்.

ஜவஹர் பள்ளி முதல்வருக்கு எதிராகவும், தங்களின் உரிமைகளுக்காகவும் பள்ளி ஆசிரியர்கள் நடத்திய போராட்டத்தில் நானும் கலந்துகொண்டு பேசினேன். நான் சென்றாலே அவர்களுக்கு உற்சாகம் ஏற்பட்டது. போராட்டம் நடத்தும் ஆசிரியர்களின் பொறுப்பாளர்கள் எல்லாம் என் வீட்டில் இரவில் உட்கார்ந்து ஆலோசனை நடத்தினோம். நான், பாலு உள்பட பலரும் அவர்களுக்காக வேலை செய்தோம். பிறகு ஜனநாயக சக்திகள் அனைவரும் ஆசிரியர்களுக்கு ஆதரவாகக் களமிறங்கினார்கள். பெரிய நெருக்கடி கொடுத்து மக்கள் போராடத் தொடங்கியதும் உடனடியாக என்எல்சி நிர்வாகம், சுந்தரத்தை முதல்வர் பொறுப்பிலிருந்து நீக்கியது. அதன் பின்னர்தான் ஊரே அமைதியானது. அதைத் தொடர்ந்து புதிய முதல்வரை நியமித்தார்கள். ஆசிரியர்களுக்குப் பதவி உயர்வு கொடுத்தார்கள். பழைய ஊழல்கள் இல்லாத புதிய பள்ளியாகச் சிறப்பாகச் செயல்படத் தொடங்கியது.

ஜவஹர் பள்ளியில் சில மாற்றங்கள் ஏற்பட்ட பிறகு, என்எல்சி பள்ளியைச் சீரமைக்கும் முயற்சிகளில் ஈடுபட்டோம். அங்குள்ள ஆசிரியர்கள் ஜவஹர் பள்ளி மாணவர்களுக்குத் தனிப்பயிற்சி எடுத்துக்கொண்டு இங்கே பாடங்களே நடத்துவதில்லை. இதுகுறித்து ஓர் ஆலோசனைக் கூட்டத்தை நான், பாலு, சிந்தனைச்செல்வன், எம்எல்எம். காசிம், மு.வரதராசன் ஆகியோர் ஒருங்கிணைத்து நடத்தினோம். ஜவஹர் பள்ளிப் பிரச்சினையின்போது என்எல்சி பள்ளி ஆசிரியர்கள் யாரும் சரியாகப் பாடம் நடத்துவதில்லை என்றும் சுட்டிக்காட்டியிருந்தோம். மெல்ல என்எல்சி பள்ளியின் சீர்கேடுகள் பற்றிய பேச்சும் மக்களிடம் பரவ ஆரம்பித்தது. தனிப்பயிற்சி எதிர்ப்புப் பிரச்சாரத்தைச் சுவரெழுத்து, துண்டுப்பிரசுரம் என ஊரையே கலகலக்க வைத்தோம். “தனிப்பயிற்சி ஆசான் ஒரு டிப்டாப் கொள்ளைக்காரன்.

“தனிப்பயிற்சி ஆசான்களை வெளியேற்றுவோம்”

“தனிப்பயிற்சி ஆசான்களைக் கண்டிக்கிறோம்”

“மாணவர்களே... தனிப்பயிற்சி ஆசான்களை எதிர்த்துப் போரிடுங்கள்”

என்று கண்டன வாசகங்களை எழுதிவைத்தோம். இப்படிக் களச் செயல்பாடுகளின் வழியாக மக்கள் கல்வி இயக்கமும் நல்ல அறிமுகத்தைப் பெற்றுக்கொண்டிருந்தது.

1991ஆம் ஆண்டு நெய்வேலியில் தனிப்பயிற்சி எதிர்ப்பு மாநில மாநாட்டைக் கூட்டினோம். அப்போது கல்யாணி, அ.மார்க்ஸ், ரவிக்குமார், கோச்சடை, மயிலாடுதுறை ராமதாஸ் உள்பட பலரும் வந்திருந்தார்கள். மாநாட்டில் பாமக தலைவராக இருந்த தீரனின் சிறப்புச் சொற்பொழிவு. பகலில் கருத்தரங்கு. மாலையில் பொதுக்கூட்டம். மிகச் சிறப்பாக மாநாடு நடந்துமுடிந்தது.

நெய்வேலியில் எங்கு டியூசன் நடந்தாலும், அங்கே நேரடியாகச் சென்று கண்டனத்தைத் தெரிவித்தோம். வீட்டில் புதிதாகக் கொட்டகைப் போட்டு நடத்திக்கொண்டிருப்பார்கள். உடனே நாலைந்து பேர் உள்ளே நுழைவோம். "இங்க யாரும் டியூசன் படிக்கக் கூடாது. எழுந்திருங்க. நாளைக்குப் பள்ளியில் பாடங்களை நடத்துவார்" என்று சொல்லிப் பையன்களை வெளியே அனுப்புவோம். விடுதலை கிடைத்த மகிழ்ச்சியில் அவர்கள் வீட்டுக்கு ஓட்டம் எடுப்பார்கள். டியூசன் ஆசான்களை மிரட்டவேண்டும் என்பதற்காக அப்படி அதிரடிப் பணிகளில் ஈடுபட்டோம். நெய்வேலி நகர்பகுதியில் ஆசிரியர்கள் யாரும் டியூசன் எடுக்க முடியாத அளவுக்குப் பிரச்சாரம் செய்தோம்.

ஆனால், சாமானியப் பிள்ளைகளுக்கு ஒரு மாற்று வேண்டுமே என்று யோசித்தோம். என் பக்கத்து வீட்டில் திராவிடர் கழகத்தில் இருந்த அருணாச்சலம் தனியாக வசித்தார். அவருடைய வீட்டில் பன்னிரண்டாம் வகுப்பு மாணவர்களுக்கு மட்டும் இலவச டியூசன் நடத்தலாம் எனத் திட்டமிட்டோம். கணிதம், ஆங்கிலம், அறிவியல் பாடங்களில் பாடம் நடத்தக்கூடிய திறன் படைத்த பொறியாளர்கள் இருந்தார்கள். அவர்களிடம் கேட்டதும் மறுப்பேதும் சொல்லாமல் பலரும் ஒப்புக்கொண்டார்கள். அறிவிப்புச் செய்தோம். அடுத்த நாளே மாணவர்கள் ஆர்வத்துடன் டியூசனில் சேர்ந்திருந்தார்கள். ஒரு மாதம் நன்றாக வகுப்புகள் நடந்துகொண்டிருந்தன.

திடீரென ஒருநாள் *தினமலர்* நாளிதழில் காவல்துறைக் கண்காணிப்பாளர் பெயரில் ஓர் அறிக்கை வெளியாகியிருந்தது. அப்போது ஜாங்கிட் எஸ்பியாக இருந்தார். "டியூசன் எதிர்ப்பு என்ற போர்வையில் தீவிரவாதத்தை மாணவர்களுக்குப் போதிக்கிறார்கள். இவர்கள் விடுதலைப்புலி ஆதரவாளர்கள். இவர்கள் மீது நடவடிக்கை எடுக்கப்படும்" என்று எழுதியிருந்தார்கள். அடுத்த நாளே ஜாங்கிட்டைக் கண்டித்து ஒரு நோட்டீஸ். "டியூசன் எடுக்கும் ஆசான்களுக்கு ஆதரவாக விவரமே தெரியாமல் ஒரு எஸ்பியே இப்படி நடந்துகொண்டால் என்ன நியாயம். இதை வன்மையாகக் கண்டிக்கிறோம்.

இந்தப் போக்கை மாற்றிக்கொள்ளாவிட்டால், எஸ்பிமீது நடவடிக்கை எடுக்கக் கோரி வீதியில் இறங்கிப் போராட நேரிடும்" என்று கண்டனம் தெரிவித்திருந்தோம். இது பெரிய பரபரப்பான செய்தியாக மாறிவிட்டது.

அடுத்த நாளிலிருந்து இலவச டியூசன் வகுப்புக்கு மாணவர்கள் வரவில்லை. பயந்துவிட்டார்கள். ஆனால், டியூசன் எதிர்ப்பு மாநாட்டிற்குப் பிறகு டியூசன் எடுப்பது நெய்வேலியில் மிகவும் குறைந்துபோயிருந்தது.

இந்த நாட்களில் எனக்கு மிகவும் பழக்கமான ஒரு தலைமை ஆசிரியரைப் பற்றிக் குறிப்பாகச் சொல்ல வேண்டும். என்எல்சி பள்ளியில் வைத்தியநாதேஸ்வரன் என்ற தலைமை ஆசிரியர் பணியில் இருந்தார். இன்றும் அவர் தஞ்சாவூரில் வசித்துவருகிறார். மிகவும் அற்புதமான தலைமை ஆசிரியர். சமூகத்தில் ஒடுக்கப்பட்ட மாணவர்கள்மீது மிகுந்த அக்கறையும், சாதாரண மக்கள் படிக்க வேண்டும் என்ற விருப்பமும் கொண்டவர்.

கிராமப்புற மாணவர்கள்தான் என்எல்சி பள்ளியில் படிப்பார்கள். நகர்ப்பகுதியில் உள்ள ஒரு பிள்ளையும் தமிழ்வழிப் பள்ளியில் படிக்காது. கடைநிலை ஊழியர்கள் வரைக்கும் மெட்ரிக்குலேஷன் பள்ளியில்தான் இடம் கேட்டுக் கெஞ்சுவார்கள். தொலைதூர கிராமங்களிலிருந்து வரும் மாணவர்கள் மதிய உணவில்லாமல் வருவார்கள். நகரத்துப் பள்ளிகளில் படிப்பில் மந்தம் என வெளியே தள்ளப்படும் தொழிலாளர்களின் பிள்ளைகளும் இங்கு படித்துவந்தார்கள். அவர்களுக்கு மதியம் உணவு வாங்கிக் கொடுப்பார். "சாப்பாடு கொடுக்கும் ஆர்வம் இருந்தால், இரண்டு டப்பா எடுத்துட்டு வாங்கடா" என்று வகுப்பில் அறிவிப்பார். சிலர் கொண்டுவருவார்கள். அதில் ஒரு டப்பாவை குறிப்பிட்ட ஓர் அறையில் கொண்டுபோய் வைக்கச் சொல்வார். "சாப்பாடு யாருக்கு இல்லியோ. அவர்கள் எடுத்துச் சாப்பிட்டுவிட்டுக் கழுவி வைச்சுடுங்க" என்று மாணவர்களுக்குத் தெரிவித்துவிடுவார். வைத்தியநாதேஸ்வரன் பணியில் இருக்கும் வரை இப்படியான நற்காரியம் பல செய்துவந்தார். ஒருநாள் என்னை அழைத்துப்போய் அந்த அறையைக் காட்டினார். நெகிழ்ச்சியாக இருந்தது.

"டியூசன் எதிர்ப்புப் பிரச்சாரம் செய்தபோது, அது அவருக்கு பேருதவியாக இருந்தது. அடிக்கடி நீங்க பள்ளிக்கு வந்துட்டுப் போங்க. நீங்கள் வந்தால் டியூசன் வாத்தியார்கள் கொஞ்சம் பயப்படுகிறார்கள்" என்று சொன்னார். நானும் நேரம் கிடைக்கும்போதெல்லாம் அவரைப்

பள்ளிக்குச் சென்று சந்திப்பேன். சில நேரங்களில் ஏழைப் பிள்ளைகளுக்கு உதவி தேவையென்றாலும் சொல்வார். ஆசிரியர்களிடம் கண்டிப்பாக இருப்பார். மாணவர்களை மிகுந்த அக்கறையுடன் நடத்துவார். அந்தப் பள்ளியில் படித்த கடைநிலை ஊழியரின் மகன், புதுச்சேரியில் பிரபலமான மருத்துவராகப் பணியாற்றுகிறார். ஒரு சாதாரண மாணவனை அந்த அளவுக்கு உயர்த்தியதில் தலைமை ஆசிரியருக்கு மிக முக்கியப் பங்கு இருக்கிறது. சிறந்த கல்விப்பணிக்காக அவருக்கு மாநில மற்றும் தேசிய விருதுகள் கிடைத்தன. இரண்டு விருதுகளுக்கும் பொதுவெளியில் அவருக்குப் பாராட்டுக் கூட்டம் நடத்தினோம். அவர் காலத்தில் அவரிடம் பயின்ற பல மாணவர்கள் நல்ல மதிப்பெண் தகுதியுடன் பொறியியல் மற்றும் மருத்துவப் படிப்புகளில் சேர்ந்தார்கள்.

வைத்தியநாதேஸ்வரனுக்குப் பாராட்டுக் கூட்டம் வைத்திருந்தோம். அவர் பிராமணராக இருந்தும்கூட, திராவிடர் கழகத்தின் நகரச் செயலர் திரு.ஜெயராமன் அவர்களைக் கூட்டத்திற்கு அழைத்திருந்தோம். முன்வரிசையில் பலர் கருப்புச் சட்டையுடன் அமர்ந்திருந்தார்கள். அவர்களைப் பார்த்து மிகவும் நெகிழ்ந்துவிட்டார். "சாதாரணப் பிள்ளைகளுக்குக் கல்வி கொடுப்பவன்தான் கடவுள். அதையெல்லாம் தாண்டித்தான் உங்களைப் பார்க்கிறோம். உங்களைப் பாராட்ட வேண்டிய கடமை எங்களுக்கு இருக்கிறது. அதனால்தான் அழைத்துவந்தோம்" என்று அவரிடம் விளக்கமளித்தேன். இரண்டு பாராட்டுக் கூட்டங்களும் மிகச்சிறப்பாக நடந்தன. தேசிய விருது வாங்கியபோது விகடன் பத்திரிகையாளர் நண்பர் தி.முருகனை அழைத்துப் பேட்டி எடுக்கவைத்தோம். தலைமை ஆசிரியர் வைத்தியநாதேஸ்வரன் ஓய்வுக்குப் பிறகும் தொடர்பில் இருக்கிறார். "நான் பள்ளிக்கூடம் நடத்த ரொம்ப உதவியாக இருந்தீங்க. நீங்க பொதுவெளியில் நடத்துகிற போராட்டங்களைப் பயன்படுத்திக்கிட்டேன்" என்று என்எல்சி நாட்களை நினைவுகூர்வார். நான் ஓய்வுபெற்றபோது முதல் தகவலை அவரிடம்தான் தெரிவித்தேன். "ஓய்வுபெற்றுவிட்டேன் சார். காலையில் உங்கள் ஞாபகம்தான் வந்தது" என்றேன். "இத்தனை ஆண்டுகளுக்குப் பிறகும் என்னை நினைவில் வைத்திருப்பது நான் பெற்ற பேறு" என்று தழுதழுத்த குரலில் தெரிவித்தார்.

புதுச்சேரி, நெய்வேலி நகரங்களில் ரவிக்குமார், ஜவஹர், இரவிச்சந்திரன், புலவர் மு.வரதராசன், பொறியாளர் இராமசாமி, பக்கிரிசாமி, சிந்தனைச் செல்வன், எம்.பி.கணேசன், வாணன், முனியப்பன். எம்எல்எம்.காசிம் ஆகிய நண்பர்களுடன் தலித் கலை விழாக் குழுவை அமைத்திருந்தோம்.

காலையில் 8 மணிக்குத் தொடங்கி, அடுத்த நாள் காலை 6.30 மணி வரை 24 மணிநேர விழாவாக நடந்தது. எழுத்தாளர் இந்திரா பார்த்தசாரதி எழுதிய 'நந்தன் கதை' நாடகத்தை அரங்கேற்றினோம்.

எங்களுடன் தொடர்ந்து பயணிக்கும் கல்யாணி, பழமலய் உள்ளிட்ட பேராசிரியர்களும் விழாவில் கலந்துகொண்டார்கள். சமூக மாற்றத்திற்காகத் தொடர்ந்து பணி செய்ய வேண்டும் என்ற தீவிர எண்ணம் இருந்தது. தமிழக அரசியல் களத்தில் குறிப்பாக, தலித் விடுதலை இயக்க வெளியில் ஒரு தலைவராக தொல்.திருமாவளவன் வளர்ந்துகொண்டிருந்த காலகட்டம். மாலை கலைவிழாவில் நடந்த பொதுக்கூட்டத்தில் அவர் பங்கேற்றுப் பேசினார். மிகப்பெரிய எழுச்சியான கலைவிழா.

நெய்வேலியில் வட்டம் 24 திருமண மண்டபத்தில்தான் விழாவை நடத்தினோம். அது நெய்வேலியில் மிகப்பெரிய மண்டபம். அப்போது என்எல்சி நிர்வாகத்திடம் முதல்முறையாகத் தலித் கலைவிழா என்று சொல்லி நிதியுதவி கோரிக்கை வைத்தோம். "எல்லா நிகழ்வுகளுக்கும் கொடுக்கிறார்கள். இந்த விழாவுக்குக் கொடுத்தால் என்ன?" என்று தலித் கலை விழாக் குழுவின் சார்பில் நானும் எம்.பி.கணேசனும் அதிகாரிகளைச் சந்தித்தோம். 10 ஆயிரம் ரூபாய் நிதியுதவி வழங்கினார்கள். ரவிக்குமார் தொகுத்த 'சாதியும் வர்க்கமும்' என்ற நூலைக் கொண்டுவந்தோம். மிகப்பெரிய அளவில் பேசப்பட்ட நூலாக அது இருந்தது. அடுத்துவந்த தேர்தலில் அனைத்து அரசியல் கட்சிகளும் தேர்தல் அறிக்கை எழுதுவதற்கு அந்தத் தொகுப்பைப் பயன்படுத்தினார்கள்.

தமிழகத்தில் எங்கெல்லாம் தலித் கலைக் குழுக்கள் இருந்தனவோ, அவற்றை எல்லாம் வரவழைத்தோம். அதன் மையமாக இருந்தது சாதி ஒழிப்புதான். தலித் அல்லாதவர்கள் நடத்திய பறை இசைக்குழுக்களும் வந்திருந்தன. புதுச்சேரி பல்கலைக்கழகப் பேராசிரியர் கே.ஏ.குணசேகரன் கலைக்குழுவின் ஒருங்கிணைப்பில் பெரும் பங்கு வகித்தார். கவிஞர் இன்குலாப் எழுதிய 'நாங்க மனுசங்கடா...' என்ற பாடல் கே.ஏ.குணசேகரன் குரலிசையில் பட்டித்தொட்டி எங்கும் பிரபலமடைந்திருந்தது. கலை விழாவிலும் அந்தப் பாடல் பாடப்பட்டது.

பாடலை எழுதியவர் குணசேகரன் என்கிற அளவுக்குப் புகழ்பெற்றிருந்தது. ஒருபக்கம் சமையல், சாப்பாடு என தடபுடல் ஏற்பாடுகள். சிறு இசைக்குழுக்களுக்குச் சன்மானம், கலைஞர்கள் அனைவருக்கும் துண்டு போர்த்தி மரியாதை என்று களைகட்டியது.

விழாச் செலவுகளுக்காக ஆயிரம் ரூபாயாக 76 பேரிடம் நன்கொடை வாங்கினோம். அதாவது 30 ஆண்டுகளுக்கு முன்பு அப்படி வசூல்செய்வது மிகப்பெரிய சாதனை. தலித் கலை விழாவுக்கு நாம் ஏன் நன்கொடை கொடுக்க வேண்டும் என்று யாரும் சுருக்கிப் பார்க்கவில்லை. மனமுவந்து நிதியுதவி செய்தார்கள். பட்டியலினத்தைச் சேராத என் நெருங்கிய நண்பர்கள் பலர் விழாவில் முன்வந்து பணியாற்றினார்கள். பொறியாளர் இராமச்சந்திரன் ஒரு மலையாளி. விழாவில் ஈடுபாட்டோடு வேலை செய்தார். அதைப் பார்த்தவர்கள் அவரையும் தலித் என நினைத்து அவரிடமே கேட்டிருக்கிறார்கள்.

விழாவில் சிவகாமி ஐ.ஏ.எஸ் அவர்களின் சூழலியல் விழிப்புணர்வு குறும்படம் திரையிடப்பட்டது. என்எல்சி அமராவதி தியேட்டரில் அனுமதி வாங்கிப் படத்தைத் திரையிட ஏற்பாடுகள் செய்தோம். தியேட்டர் கொள்ளாத பார்வையாளர்கள். இன்று நினைத்தாலும் மனங்களில் உற்சாகத்தை உருவாக்கக்கூடிய மிகச்சிறப்பான கலைவிழா.

பின்னர் 1995ஆம் ஆண்டு நெய்வேலியில் இரட்டை வாக்குரிமை மாநாடு. தலித் கலை விழாவை நடத்திய அதே குழுவினரின் ஏற்பாடுதான். புதுச்சேரி, விழுப்புரம், அரக்கோணம், வேலூர் போன்ற நகரங்களில் இரட்டை வாக்குரிமை மாநாடு நடத்தப்பட்டது. அவை மாநிலம் முழுவதும் பதற்றத்தை உருவாக்கின. மேலும், அரசியல் தலைவர்களின் பேசுபொருளாக இரட்டை வாக்குரிமை மாறியிருந்தது. ஜூனியர் விகடனில் அட்டைப்படச் செய்திக்கட்டுரையாக எழுதினார்கள்.

இரட்டை வாக்குரிமை என்பது வட்டமேஜை மாநாட்டில் அம்பேத்கர் வைத்த கோரிக்கை. தலித் மக்களுக்கு அவர் இரண்டு வாக்குகள் கேட்டார். தங்களுக்கான பிரதிநிதியைத் தாங்களே தேர்ந்தெடுப்பதும், அதேவேளை பொது வேட்பாளருக்கும் வாக்களிப்பதுமாக இரட்டை வாக்குரிமையை அம்பேத்கர் வலியுறுத்தினார். தலித்துகளின் பிரதிநிதியைச் சாதி இந்துக்களும் சேர்ந்து தேர்ந்தெடுக்கிறபோது, தலித் மக்களுக்கான பிரதிநிதியாக அவரால் செயலாற்ற முடியாது என்ற கருத்தை முன்வைத்தார். அவர்களுக்குச் சேவகம் செய்கிற ஓர் அடிமையைத்தான் தேர்ந்தெடுப்பார்கள். நல்ல விழிப்புணர்வுள்ள, விவரமான, தலித் விடுதலையில் அக்கறையுள்ள ஒருவரை எந்தக் காலத்திலும் இவர்கள் தேர்ந்தெடுக்க மாட்டார்கள் என்று வாதிட்டு இரட்டை வாக்குரிமை கேட்டார்.

புனா ஒப்பந்தம் மூலம் இரட்டை வாக்குரிமை என்ற உரிமையைப் பறித்தார் காந்தி. "இல்லையென்றால் இந்துகள் என்ற அடையாளத்திலிருந்து தலித் மக்கள் வெளியேறிவிடுவார்கள். என் சகோதரர்கள் இந்து மதத்திலிருந்து வெளியேறுவதை என்னால் தாங்க முடியாது" என்று சாகும்வரை உண்ணாவிரதம் அறிவித்தார் காந்தி. "காந்தியின் உயிரைக் காக்க என் மக்களின் விடுதலையைக் கனத்த இதயத்தோடு விட்டுக்கொடுக்கிறேன்" என்று அறிவித்தார் அம்பேத்கர். பின்னர் காந்தியைப் பற்றிய கடுமையான விமர்சனங்களை முன்வைத்தார். அம்பேத்கரின் அரசியல் வரலாற்றில் புனா ஒப்பந்தம் மிக முக்கியமான இடிதான். எனவே மீண்டும் இரட்டை வாக்குரிமை கோரிக்கையை எழுப்புவது மிகச் சரியானது என்று ஆலோசித்து மாநாட்டை ஏற்பாடு செய்தோம்.

தொல்.திருமாவளவன், தலித் எழில்மலை, எல்.இளையபெருமாள் உள்ளிட்ட பலரும் பங்கேற்றார்கள். விழுப்புரத்தில் நடந்த மாநாட்டில் இரட்டை வாக்குரிமைக்கு எதிராக திருமாவளவன் பேசினார். "தேர்தல் பாதை திருடர் பாதை. இவர்கள் அம்பேத்கர் கூறினார் என்று இரட்டை வாக்குரிமையைக் காரணம் காட்டி தேர்தல் பாதைக்கு மக்களை இழுத்துச் செல்வதற்குச் சூழ்ச்சி செய்கிறார்கள்" என்று விமர்சித்தார். கடைசியாக அவர் பேச்சை முடிக்கும்போது, "இதுவொரு ஏமாற்று. தேர்தல் பாதையை அம்பேத்கர் சொல்லியிருந்தாலும்கூட தவறு" என்று கடுமையாகப் பேசினார். அது விடுதலைச் சிறுத்தைகளின் தொடக்கக்காலம். மேடையில் இளையபெருமாள் இருந்தார். மாநாட்டிற்குப் பிறகு ஒருநாள் அவர் நெய்வேலிக்கு வந்திருந்தார். அன்று அவரைச் சந்திக்க வந்திருந்த சிந்தனைச்செல்வனிடம் நேரடியாகக் கேட்டார்: "படித்த பிள்ளைகள் தங்களுடைய பணிகளுக்கு இடையிலும் இரட்டை வாக்குரிமையை மீண்டும் நினைவூட்டி மிகப்பெரும் அரசியல் பணியைச் செய்கிறார்கள். விருப்பமென்றால் கலந்துகொள்ளலாம். இல்லையென்றால் எதிர்க் கருத்தை நாசுக்காகச் சொல்லலாம். ஏமாற்று என்று திருமாவளவன் பேசியது என்ன அணுகுமுறை. அம்பேத்கர் சொல்லியிருந்தால்கூட தவறு என்று சொல்லும் அளவுக்கு நீங்கள் வளர்ந்துவிட்டீர்களா. இது தவறில்லையா" என்று அவருக்குரிய மென்மையான குரலில் கேட்டார். அறையில் அமைதி நிலவியது. அந்த நாட்கள் எல்லோரும் அரசியலில் வளர்ந்துவரும் அரும்புப் பருவமாக இருந்தது.

எங்கள் தொடர் வேலைகளைப் பார்த்து வியந்த பலரும் இவர்களுக்கு எங்கிருந்து பணம் வருகிறது என்று சந்தேகப்பட்டார்கள். தேர்தல் அரசியலில் ஈடுபடாத காலத்தில் திருமாவளவன், அரங்க குணசேகரன், விழுப்புரம் நிக்கோலஸ், ஆதித்தமிழர் பேரவை கல்யாணசுந்தரம் ஆகியோர் ஒரு கூட்டணியாகத் தேர்தல் புறக்கணிப்பு வேலைகளைச் செய்துகொண்டிருந்தார்கள். விழுப்புரத்தில் அவர்கள் முகாமிட்டிருந்தபோது, நெய்வேலி இரட்டை வாக்குரிமை மாநாட்டுக்கு வாருங்கள் என்று நேரில் சென்று அழைத்தோம். என்னிடம் அரங்க குணசேகரன் கிண்டலாகக் கேட்டார்: "இவ்வளவு வேலைகள் செய்துகொண்டிருக்கிறீர்கள். உங்களுக்கு எங்கிருந்து பணம் கிடைக்கிறது" விழுப்புரம் நிக்கோலஸ், ஒரு தன்னார்வத் தொண்டு நிறுவனத்தை நடத்திவந்தார். அவர்தான் அவர்களைத் தங்கவைத்திருந்தார். தலித் விடுதலை ஆர்வலராக இருந்தார். தலித் மக்களுக்கு எதிரான பிரச்சினைகள் பற்றிய பொதுக்கூட்டங்களையும் கருத்துப் பிரச்சாரங்களையும் கூட்டாகச் செய்ய உதவியாக இருந்துவந்தார்.

அரங்க குணசேகரன் கேட்டது எனக்குச் சங்கடத்தை ஏற்படுத்தியது. "இல்லை தோழர். தொடர்ந்து வேலை செய்தால் பணம் ஒரு பிரச்சினையில்லை. அதுதான் எங்களுக்குக் கிடைத்த அனுபவம். தலித் பிரச்சினைக்குப் பணத்தைக் கொடுத்து மாநாட்டை நடத்து என்று சொல்கிறவர்கள் இந்தியாவில் யாராவது இருக்கிறார்களா? அப்படியே இருந்தாலும் உங்களிடம் கொடுக்காமல், எங்களிடமா கொடுப்பார்கள். எங்களுக்கு எந்த என்ஜிஓவும் பணம் தரவில்லை" என்றேன்.

உண்மையிலேயே தலித் மக்களுக்கு அதிக பிரச்சினைகள் இருக்கின்றன. அதேபோல நிறைய தலைவர்களும் தேவைப்படுகிறார்கள். காலையில் எழுந்து குடிநீர்க் குழாயில் தண்ணீர் பிடிப்பதிலிருந்து இரவு படுக்கைக்குப் போகும்வரை குடியுரிமை பிரச்சினையை எதிர்கொள்கிறார்கள். தலித்துகளுக்குப் பெரிய அளவில் அரசியல் மாநில அளவில் மற்றும் தேசிய அளவில் பேசும் தலைவர் தேவை என்பதோடு, ஒவ்வொரு தெருவிற்கும்கூட ஒரு தலைவர் தேவைப்படுகிறார். சின்னச் சின்னப் பிரச்சினைகளைத் தீர்த்துவைப்பதற்கும் கீழ்மட்ட அளவில் தலைவர்களுக்கான அவசியத் தேவை இருக்கிறது.

இரட்டை வாக்குரிமை மாநாட்டை விழுப்புரத்தில் டாக்டர் ஆறுமுகம், டாக்டர் சுதாமன் ஆகிய நண்பர்கள் முன்னின்று நடத்தினார்கள்.

அரக்கோணத்தில் தலித் மக்கள் வே.முன்னணியைச் சேர்ந்த மோகன் ஒருங்கிணைப்பில் நடைபெற்றது. அதில் ஆனைமுத்து போன்றவர்கள் கலந்துகொண்டார்கள். அதேபோல வேலூரிலும் நடந்தது. அந்தந்தப் பகுதிகளில் உள்ள திராவிடர் கழகத்தின் முக்கியப் பிரமுகர்களும் மாநாட்டில் கலந்துகொண்டார்கள். அந்த ஆறு மாநாடுகளும் அரசியல் தளங்களில் விவாதங்களை உருவாக்கும் அளவுக்குச் சிறப்புப் பெற்றன. பிரபல பத்திரிகைகளில் முக்கியத்துவம் கொடுத்து மாநாட்டைப் பற்றிச் செய்திக் கட்டுரைகள் எழுதினார்கள்.

அதே காலகட்டத்தில் சிதம்பரம் தொகுதியில் தலித் எழில்மலை பாமக வேட்பாளராகத் தேர்தலில் போட்டியிட்டார். தலித் வேட்பாளரை நிறுத்துவதன் மூலம் டாக்டர் ராமதாஸ், தன்னை முற்போக்காளராகக் காட்டிக்கொண்டார். "எங்களுக்குக் கிடைக்கும் முதல், அமைச்சர் பதவியை ஒரு தலித்துக்குத்தான் கொடுப்போம்" என்று அறிவித்தார். எழில்மலையை ஆதரித்துப் பிரச்சாரம் செய்தோம். இரட்டை வாக்குரிமை மாநாடு, தலித் கலைவிழா போன்ற நிகழ்வுகளில் அவர் பங்கேற்றது மக்களிடம் நல்ல அறிமுகத்தையும் வரவேற்பையும் கொடுத்திருந்தது. அவர் ஆங்கிலம், ஹிந்தி மொழிகளில் சரளமாகப் பேசக்கூடியவராக மொழிப்புலமை பெற்றிருந்தார். இராணுவத்தில் பணியாற்றி ஓய்வுபெற்றவர். அம்பேத்கரை ஆழ்ந்து வாசித்தவர். காந்தியைப் பற்றிக் கடுமையாக விமர்சிப்பார். அதெல்லாம் அவர் எம்பியாக வெற்றிபெற உதவியாக இருந்தது. தலித் எழில்மலை, ஒரு மிகப்பெரும் ஆளுமையாக உருவான காலம்.

என்.எல்.சியில் பட்டியலின மற்றும் பழங்குடியின ஊழியர்களுக்கான காலிப் பணியிடங்கள் நீண்டகாலம் பூர்த்தி செய்யப்படாமல் இருந்துவந்தன. என்எல்சி இயக்குநராக நரசிம்மன் பத்து ஆண்டுகள் பணியாற்றினார். பட்டியலின மற்றும் பழங்குடியின ஊழிய நலனுக்கு எதிராகத் திட்டமிட்டு வேலை செய்துகொண்டிருந்தார். என்எல்சி தலைமை அலுவலகத்தில் அதிகாரிகள் முன்வாசல் வழியாகத் தலைமை அலுவலகத்துக்குள் நுழைய முடியாத அளவுக்கு 15 நாட்கள் தொடர்ப் போராட்டம் நடத்தினோம். அதிகாரிகள் பின்வாசல் வழியாகச் செல்ல நேர்ந்தது.

தலித் எழில்மலை மத்திய அமைச்சராக இருந்ததால், நிலக்கரித் துறை அமைச்சரைச் சந்தித்துக் கோரிக்கைகளைப் பேசிமுடித்துவிட்டதாகக்

கூறினார். போராட்டக் களத்திற்கு டாக்டர் ராமதாஸ் வருகைதந்து போராட்டத்தை முடித்துவைத்தார். அன்றைக்கு நெய்வேலியில் திருமாவளவன் பொதுக் கூட்டத்தில் பேசுகிறார். இங்கிருந்த விடுதலைச் சிறுத்தை தொண்டர்கள் அங்கே சென்றுவிட்டார்கள். "டாக்டர் அங்கே போராட்டத்தை முடித்துவைக்கிறார். நீங்கள் எல்லாம் அங்கே செல்லுங்கள்" என்று திருமாவளவன் அனுப்பிவைத்தார்.

நான் அதிகாரியாக இருந்தாலும், என்எல்சி இயக்குநரின் செயல்பாடுகளைக் கண்டித்து நடந்த போராட்டத்தில் கலந்துகொண்டு பேசினேன். இப் போராட்டத்தின் மூலம் கிடைத்த வெற்றி பட்டியலின மற்றும் பழங்குடி ஊழியர்கள் சங்கத்திற்குக் கிடைத்த பெருமையாகப் பேசப்பட்டது. பிறகு அந்தச் சங்கத்திற்கு தலித் எழில்மலையைப் புரவலராக நியமித்தார்கள். நேர்மையாகவும் திறமையாகவும் இருந்த பலர் தலைமைதாங்கி சங்கத்தை மேம்படுத்தினார்கள். அந்த நாட்களில்தான் நிரப்பப்படாமல் தேங்கிய காலியிடங்கள் (backlog vacancies) நிரப்பப்பட்டன. பதவி உயர்விலும் இடஒதுக்கீடு வழங்க வேண்டும் என்ற முறை, என்எல்சியில் கொண்டுவரப்பட்டது. மத்திய அமைச்சரவையில் ராம்விலாஸ் பாஸ்வான் இருந்தபோது அதற்கான முயற்சிகள் செய்யப்பட்டன. ஆனால், அதை நடைமுறைப்படுத்துவதில் காலம் தாழ்த்தினர். பின்னாளில் அது எழில்மலையின் தொடர் முயற்சியால் சாத்தியமானது.

என்எல்சி பள்ளிகள் மிகவும் மோசமான நிலையில் இருந்தன. கர்னல் சைமன் என்பவர் நகர நிர்வாக அதிகாரியாக இருந்தார். சில அதிகாரிகளின் பெயர்களைக் கொடுத்து, அவர்களில் ஒருவரை 18 என்எல்சி பள்ளிகளின் செயலாளராக ஆக்குங்கள் என்று சைமனிடம் என்எல்சியின் மனிதவள இயக்குநர் உத்தரவிட்டார். "அவரை நியமித்தால் நன்றாக இருக்கும்" என்று என் பெயரைப் பரிந்துரை செய்திருக்கிறார் சைமன்.

அப்போது நான் என்எல்சி டவுன்ஷிப் குடிநீர் விநியோகப் பிரிவின் செயற்பொறியாளராக இருந்தேன். "அப்புறம் நான் கொடுத்த ஆறு பேரும் பயனற்றவர்களா" என்று இயக்குநர் நரசிம்மன் கேட்டிருக்கிறார். "இந்தப் பணிக்கு இவரைப் போட்டால் நன்றாக இருக்கும் என்பது என் கருத்து" என்று சைமன் சொன்னதும், "நீங்கள் எழுத்துப்பூர்வமாகக் கொடுங்கள்" என்று கூறியிருக்கிறார். "தனக்குக் கீழ்ப் பணிபுரிபவர்களை மிகச் சிறப்பாகக் கையாளுகிறார்" என்று என்னைப் பற்றிக் குறிப்புகளை

சைமன் கொடுத்திருக்கிறார். பிறகு தவிர்க்க முடியாமல் என்னைக் கல்வித்துறைச் செயலாளராக நியமனம் செய்தார்கள். நிர்வாகத்தை எதிர்த்துப் போராட்டங்களைக் கடந்த காலத்தில் நடத்தியிருந்தாலும், அதில் நியாயம் இருந்ததால் அவர்களே பின்னாளில் ஆக்கப்பூர்வமான பணிகளுக்கு என்னைப் பயன்படுத்தும் நிர்பந்தம் ஏற்பட்டது. நேர்மையான பணிகள்தான் எனக்கான தனித்துவமான அடையாளமாக மாறியிருந்தது. இப்படியே 35 ஆண்டுகள் கடந்தன.

18 பள்ளிகளின் கல்விச் செயலாளர் பொறுப்பை ஏற்றுக்கொண்டேன். அந்தத் தருணத்தில் என்எல்சி பள்ளி ஆசிரியர்கள் குறிப்பாக அறிவியல், கணித ஆசிரியர்கள் ஜவஹர் பள்ளிக் குழந்தைகளுக்கு முழுமூச்சாக டியூசன் எடுத்துக்கொண்டிருந்தார்கள். அதாவது அனுபவமுள்ள அரசுப் பள்ளி ஆசிரியர்கள், இவர்கள்தான் பொதுத்தேர்வுக்குக் கேள்வித்தாள் தயாரிக்கிறார்கள் என்ற கருத்துப் பெற்றோர்களிடம் பரவியிருந்தது. அவர்களிடம் பிள்ளைகள் படித்தால் 200க்கு 200 மதிப்பெண்கள் எடுத்துவிடலாம் என்று நினைத்தார்கள். கூட்டம் கூட்டமாகப் போய் அவர்களிடம் டியூசன் படித்தார்கள். ஜவஹர் பள்ளி மாணவர்களின் டியூசன் தேர்வுத் தாளை என்எல்சி பள்ளியில் உட்கார்ந்து அந்த ஆசான்கள் திருத்துவதும், அதை என்எல்சி பள்ளிப் பிள்ளைகளிடம் கொடுத்து மொத்த மதிப்பெண்கள் போடச் சொல்வதும் என மிக மோசமான சூழல். காலையில் இரண்டு பேட்ச், மாலையில் இரண்டு பேட்ச் டியூசன் நடத்திவிட்டுப் பள்ளியில் வந்து எப்படிப் பாடம் நடத்த முடியும். என்எல்சி மாணவர்களின் கல்வித்தரம் அதலபாதாளத்திற்குச் சென்றுகொண்டிருந்தது.

ஒருகாலத்தில் டியூசனுக்கு எதிரான போராட்டங்களை முன்னெடுத்தது மற்றும் தொடர்ந்து கல்வி மேம்பாட்டுக்காகக் குரல்கொடுத்தது போன்ற காரணங்களால்தான், செயலாளர் பதவிக்கு என்னைப் பரிந்துரை செய்திருந்தார்கள். நான் பொறுப்பெடுத்தபோது, பள்ளியில் எதுவும் நேரத்திற்கு நடக்கவில்லை. ஆசிரியரும் மாணவரும் அவரவர் விருப்பத்திற்கு வரலாம், செல்லலாம் என்கிற நிலைதான் இருந்தது.

பெரும்பாலான டியூசன் வாத்தியார்கள் எப்படி இருந்தார்கள் என்பதற்கு இதுவே சிறந்த உதாரணமாக இருக்கும். ஒருநாள் பள்ளியைப் பார்வையிடச் செல்லும்போது பள்ளிக்கு வெளியே டாக்சி ஒன்று நின்றது. "இங்கே ஏன் டாக்சி நிற்கிறது?" என்று கேட்டேன். "அது ஒரு ஆசிரியருடையது" என்றார்

தலைமை ஆசிரியர். மேலும் விசாரித்தால், பயணிகளை ஏற்றிக்கொண்டு சென்னை செல்வதற்கு வந்திருக்கிறார். பள்ளியில் கையொப்பம் போட்டுவிட்டு வண்டியோட்டச் செல்வார் என்றார்கள், வேதியியல், இயற்பியல், கணிதப் பாட ஆசிரியர்கள் டியூசன் எடுத்தார்கள். டியூசன் எடுக்க வாய்ப்பில்லாதவர்கள் வட்டிக்குக் கொடுப்பது, வாடகைக்குக் கார் ஓட்டுவது என சகல பணிகளிலும் ஈடுபட்டார்கள். இதுதான் என்எல்சி பள்ளிகளின் கசப்பான எதார்த்தமாக இருந்தது. முதலில் டியூசனுக்குத் தடை. அதற்காக ஒரு பத்திரிகையாளர் சந்திப்புக்கு ஏற்பாடு செய்தோம்.

தமிழக அரசின் பழைய அரசாணையைத் தேடியெடுத்துச் சுற்றறிக்கையாக பள்ளிகளுக்கு அனுப்பினோம். "டியூசன் எடுக்கக் கூடாது. அப்படி எடுப்பதாக இருந்தால், குறைந்தபட்சம் 5 மாணவர்களுக்குத்தான் எடுக்கலாம். அதுவும் தலைமை ஆசிரியரின் ஒப்புதல் பெற்ற பிறகே எடுக்க வேண்டும். மாணவர்களுக்கான டியூசன் கட்டணம் எவ்வளவு என்பதையும் தலைமை ஆசிரியரே தீர்மானிப்பார். அதேமாதிரி டியூசன் வகுப்புகள் நிறைவடைந்ததும், அந்த மாணவன் படிப்பில் மேம்பட்டிருக்கிறானா என்பதையும் அவர் ஆய்வு செய்வார்" என்ற தகவல்கள் சுற்றறிக்கையில் இடம்பெற்றிருந்தன. அடுத்த நாளே '*தினமலர்*' நாளிதழின் கடலூர் பதிப்பில், "நெய்வேலியில் டியூசனுக்குத் தடை" என்று தலைப்புச் செய்தியாக வந்தது. அவ்வளவுதான், ஊரே பரபரப்பாகிவிட்டது.

ஒரு தமிழாசிரியர் தினமும் மற்றொரு தமிழாசிரியரிடம் தனது வகுப்பை ஒப்படைத்துவிட்டு, 'டிஇஓ அலுவலகம் போறேன்', 'அங்க போறேன், இங்க போறேன்' என்று சொல்லிவிட்டுச் சொந்த வேலைகளையே கவனித்துக்கொண்டிருந்தார். இரண்டு வகுப்புகளை இணைத்துப் பாடம் நடத்துவதற்காக அந்த ஆசிரியருக்கு மாதம் ஆயிரம் ரூபாய் சன்மானமாகக் கொடுத்துவந்திருக்கிறார். நான் செயலாளராகச் சென்றதுமே 'ஆயிரம் ரூபாய் தமிழாசிரியர்' போன்ற கற்பித்தல் பணியை மறந்த மற்றும் டியூசன் ஆசான்கள் ஆகியோர் எனக்கு எதிரான சூழ்ச்சி வேலைகளில் ஈடுபட்டிருந்தார்கள். நான் செயலராக வந்தால் பாடம் நடத்தாத ஆசிரியர்கள்மீது கடுமையான நடவடிக்கை எடுப்பேன் என்ற அச்சம் அவர்களுக்குள் இருந்தது.

பாடம் நடத்தாமல் ஊர்சுற்றும் அந்தத் தமிழாசிரியர், எனக்கு எதிராகப் புகார் மனு ஒன்றை எழுதி மாவட்டக் கல்வி அதிகாரி, சேர்மேன்,

பிரதமர் வரை அனுப்பிவிட்டார். "ஒரு நக்சலைட்டைக் கொண்டுவந்து கல்வித்துறையில் போட்டிருக்கிறீர்கள். மாணவர்கள் அனைவரையும் அவர் தீவிரவாதிகளாக மாற்றிவிடுவார். கல்விச் சூழலுக்குப் பொருத்தமில்லாத நபர். உடனடியாக அவரைச் செயலாளர் பணியிலிருந்து நீக்க வேண்டும்" என்று புகார் மனு எழுதியது இவர்தான் என்று எனக்குத் தெரிந்துவிட்டது. அதுவரை வந்த மொட்டை கடுதாசிகளை எல்லாம் மொத்தமாகச் சேர்த்து அந்தத் தமிழாசிரியர்மீது குற்றச்சாட்டைப் பதிவு (Charge Sheet) செய்தோம். அவரை முறையாக நெறிப்படுத்தினால்தான் அடுத்தகட்ட வேலையையே செய்யமுடியும் என்ற நிலையில் இருந்தோம். விசாரணை அதிகாரியை நியமித்து விசாரிக்க உத்தரவிட்டோம்.

தமிழாசிரியர், "எல்லாப் புகார் மனுக்களையும் நான் எழுதவில்லை" என்று தடாலடியாக மறுத்தார். "நீ எழுதியவற்றை மட்டும் சொல்லு. அதுக்கு மட்டும் நடவடிக்கை எடுப்போம்" என்றோம். பத்துக் குற்றச்சாட்டுகளில் நான்கு புகார்கள் உண்மைதான் என நிரூபணமாகின. அதை ஆதாரமாக வைத்துக்கொண்டு பணி நீக்க ஆணை கொடுத்துவிட்டோம். நெய்வேலியில் பள்ளி ஆசிரியராக இருந்துகொண்டு, பெரிய தலைவர் மாதிரி வலம் வந்துகொண்டிருந்தார். ஊருக்கே அவருடைய ஆடம்பர அலட்டல்கள் தெரிந்திருந்தன. நெய்வேலியில் உள்ள சின்னச் சின்ன தலைவர் வீடுகளுக்கு எல்லாம் சென்று கையைக் காலைப் பிடித்து "என்னைக் காப்பாற்றுங்கள்" என்று கதறியிருக்கிறார். "மிக மோசமான ஆளைப் பிடித்துவிட்டீர்கள்" என்று அவர்கள் உற்சாகமடைந்தார்கள். "ஆனாலும் வேலையை விட்டு மட்டும் அனுப்பிடாதீங்க" என்று கேட்டுக்கொண்டார்கள். அவருக்கு மிக நெருக்கமானவர்களே அப்படிச் சொன்னார்கள்.

அடாவடி தமிழாசிரியர்மீது நடவடிக்கை எடுத்ததால், பாடம் நடத்தாத மற்ற ஆசிரியர்களுக்குப் பயம் வந்தது. ஏனெனில், அவர்தான் தவறு செய்கிற ஆசிரியர்களுக்கு எல்லாம் முன்னுதாரணமாக இருந்திருக்கிறார். உள்ளூரில் அவர் பெரும்பான்மையான வன்னியர் சமூகத்தைச் சேர்ந்தவராக இருந்ததால், இந்தப் பிரச்சினையை டாக்டர் ராமதாஸ் வரை கொண்டுசென்றார். அதே சமூகத்தில் உள்ள சில நல்ல ஆசிரியர்கள் நெய்வேலியில் உள்ள கல்விச்சூழல் பற்றி அவரிடம் விளக்கமளித்துள்ளார்கள். என் பணிகள் பற்றியும் ராமதாஸுக்குத் தெரியும் என்பதால், அவரிடமிருந்து எந்த அழுத்தமும் எனக்கு வரவில்லை. நிர்வாகத்தைப் பொறுத்தவரையில் மிகவும் நிம்மதியாகிவிட்டார்கள்.

அதில் ஏற்பட்ட கவலையில் மனமுடைந்துபோய் பாதி உடம்பாக மாறிவிட்டார் தமிழாசிரியர். பின்னர் அவரது துணைவியார் எங்களைச் சந்தித்தார். "இது சட்டரீதியான நடவடிக்கை. விசாரணை நடந்துமுடிந்துள்ளது. செய்வதற்கு ஒன்றுமில்லை. நீங்க கோரிக்கையை எழுதிக்கொடுங்க பார்ப்போம்" என்று ஆறுதலாகச் சொல்லி அனுப்பினேன்.

ஆனால், பள்ளிக்குழுவின் தலைவரைத் தமிழாசிரியர் சரிக்கட்டிவிட்டார். இதையெல்லாம் கேள்விப்பட்ட என்எல்சி இயக்குநர் நரசிம்மன், என்னை அழைத்துப் பேசினார். அவரிடம் உள்ளூர் எம்எல்ஏ வந்து பேசியிருக்கிறார். "இதுவரைக்கும் அந்த வாத்தியாருக்கு நாங்க பயந்துகிட்டு இருந்தோம். எங்க மேல் புகார் எழுதிக்கிட்டிருந்தாங்க. எங்க பக்கத்தில் ஒரு ஆளு வலிமையாக வந்தவுடன் நீங்க எம்எல்ஏவெல்லாம் பேசுறீங்க. இப்ப எங்க நிலைமை வலுவாக இருக்கு. இதுல நான் ஒன்றும் செய்ய முடியாது. என்ன முடிவு எடுத்தாலும் அது செயலர் முடிவுதான். அவர்தான் அதிகம் கஷ்டப்பட்டிருக்காரு. அவரிடமும் பேசுங்க. பிறகு என்னன்னு பார்த்துட்டுச் செய்வோம்" என்று சொல்லி அனுப்பிவிட்டார்.

என்னிடம் அவர், "நான் விட்டுடுங்கன்னும் சொல்ல மாட்டேன். அவர்மீது நடவடிக்கை வேண்டாமென்று முட்டுக்கட்டையும் போட மாட்டேன். உங்க பெருமுயற்சியினால்தான் இந்த அளவுக்குக் கொண்டுவந்து நிறுத்தியிருக்கீங்க. கூடுதலாக ஒரு தகவல். உங்கள் பள்ளிக் குழுத் தலைவர் சரியில்லை. ஏதோ ஆளு பல்டி அடிக்கிறான். அதையும் கவனத்தில் எடுத்துக்கொள்ளுங்கள்" என்றார்.

"என்ன செய்யணுமுன்னு சொல்லுங்க சார். நிர்வாகம் கட்டுப்பாடா போய்க்கிட்டிருக்கு" என்றேன்.

"பணி நீக்கத்தைக் கொஞ்சம் யோசிச்சு செய்யுங்க" என்று கடைசியாகக் குறிப்பிட்டுச் சொன்னார் நரசிம்மன்.

இவர்கள் எல்லாம் ஒன்றாகச் சேர்ந்துவிட்டார்கள் என்பதைப் புரிந்து கொண்டேன். அதற்காகவும் சும்மா விடக்கூடாது என்பதால், "எட்டு ஊதிய உயர்வை நிறுத்திவைத்து இறுதி ஆணை வழங்கினோம். அழுதுபுரண்டு மேல்முறையீடு கொடுத்த பிறகு **6** ஆக குறைத்தோம்" பின்னர் நான் மாறிவந்த பிறகும் என்எல்சி பள்ளியில் சொன்னார்கள்: "உங்களது கடும் நடவடிக்கைக்குப் பிறகுதான் பள்ளியை ஒழுங்காக நடத்தமுடிந்தது. அந்தத்

தமிழாசிரியரும் பொட்டிப்பாம்பா மாறிவிட்டார். ஓய்வுபெறுவதற்கு முன்பாவது நிறுத்திவைத்த ஊதிய உயர்வை வாங்கிவிடலாம் என்று அல்லாடிக்கொண்டிருந்தார்" என்றார்கள்.

தமிழாசிரியர் வன்னியர் என்பதால்தான் மற்ற செயலாளர்கள் யாரும் கைவைக்க முடியவில்லை. கொஞ்சம் பிசகினாலும் அது சாதிப் பிரச்சினையாக மாறிவிடும் அபாயம் இருந்தது. அதுவும் ஒரு பட்டியலின அதிகாரி நிச்சயம் இதுமாதிரி நடவடிக்கை எடுக்க முடியாது. நான் அதையும் கடந்து செயலாற்றியதால், என்மீது எந்தச் சிறு குற்றச்சாட்டையும் வைக்க முடியவில்லை. தம் பிள்ளைகளுக்கு நல்லதுதானே நடக்கிறது என்று மக்கள் ஏற்றுக்கொண்டார்கள். சில முணுமுணுப்புகள் இருந்தன. ஆனால், அவை பெரிதாக எடுபடவில்லை.

டியூசன் எடுப்பது தடை செய்யப்பட்டது. பள்ளிகள் மிகச் சிறப்பாகச் செயல்படத் தொடங்கியிருந்தன. ஓர் ஆண்டிலேயே தேர்ச்சி 60 சதவீதத்தில் இருந்து 95 சதவீதமாக உயர்ந்துவிட்டது. எல்லாப் பள்ளிகளிலிருந்தும் இடைநிற்கும் பிள்ளைகள் வந்து சேருமிடமாக என்எல்சி பள்ளிகள் இருந்தன. ஜவஹர் பள்ளிகள் மற்றும் தனியார் பள்ளிகளில் இருந்தும் இடைநிற்கும் குழந்தைகள் இங்கு வந்துவிடுவார்கள். அவர்களையும் சேர்த்துதான் நல்ல தேர்ச்சி கிடைத்தது. இதையெல்லாம் கவனித்துவிட்டு, "என்எல்சி பள்ளிகள் ஒளிர்கின்றன" என்று தினமணியில் எழுதினார்கள். அப்போதுதான் இயக்குநர் நரசிம்மனும் என்னை அழைத்து, "அப்பா... உண்மையிலேயே என்எல்சி பள்ளிகள் ஒளிர்கின்றன" என்று உற்சாகத்துடன் பாராட்டினார். பள்ளிகளின் கல்வி வளர்ச்சி பற்றி வேறுபல பத்திரிகைகளும் தொடர்ந்து எழுதின.

அடுத்தகட்டமாகக் கற்பித்தல் முறைகளில் கவனம் செலுத்தினோம். பொதுவாக மாணவர்களுக்குக் கணிதம் பிரச்சினையாக இருந்தது. கால்குலஸ், அல்ஜீப்ரா, இன்டக்ரேஷன் பாடங்களை மிகச் சிறப்பாக எடுக்கும் ஆசிரியர்கள் என்எல்சி பள்ளிகளிலேயே இருந்தார்கள். அப்போது அமெரிக்காவிலிருந்து திரும்பிய சேவியர் பொது மேலாளராக என்.எல்.சியில் பணியமர்த்தப்பட்டார். அவர் பள்ளிகளுக்குத் தலைவராக வந்தார். அவர் என்எல்சி பள்ளியின் முன்னாள் மாணவர், உள்ளூர்க்காரர். அவருக்கு முன்பிருந்த தலைவர் சைமன், முன்னாள் இராணுவ அதிகாரி. எந்தச் சிபாரிசுக்கும் அவரிடம் செல்ல முடியாது. மிகுந்த கட்டுப்பாட்டைக் கடைப்பிடித்தவர்.

என்எல்சி இயக்குநர் நரசிம்மன் சொல்லி, நான் கேட்கவில்லை என்பதைப் போல சித்திரித்து, "துரைக்கண்ணு நரசிம்மனிடம் பணி செய்கிறாரா?, நரசிம்மன் துரைக்கண்ணுக்கிட்ட பணி செய்கிறாரா" என்று கேள்வியை எழுப்பி நோட்டீஸ் வெளியிட்டார்கள். நரசிம்மனை எனக்கு எதிராகத் தூண்டுவதற்காகச் சில ஆசிரியர்களும் தம் பிள்ளைகளுக்குப் தனிப்பயிற்சி கிடைக்காத சில பெற்றோர்களும் சேர்ந்து டியூசனைத் தடை செய்த கோபத்தில் ஏதாவது எதிராகச் செய்துகொண்டிருந்தார்கள். நான் சென்றிருந்தபோது, நரசிம்மன் இந்த நோட்டீஸ் பற்றிச் சொன்னார். "நான் அவங்ககிட்ட துரைக்கண்ணுகிட்டதான் வேலை செய்றேன்னு சொல்லிவிட்டேன்" என்றார். "அவங்களால வேற ஒண்ணும் செய்ய முடியலை சார். அதான் இதுபோன்று துண்டுபிரசுரம் போடுறாங்க" என்றேன்.

என்எல்சி பள்ளிகளின் தலைவராக சேவியர் பொறுப்புக்கு வந்த பிறகு, அவரை மரியாதை நிமித்தமாகச் சந்திக்கச் சென்றேன்.

"எல்லோருமே நீங்க பிரமாதமா பண்றீங்க என்று சொல்கிறார்கள். அப்படி என்ன செய்கிறீர்கள்? எப்படிக் கல்வித்துறைக்கு வந்தீர்கள்?" என்று கேட்டார்.

"கற்ற கல்வியால்தான் இந்த நிலைக்கு உயர்ந்திருக்கிறேன், இந்த நிலை எல்லோருக்கும் பரவ பாடுபடுகிறேன். நம்மால் இத்தனை பள்ளிகளைத் தொடங்கி நடத்த முடியாது. நிர்வாகமே இவ்வளவு பள்ளிகளை நடத்துங்கள் என்று சொல்கிறது. அந்த வாய்ப்பைப் பயன்படுத்தி ஒழுங்குபடுத்தினேன்" என்றேன்.

"என்ன செய்தீர்கள்?" என்றார்.

"பள்ளிக்கூடம்னா நேரத்துக்கு ஆசிரியர்கள் வருகைதந்து பாடம் நடத்த வேண்டும். மாணவர்களும் நேரம் தவறாமல் வகுப்பிற்கு வந்து அதைக் கேட்க வேண்டும். இதைத்தான் ஒழுங்குபடுத்தினேன். மற்றபடி கல்வியில் எனக்குப் பெரிதாக ஒன்றும் தெரியாது. ஒரு பள்ளிக்கூடத்தில் படித்த அனுபவத்திலிருந்து இன்னொரு பள்ளிக்கூடத்தை நடத்துகிறேன்" என்றேன்.

"மிகவும் சிறப்பு..." என்று உற்சாகத்துடன் பாராட்டினார்.

அன்று மாலை அவர் படித்த பள்ளியின் ஆண்டு விழா நடைபெற்றது. அவரைச் சிறப்பு விருந்தினராக அழைத்துச் சென்றோம். அப்போது பேசிய சேவியர், "நான் இங்கே தலைவராக வந்திருப்பது துரைக்கண்ணுவுக்கு வழிகாட்ட அல்ல. அவரைப் பின் தொடருவதற்கு" என்று அறிவித்தார். மேடையில் உட்கார்ந்திருக்கும்போதே தரையில் அமர்ந்திருக்கும் ஒரு சிறுவனைக் காட்டி, "அந்த இடத்தில்தான் நான் உட்கார்ந்திருப்பேன்" என்றார் சேவியர். விழா முடிந்ததும், "மிகவும் மகிழ்ச்சி, நீங்களும் நானும் இருக்கும்போது இந்தப் பள்ளிக்கூடத்தை ஒழுங்குபடுத்தவில்லை என்றால், வேறெந்தக் காலத்திலும் நடக்காது. நீங்க தொடர்ந்து செய்யுங்கப் பார்த்துக்கலாம்" என்று சொல்லிவிட்டார்.

அப்போதுதான் பள்ளி மாணவர்களிடம் "எந்தப் பாடம் கடினமாக இருக்கிறது" என்று கேட்டார். "இங்கு டியூசன் பெரிய பிரச்சினையாக இருக்கிறது. அதைத் தடை செய்திருக்கிறோம். நம் பிள்ளைகளுக்குக் கூடுதல் கவனம் தேவைப்படுகிறது. கணிதத்தில் பின்தங்கி இருக்கிறார்கள். ஜவஹர் பள்ளி பற்றிக் கவலையில்லை. அந்தப் பெற்றோர்கள் மாற்று ஏற்பாடு செய்துவிடுவார்கள். நம் பிள்ளைகளுக்கு வேறு வழி கிடையாது. ஏதாவது கூடுதலாகச் செய்ய வேண்டும்" என்று சொன்னேன்.

"என்ன செய்யலாம்" என்று கேட்டார்.

"ஒவ்வொரு பாடத்துக்கும் சிறந்த ஆசிரியர்கள் நம் பள்ளிகளில் இருக்கிறார்கள். அவர்கள் பாடம் நடத்துவதைப் பதிவு செய்து எல்லாப் பள்ளிகளுக்கும் கொடுத்துவிடலாம். ஒரு ஸ்மார்ட் வகுப்பறையைத் தயார் செய்து, அதில் டிவியும் டெக்கும் வைத்துவிட்டால் மாணவர்கள் விரும்பும் போது புரியாத பாடங்களைப் பார்த்துப் புரிந்துகொள்வார்கள்" என்றேன்.

"ஒரு மதிப்பீடு சொல்லுங்கள்? செய்துவிடுவோம்" என்று அனுமதி கொடுத்தார். நான் உடனே புதுவை இளவேனிலிடம் கலந்து பேசினேன். "அதிகபட்சம் 30 ஆயிரம் ஆகும்ணே" என்றார். உடனே அனுமதி வாங்கி வேலையைத் தொடங்கினோம். பயிற்சி மையத்தில் படப்பிடிப்பு நடத்த இடம் வாங்கினோம். அந்தந்தப் பாடத்தின் ஆசிரியரை மட்டும் குறிப்பிட்ட நேரத்திற்கு வரச்சொல்லி ரவுண்ட் த கிளாக் படப்பிடிப்பு எடுத்துமுடித்தோம். சென்னை அசோக் நகர் பள்ளியிலிருந்து சிறப்பு ஆசிரியர் தனபால் என்பவரையும் பாடமெடுக்க அழைத்திருந்தோம். மூன்று

80 ▸ நிற்க அதற்குத் தக!

நாட்களில் பணிகள் முடிந்து புதுவை இளவேனில், மோகன் குழுவினர் சிடி போட்டுக்கொடுத்தார்கள். கிட்டத்தட்ட **36** மணி நேரப் பாடங்கள்.

ஒவ்வொரு பள்ளிக்கும் ஒரு தொலைக்காட்சிப் பெட்டி வாங்கிக் கொடுத்தோம். இன்று இணையங்களில் கிடைப்பது மாதிரி கணிதம், வேதியியல் எனப் பிரத்யேகப் பாடங்கள் சி.டியாகத் தயாரித்திருந்தோம். அது மாணவர்களுக்குப் பேருதவியாக இருந்தது. அதற்குப் பிறகு தேர்வுகளில் நல்ல தேர்ச்சியைப் பார்க்க முடிந்தது. என்எல்சி பள்ளிகளின் மேம்பாட்டுப் பணிகளில் என்னோடு தோளோடு தோள் நின்று அரும்பணி ஆற்றியவர் நண்பர் சத்தியமூர்த்தி. ஆற்றல்மிக்க மேலாளர், மிகவும் நேர்மையானவர். பின்னாளில் அவரும் பள்ளிச் செயலாளராக மிகச்சிறப்பாகப் பணியாற்றினார்.

நெய்வேலியில் தொ.மு.ச தலைவராக ராஜவன்னியன் இருந்தார். அருகில் உள்ள ஒரு தனியார் பள்ளியில் இவருக்கு வேண்டிய ஓர் ஆசிரியருக்குப் பணியிடம் கேட்டிருக்கிறார். அவர்கள் கொடுக்கவில்லை. அந்தப் பள்ளியில் ஐந்தாம் வகுப்பு முடித்து ஆறாம் வகுப்பு என்எல்சி பள்ளியில்தான் சேர்ப்பார்கள். அந்தப் பிள்ளைகளுக்குச் சேர்க்கை கொடுக்கக் கூடாது என்றார்.

“தொழிற்சங்கத் தலைவர் சொன்னா விட்ற வேண்டியதுதானே. கொடுக்க வேண்டாமே” என்றார் பள்ளிக்குழுத் தலைவர் மதியழகன்.

“இல்லை சார். அவர் எப்படி அப்படிச் சொல்ல முடியும். ஒரு பிள்ளைக்கு இடம் கொடு என்றால் சரி. கொடுக்கக் கூடாது என்றால், அது எப்படிச் சரியாகும்” என்று கேட்டேன்.

“அதுமாதிரி சொல்வதற்கு யாருக்குமே உரிமை கிடையாது. ஒரு பிள்ளைக்குச் சேர்க்கை கொடுங்க என்றுதான் சண்டை போடுவார்கள். நீங்க கொடுக்கக் கூடாது என்கிறீர்கள். அதை நான் ஏற்றுகொள்ள மாட்டேன். எந்தப் பள்ளிக்கூடம் என்று நான் பார்ப்பதில்லை. அப்படி யாருக்கும் கொடுக்காமல் நிறுத்த முடியாது” என்று திட்டவட்டமாக எடுத்துரைத்தேன்.

“நீங்க என்ன நினைச்சுக்கிட்டிருக்கீங்க” என்று என்னை மிரட்டினார்.

பள்ளிக்குழுத் தலைவர் அமைதியாக இருந்தார். அவருக்கு எதிரேயே இப்படிப் பேசுகிறார். ஆனால், அவர் எதுவும் பேசாமல் இருந்ததும் எனக்குக் கோபம் வந்துவிட்டது.

“என்ன வேணாலும் பார்த்துக்கொள்ளுங்கள். நீங்க சொல்றதெல்லாம் கேட்கறதுக்கு நாங்க இந்த இடத்தில் உட்காரவில்லை. ஒரு கட்சியில் பொறுப்பில் இருப்பவர்கள், தொழிலாளர்களின் ஆதரவுபெற்று வென்றுவந்துள்ளீர்கள், நாலு பேருக்கு உதவி செய்யச் சொல்லணும். நீங்களோ உதவக் கூடாது என்று சொல்வதற்காக உங்கள் அதிகாரத்தைப் பயன்படுத்துகிறீர்கள். வேறு யாரிடமாவது சொல்லுங்கள், பயப்படுவார்கள். என்னால் முடியாது” என்று மடைதிறந்த வெள்ளமாகக் கொட்டினேன்.

“நீங்க எவ்வளவு நாள் இங்கு இருந்துடுவீங்க, பார்த்துடுவோம்” என்றார் ராஜவன்னியன்.

“எவ்வளவு நாள் இருக்கிறோமோ அதுவரைக்கும்தான். நான் கல்வித்துறைக்கா விண்ணப்பித்து வேலைக்கு வந்திருக்கிறேன். என்எல்சியில் பொறியாளர் வேலைக்குத்தான் வந்தேன். வந்த இடத்தில் என்எல்சி இந்த வேலையைக் கொடுத்தது. அதை அமைதியா செஞ்சுக்கிட்டு இருக்கேன். ஆனால் ஒன்று மட்டும் தெளிவாகச் சொல்கிறேன். இன்னும் ஐந்து வருசம் கழித்துப் பார்த்தாலும் இதைவிட உயர்ந்த நிலையில்தான் இருப்பேனே தவிர, அதைவிட கீழே செல்ல மாட்டேன். இந்தப் பதவிக்காலம் முடிந்ததும் உங்க நிலை என்னவென்றே உங்களுக்குத் தெரியாது. அதுவரைக்கும் நல்லது செய்யுங்க. நானும் நல்லது செய்கிறேன்” என்றேன். கோபத்தோடு ஒன்றும் பேசாமல் ராஜவன்னியன் வெளியேறிவிட்டார்.

“என்ன அப்படிப் பேசிட்டீங்க. சாதிப் பிரச்சினை ஆனா என்ன செய்றது” என்று பயந்தார் தலைவர்.

“சார்... இதனால என்ன ஆனாலும் சரி. இவங்களுக்குப் பயந்துகிட்டு நாம் வேலை பார்க்க முடியாது. என்எல்சிக்காகத்தான் வேலை பார்க்கிறோம். ஒரு சாமானியனுக்குக் கல்வி கொடுக்காதே என்று சொல்வதற்கு இவரு யார் சார்? அதை எப்படிப் பொறுத்துக்க முடியும். நான் பொறுத்துக்கொள்ள மாட்டேன்” என்று கடுமையாகப் பேசினேன்.

மூன்று ஆண்டுகளுக்குப் பிறகு பிரச்சினைக்குரிய தொமுச தலைவர், விவசாயிகள் பிரச்சினைகளுக்காக அனைத்துக் கட்சி ஊர்வலமும் கூட்டமும் நடத்தினார். கூட்டணிக் கட்சித் தலைவர்கள் 19 பேர் கையொப்பமிட்டு என்எல்சி நிர்வாகத்திடம் கோரிக்கைகளைக் கொடுத்திருந்தார்கள்.

அதில் தொடர்பில்லாமல் ஒரு கோரிக்கை, கல்வித்துறையில் இருந்து துரைக்கண்ணுவை மாற்றுங்கள் என்றும் சேர்த்திருந்தார்கள். எனக்கு ஆதரவாக அவ்வளவு பேசிய இயக்குநர் நரசிம்மன், என்னை அனல்மின் நிலையத்துக்குப் பணியிட மாற்றம் செய்தார். அதைத் தொடர்ந்து நெய்வேலியில் பெரும் போராட்டம். கிராமப்புற மக்கள், பெற்றோர்கள் எல்லாம் பணியிட மாற்றத்தை எதிர்த்துப் போராடினார்கள். சுவர் எழுத்து, சுவரொட்டிகள், பதாகைகள் என ஊரே போராட்டக் களமாக மாறியிருந்தது.

என்எல்சி பள்ளிச் செயலர் பொறுப்பிலிருந்து தெர்மல் -1 அனல்மின் நிலையத்துக்கு என்னை மாற்றினார்கள். அதைக் கண்டித்துத் தொடர் கண்டனப் போராட்டம் மற்றும் பொதுக்கூட்டம் நடந்தது. கூட்டத்தில் பேராசிரியர் கல்யாணி, வழக்கறிஞர் ரத்தினம், தோழர் தியாகு, தோழர் குப்புசாமி ஏஐடியூசி ஆகியோர் கலந்துகொண்டு கடுமையான கண்டன உரையாற்றினர். கல்யாணி இரண்டு நாள்கள் நெய்வேலியில் தங்கியிருந்து கூட்ட ஏற்பாடுகளைச் செய்தார்.

என்எல்சி பள்ளிகள் போலவே 18 மெட்ரிக்குலேஷன், சிபிஎஸ்இ பள்ளிகளை ஜவஹர் நிர்வாகம் நடத்திக்கொண்டிருந்தது. 2005 ஜனவரி மாதத்தில் மாபெரும் ஆசிரியர் போராட்டம். பள்ளிகளைத் தொடர்ந்து நடத்துவதா வேண்டாமா என்கிற அளவுக்குப் போராட்டம் உச்சத்தை அடைந்திருந்தது. தமிழ்நாடு வாழ்வுரிமைக் கட்சித் தலைவர் வேல்முருகன் போராட்டத்தைத் தலைமைதாங்கி நடத்தினார்.

பொதுத்துறை நிறுவனம் நடத்தும் இந்தப் பள்ளிகளில் பல ஆண்டுகளாக ஆசிரியர்கள் உரிமைகள் மறுக்கப்பட்டிருந்தார்கள். போராட்டம் மே மாதம் வரை நீடித்தது. ஜூன் மாதம் பள்ளியைத் திறக்க முடியுமா என்ற சந்தேகம் எழுந்தது. அத்துடன் என்எல்சி சேர்மேனை வேல்முருகன், “உன்னைக் கடத்திக்கொண்டுபோய் தோலை உரித்துவிட்டு உப்பு மிளகாய் தடவிவிடுவேன்” என்று மிகக் கடுமையாகப் பேசியது மத்திய உள்துறை அமைச்சகம் வரை சென்றுவிட்டது.

ஒருநாள் என்.எல்.சி நிறுவனத் தலைவர் ஜெயராமனிடமிருந்து எனக்கு அழைப்பு வந்தது. ஆசிரியர்களின் போராட்டத்தைப் பற்றிச் சொன்னார். “இப்படி போராட்டம் தொடர்கிறபோது நம்முடைய பிரதான தொழிலே பாதிக்கப்படுகிறது. இங்கே நாம் மின்சாரம் எடுக்கத்தான்

வந்தோம். பள்ளிக்கூடங்களை நடத்துவதால் தொழில் உறவு பிரச்சினை ஏற்பட்டுவருகிறது. நீங்கள் பிரச்சினையை ஆய்வு செய்யுங்கள். உங்களுக்கு இரண்டு வாய்ப்புகள் தருகிறேன். ஜூன் 6ஆம் தேதி பள்ளியைத் திறக்க வேண்டும். ஆசிரியர்களுடன் பேசிப் பாருங்கள். முடியுமானால், பத்து நாட்கள் தள்ளிக்கூட பள்ளியைத் திறக்கலாம். பிரச்சினை தீர்வதுமாதிரி தெரியவில்லை என்று நீங்கள் நினைத்தால், பள்ளிகளை மூடுவதற்குப் பரிந்துரை செய்யுங்கள். இரண்டில் ஒன்றைச் சொல்லுங்கள். விரைவில் ஒரு முடிவெடுப்போம்" என்று திட்டவட்டமாகத் தெரிவித்தார்.

பள்ளி கமிட்டியில் இரண்டு பேரை மட்டும் மாற்றியிருந்தார்கள். நான் செயலாளர். சுரங்கத்தில் கந்தசாமி என்ற தலைமைப் பொதுமேலாளர் இருந்தார். அவரைத் தலைவராக நியமித்திருந்தார்கள். ஆசிரியர்கள் பெரும்பாலானோர் வன்னியர்கள் என்பதாலும், த.வா.க.வேல்முருகன் போராடுவதாலும் வன்னியரான அவரையும் கமிட்டியில் சேர்த்திருந்தார்கள். முதலில் பள்ளியில் உள்ள பிரச்சினைகளை ஆய்வு செய்தோம். போராட்டக் களத்திற்குச் சென்று ஆசிரியர்களைச் சந்தித்தோம். அவர்களிடம் நான் பேசினேன். "கொஞ்சம் காலம் கொடுங்க. உங்கள் கோரிக்கைகளை நிறைவேற்றிக் கொடுப்பதற்காகத்தான் வந்திருக்கிறோம். எங்கள்மீது நம்பிக்கை இருந்தால் போராட்டத்தைக் கைவிட்டுப் பணிக்குச் செல்லலாம். இதுவொரு சுயநிதி பள்ளி. பெற்றோர்கள் பணம் கட்டுவதால், பள்ளி ஒழுங்காக நடக்க வேண்டும் என எதிர்பார்க்கிறார்கள். அவர்களுக்குச் சரியான பதில் கிடைக்கவில்லை என்றால், தங்கள் பிள்ளைகளை வேறு பள்ளிகளில் சேர்த்துவிடுவார்கள். எனவே நீண்ட நாட்களுக்குப் பள்ளிகளைத் திறக்காமல் தகராறு செய்துகொண்டிருக்க முடியாது. நம்பிக்கை இருந்தால் வாருங்கள், உங்களுடைய கோரிக்கைகளை ஒவ்வொன்றாகத் தீர்த்துவைப்போம்" என்று விரிவாகப் பேசினேன்.

ஆசிரியர்கள் கூட்டத்திலிருந்து ஓரிரு எதிர்க்குரல்களும் கேட்டன. "உங்கள் பதிலை எழுத்துப்பூர்வமாகக் கொடுங்கள்" என்றார்கள்.

"எழுத்துப்பூர்வமாகக் கொடுப்பதற்கான அதிகாரத்துடன் நாங்கள் வரவில்லை. நீங்கள் ஒப்புக்கொண்டால் பேச்சுவார்த்தை மூலம் பிரச்சினைகளைத் தீர்க்கலாம். இதைச் சொல்கிற ஆட்கள்மீது நம்பிக்கை இருக்கிறதா, அதை மட்டும் பாருங்கள்" என்று தீர்மானமாகச் சொன்னேன்.

மூத்த அதிகாரிகள் அனைவரும் என் அருகில் இருந்தனர். கமிட்டியில் இடைநிலை அதிகாரியாக இருந்தது நான் மட்டுமே. கூட்டத்தில் இருந்த ஆசிரியர்கள் சிலர், "உங்கள்மீது நம்பிக்கை இருக்கு சார். நீங்கள் என்எல்சி பள்ளிகளைச் சிறப்பாக நடத்தியிருக்கிறீர்கள். நீங்கள் நியாயமான அதிகாரி. எங்கள் பிரச்சினைகளைத் தீர்ப்பீர்கள் என்ற நம்பிக்கை இருக்கிறது" என்று சொல்லி, அன்றே போராட்டத்தைக் கைவிட்டார்கள். பதினைந்து நிமிடத்திலேயே எல்லாம் முடிந்துவிட்டது. பள்ளிகளைத் திறக்கச் சொல்லிவிட்டோம். திட்டமிட்டபடி ஜூன் 6 ஆம் தேதி 18 பள்ளிகளும் திறக்கப்படும் என அறிவிப்பு வெளியானது.

போராட்டம் நடத்திய ஆசிரியர்களுக்கு நம்பிக்கைவருவது மாதிரி வேலையைச் செய்தோம். முதற்கட்டமாக 60 ஆசிரியர்களைப் பணி நியமனம் செய்ய நாளிதழில் விளம்பரம் கொடுத்திருந்தோம். அதற்கு முன்பெல்லாம் அதிகாரிகள் பரிந்துரையில்தான் பணி நியமனம் நடந்துவந்தது. என்எல்சி நடத்துகிற பள்ளி என்பதால், வேலைவாய்ப்பில் சட்டப்படி இடஒதுக்கீடு உண்டு. ஆனால், கடைபிடிக்கப்படுவதில்லை. எதிர்த்துக் கேட்டு உரிமைகளைப் பெறுவதற்கான திராணியும் சங்கங்களுக்கு இருக்கவில்லை. சங்கத் தலைவர்களும் தங்களுடைய சுயதேவைகளுக்காகக் கையேந்தி நின்று நம்பிக்கையை இழந்திருந்தார்கள்.

ஆசிரியர்களைத் தேர்ந்தெடுக்கும் பணியைக் காலை 6 மணிக்குத் தொடங்கினோம். ஆறரைக்குள் சான்றிதழ் சரிபார்ப்புப் பணிகளை முடித்துவிட்டோம். உள்ளே வந்தவர்களுக்குத் தேநீர் உபசரிப்பு. அதற்கடுத்து எழுத்துத் தேர்வு. பிறகு காலைச் சிற்றுண்டி வழங்கினோம். தேர்வுத்தாளைத் திருத்துவதற்கு அந்தந்தப் பாடப் பிரிவுகளில் திறமையான அதிகாரிகளை அழைத்திருந்தோம். உடனே அவர்கள் மதிப்பீடு செய்தார்கள்.

பின்னர் எழுதியவர்களிடமே தேர்வுத்தாளைக் கொடுத்து, மதிப்பீடு செய்த அதிகாரிகளை அவர்களோடு பேச வைத்தோம். அவர்கள் சுட்டிக் காட்டிய ஒருசில பிழைகளும் சரிசெய்யப்பட்டு மதிப்பெண்கள் வழங்கப் பட்டன. அதில் தேர்வானவர்களுக்கு அடுத்து வகுப்பெடுக்கும் திறன் சோதனை செய்யப்பட்டது.

இந்த நடைமுறைகள் முடியவே மதியமாகிவிட்டது. அனைவருக்கும் மதியச் சாப்பாடு வழங்கினோம். 60 பணியிடங்களுக்கு 360 பேர்

வந்திருந்தார்கள். கடைசியாக நேர்முகத் தேர்வு எனப் பரபரப்பாகப் பணிகள் நடந்துமுடிந்தன. அவர்களது மதிப்பெண்களை வைத்துப் பட்டியலைத் தயாரித்தோம். இதற்கிடையில், இயக்குநர் கொடுத்தார் என அதிகாரிகள் ஒவ்வொருவரும் நான்கைந்து பெயர்களைக் காட்டினார்கள். "கடைசியாக முடிவு செய்வோம்" என்றிருந்தோம்.

அவர்களெல்லாம் தகுதியானவர்கள் பட்டியலில் கீழேயிருந்து மூன்றாவது நான்காவது இடத்தில் இருந்தார்கள். ஆசிரியர் தேர்வு மிக வெளிப்படையாக நடந்த முறை பள்ளிக்குழுவினருக்குத் திருப்தியைத் தந்துவிட்டது. பரிந்துரைக்கப்பட்ட நபர்களின் தகுதியைப் பார்த்துவிட்டு அமைதியாகிவிட்டார்கள். "என்ன செய்யலாம்" என்று கேட்டேன். "இவ்வளவு வெளிப்படையாகச் செய்யும்போது, நாம் ஏதாவது குறுக்கிட்டால் சிக்கலாகிவிடும். நிலைமையைச் சொல்லிவிடுவோம்" என்று கூறினார்கள்.

மாலை ஆறரை மணிக்கெல்லாம் இறுதிப்பட்டியல் தயார். இயற்பியலில் பத்துக் காலியிடங்களுக்கு 70 பேர் இருந்தால், முதல் பத்து எனத் தேர்வு செய்தோம். சக அதிகாரிகளிடம் கலந்து பேசி நியமனத்தில் இடஒதுக்கீட்டையும் செயல்படுத்தினோம். அன்றே 60 ஆசிரியர்களைத் தேர்ந்தெடுத்திருந்தோம். மிக நேர்த்தியான நேர்மையான தேர்வுமுறை. எல்லாம் முடிந்த பிறகு ஒரு பெண் மட்டும் நின்றுகொண்டிருந்தார். அவர் தேர்வாகவில்லை. எங்களைச் சந்திக்கக் காத்திருப்பதாகச் சொன்னார்கள். "எனக்குப் பணி கிடைக்கலை சார். ஆனால், எனக்குக் கிடைக்கவில்லை என்பதற்கு நானே காரணம். நீங்கள் செய்திருந்த நடைமுறை மிகவும் பிடித்திருந்தது. இந்த நேர்முகத் தேர்வில் பங்கேற்றதை மிகவும் பெருமையாக நினைக்கிறேன். அதற்காக உங்களைப் பார்த்து நன்றி சொல்லத்தான் நின்றேன்" என்று பேசியது நெகிழ்ச்சியாக இருந்தது.

இரண்டு மாதங்கள் கழித்துத் திரும்பவும் 60 ஆசிரியர் பணியிடங்களை நிரப்ப வேண்டியிருந்தது. அதே முறையில் தேர்ந்தெடுத்தோம். ஒருவரைக் கூட பரிந்துரையில் எடுக்கவில்லை. இதையெல்லாம் பார்த்து ஆசிரியர்கள் பெருமகிழ்ச்சி அடைந்தார்கள். அப்போது ஜவஹர் பள்ளிகளில் பணி மூப்புப் பட்டியல் என்ற ஒன்று நடைமுறையில் இல்லை. என்எல்சி உயர் அதிகாரிகளின் பரிந்துரையில் வேண்டப்பட்டவர்களுக்கு மட்டும் பணி உயர்வுகள் கிடைத்துவந்தன. அதிகாரிகளின் வீட்டில் வேலை செய்தவர்கள் எல்லாம் ஆசிரியர்களாக நியமனம் பெற்றிருந்தார்கள். அவர்களுக்குப்

பணி உயர்வும் அப்படியே நடந்தது. இயக்குநர் பரிந்துரை, இயக்குநர் மனைவி பரிந்துரை எனத் தாறுமாறாக நடந்திருந்தன.

பள்ளியில் தொடர்ந்து பணிபுரியும் ஆசிரியர்களுக்கு ஏதாவது செய்ய வேண்டும் என்று அடுத்தகட்டமாகப் பணிமூப்பு பட்டியல் தயாரிக்கும் பணியைத் தொடங்கினோம். ஆடிட்டர் முத்துகிருஷ்ணன், அலுவலகக் கண்காணிப்பாளர் தேவராஜன் ஆகியோர் மிகவும் உதவியாக இருந்தனர். தலைவராக இருந்த கந்தசாமியும் மிகவும் ஆதரவு காட்டினார். "சாதாரண நிலையில் இருந்து வந்தவர்கள் இங்கு ஆசிரியர் வேலை பார்க்கிறார்கள். இங்கு சாதாரண மக்களின் பிள்ளைகள்தான் படிக்கிறார்கள். இந்தப் பள்ளிகளை ஒழுங்காக நடத்தவில்லை என்றால், நாமெல்லாம் பொறுப்புக்கு வந்ததில் அர்த்தமில்லாமல் போய்விடும்" என்று அவரிடம் தெரிவித்தேன். நான் சொல்வதையெல்லாம் ஒப்புக்கொண்டு நல்ல ஒத்துழைப்பைக் கொடுத்தார். வெளிப்படைத்தன்மையோடு ஆசிரியர்களை நியமனம் செய்தது எப்படி ஒரு சாதனையோ, பணிமூப்பு பட்டியலைத் தயார் செய்ததும் மிகப்பெரும் சாதனையாகப் பார்க்கப்பட்டது. அதுவரைக்கும் பணிமூப்பு பட்டியல் இல்லாமல் வேலை பார்த்த ஆசிரியர்களின் மனநிலை எப்படி இருந்திருக்கும்.?

பணி மூப்பில்லாதவர் நிரந்தரம் ஆகியிருப்பார். கற்பிப்பதில் திறமையான மூத்த ஆசிரியர் பின்தங்கிப்போயிருப்பார். தயாரிக்கப்பட்ட பட்டியலைத் பள்ளி தகவல் பலகையில் ஒட்டச் சொல்லிவிட்டோம். ஆசிரியர்கள் பலரும் உற்சாகமும் மகிழ்ச்சியுமாக வந்து நன்றி தெரிவித்தார்கள். "இப்படியெல்லாம் பள்ளியில் நடக்கும் என்று நினைத்துப் பார்த்ததில்லை சார்" என்றார்கள்.

"உங்கள் ஒவ்வொருவரிடமும் பணிமூப்புப் பட்டியல் இருக்கட்டும். தகவல் பலகையில் ஒட்டியதே நீங்கள் நகல் எடுத்துக்கொள்ள வேண்டும் என்பதற்காகத்தான்" என்று ஆசிரியர்களிடம் தெரிவித்தேன். அடுத்து ஒரு கூட்டத்தை நடத்திப் பணி நிரந்தரம் பற்றித் தெளிவாகப் பேசினோம். தலைவர் கந்தசாமிக்கும் டாக்டர் ராமதாஸ், வேல்முருகன் போன்ற தலைவர்களிடமிருந்து அழுத்தம் வந்துகொண்டிருந்தது.

"அந்த ஆண்டிலேயே தற்காலிக ஆசிரியர்களில் 15 சதவீதம் பேரைப் பணி நிரந்தரம் செய்தோம். அதாவது 60 ஆசிரியர்களுக்குப் பணி நிரந்தரம் வழங்கினோம். அதற்கடுத்த ஆண்டில் 60 பேரை நிரந்தரம் செய்தோம். போராடிய ஆசிரியர்களுக்கு எல்லையில்லா மகிழ்ச்சி.

பணி நிரந்தரப் பட்டியலை வெளியிட்டதும், அடுத்தடுத்த ஆண்டுகளில் நமக்கும் கிடைத்துவிடும் என்ற நம்பிக்கை உருவானது. கற்றல், கற்பித்தல் பணிகள் பள்ளிகளில் முன்பைவிடச் சிறப்பாகச் செயல்படத் தொடங்கியிருந்தன. என்எல்சி பள்ளியிலிருந்து இடஒதுக்கீட்டுக்கான அரசு ஆணையை வாங்கிவரச் சொல்லி, இங்கேயும் மாணவர் சேர்க்கையில் அதை நடைமுறைப்படுத்தினோம். பாடப்பிரிவு வாரியாக இடஒதுக்கீடு பட்டியலைத் தகவல் பலகையில் வெளியிடவைத்தோம். அதனால் நடுத்தர மதிப்பெண்கள் எடுத்த மிகப் பிற்படுத்தப்பட்ட, பட்டியலின, பழங்குடியின மாணவர்களுக்கு விரும்பிய பாடப் பிரிவு கிடைத்தது.

இதுபற்றிய முணுமுணுப்பு உயர்சாதியினர் மத்தியில் கேட்கத் தொடங்கியிருந்தது. "பள்ளியையே கெடுத்துவிட்டார். படிக்கத் தெரியாதவனுக்கு எல்லாம் சீட் கொடுக்கச் சொல்லிட்டாரு. என்எல்சி பள்ளிபோல ஆக்கிட்டாரு" என்று புலம்பியிருக்கிறார்கள். ஆனால், யாரும் நேரடியாகப் புகார் தெரிவிக்கவில்லை. சில ஆசிரியர்கள் என்னிடம் வந்து "100 சதவீத தேர்ச்சி போய்விடும் சார்" என்று பயமுறுத்தினார்கள்.

"வெறும் தேர்வு முடிவுக்காகப் பள்ளிக்கூடம் இல்லை. இது பொதுத்துறை நிறுவனம் நடத்துகிற பள்ளி. 100 சதவீதம் என்பதே போலியானது. என்எல்சி பள்ளிக்கூடம் போல மாற்றிவிட்டேன் என்கிறீர்கள். என்எல்சி பள்ளிக்கூடம்தான் உண்மையான பள்ளிக்கூடம். அதுமாதிரிதான் நடக்கணும். பத்து பையன் பெயிலானாலும் பரவாயில்லை. பாடம் நடத்துங்கள். நீங்கள் சரியாகப் பாடம் நடத்தாததால்தான் பெயிலாகிறான். நீங்கள் செய்ற தப்பை அவன்மேல் சுமத்துகிறீர்கள். மாணவர்களைப் பிரித்துச் சிறப்புப் பயிற்சி கொடுங்கள்" என்றேன். இரண்டு ஆண்டுகள் தொடர்ச்சியாகக் கவனம் செலுத்திப் பள்ளிகளின் கல்வித் தரத்தை உயர்த்தி ஆசிரியர்களின் செயல்பாட்டையும் ஊக்கப்படுத்தினோம்.

அதே காலகட்டத்தில், ஜவஹர் மெட்ரிக்குலேஷன் பள்ளி முதல்வர், தபால் சேமிப்புக் கணக்கு தொடங்க வேண்டும் என்று மாணவர்களையும் பெற்றோர்களையும் மிரட்டிப் பணத்தைச் செலுத்த வைத்திருப்பதாகச் சொன்னார்கள். தமிழ்நாட்டிலேயே தபால் கணக்குகள் அதிக எண்ணிக்கையில் தொடங்கியதில் அந்தப் பள்ளிக்கு முதலிடம். இங்கு அனைவரும் ஊழியர்களின் குழந்தைகள். "சேமிப்புக்குப் பணம் வாங்குகிறார்களே தவிர, கணக்கில் கட்டுவதில்லை" என்றார்கள். "பிள்ளைகள் கேட்பார்களே"

என்றால், "தேர்வு முடிவுகள் வந்ததும் சான்றிதழ்களை வாங்கிக்கொண்டு சென்றுவிடுகிறார்கள். பள்ளி முதல்வரிடம் யாரும் பணம் கேட்பதில்லை" என்ற பதில் வந்தது.

எப்படிப் பணம் கட்டுகிறார்கள், எப்படிப் பணம் சேகரிக்கப்படுகிறது, யார் தபால் நிலையத்தில் கட்டுகிறார்கள் உள்ளிட்ட தகவல்களைச் சேகரியுங்கள் என ஒரு குழுவை அமைத்தோம். நண்பர் முத்துகிருஷ்ணன், ஜவஹர் பள்ளிகளின் ஆடிட்டர், ஆய்வுசெய்து ஆறே முக்கால் லட்சம் ரூபாய் பணத்தைச் செலுத்தாமல் இருக்கிறார்கள் என்று கண்டறிந்தார்.

அது குறித்து விசாரித்தால், தற்காலிக ஆசிரியர் ஒருவரை நியமித்து, பணத்தை வசூலித்துத் தலைமை ஆசிரியர் வாங்கிக்கொள்வார் அவரே வங்கிப் புத்தகத்தில் பதிந்துவிடுவார். அஞ்சலக ஊழியர்களின் சோம்பேறித்தனத்தால் கணக்குப் புத்தகத்தையும் தேதியிடும் முத்திரையையும் இவர்களிடம் கொடுத்துவிட்டார்கள். கணக்குப் புத்தகத்தில் பதியப்பட்டிருக்கும். ஆனால் அஞ்சலகத்தில் எந்தப் பணமும் இருக்காது. தலைமை ஆசிரியரிடம் விசாரித்தால், அந்தத் தற்காலிக ஆசிரியர் எடுத்துட்டுப்போய்விட்டார் என்று பதிலளித்தார்.

பிரசவத்திற்குப் போயிருந்த தற்காலிக ஆசிரியரின் வீட்டிற்கு ஒருவரை அனுப்பி விசாரிக்கச் சொன்னோம். குடிசையில் தங்கியிருந்தார், பெற்றோர்கள் கூலிவேலை பார்ப்பவர்கள். வறுமைச் சூழல். "நான் ஒன்றுமே செய்யலை சார். ஆறாயிரம் சம்பளத்துக்கு வேலை பார்த்துக்கிட்டு இருக்கேன். நான் வசூலிக்கும் பணத்தை அப்படியே முதல்வரிடம் கொடுத்துடுவேன். ஒருபைசாவும் கையில் வச்சுக்கமாட்டேன். அவர்களை மீறி பணம் வைத்திருந்தால், என்னை எப்படி சார் விடுவாங்க" என்று பரிதாபமாகச் சொன்னார். தபால் சேமிப்பு வசூல் பிரச்சினையைக் கமிட்டியில் முன்வைத்தோம். கடந்த ஆறு மாதக் காலத்தை மட்டும் ஆய்வு செய்து ஆறே முக்கால் லட்சம் ரூபாய் மாணவர்களுக்குக் கொடுக்க வேண்டும் என்பதைக் கமிட்டிக்குத் தெரிவித்தோம். எல்லோரும் கோபமாகிவிட்டார்கள்.

தலைமை ஆசிரியர் விசாரணைக்கு அழைக்கப்பட்டார். "நான் அப்படிச் செய்யவில்லை. நான் அதுமாதிரி ஆள் கிடையாது" என்று மறுத்து, நெஞ்சில் அடித்துக்கொண்டு அழுதார். "நீங்க செட்டில் பண்ணுங்க. இல்லைனா

சி.துரைக்கண்ணு ▶ 89

பொருளாதாரக் குற்றப்பிரிவில் புகார் கொடுக்க வேண்டிவரும். இவ்வளவு அதிகாரிகள் இருக்கிற நிர்வாகத்தில் பிள்ளைகளை ஏமாற்றியதை வேடிக்கை பார்க்க முடியாது. எல்லாத் தகவல்களும் ஆதாரத்தோடு எங்களுக்கு வந்து விட்டன" என்று கறாராகச் சொல்லிவிட்டோம். அதன்பிறகு தினமும் ஒரு லட்சம் ரூபாய் வீதம் பிள்ளைகளுக்குக் கொடுக்கத் தொடங்கினார். இந்தத் தேதியில் இந்த வகுப்பு மாணவர்களுக்குச் சேமிப்புப் பணம் வழங்கப்படும் என்று காலைக் கூட்டத்தில் அறிவிக்க உத்தரவிட்டோம். அனைத்து மாணவர்களுக்கும் முழுமையாகப் பணம் திருப்பிக் கொடுக்கப்பட்டது. "என்னை விட்டுடுங்க சார். நான் பணியிலிருந்து விலகிக்கொள்கிறேன்" என்று பணியிலிருந்து நிரந்தரமாக விலகிக்கொண்டார். இந்தப் பிரச்சினை நெய்வேலி மக்களிடையே மிகப்பெரிய அதிர்ச்சியை ஏற்படுத்தியிருந்தது.

நெய்வேலி பகுதிகளில் என்.எல்.சி மிகப்பெரும் கல்விப் புரட்சியைச் செய்திருக்கிறது. மெட்ரிக்குலேஷன், அரசுப் பள்ளி, சிபிஎஸ்இ என மூன்றுவகையான பள்ளிகள் இருக்கின்றன. அரவிந்தோ ஆஸ்ரம் நடத்தும் பள்ளி, தாகூர் பள்ளி, செயிண்ட் ஆன்டனிஸ், செயின்ட் பால்ஸ், காமராசர் பள்ளி, தொல்காப்பியர் பள்ளி எனப் பல தனியார் பள்ளிகளும் சிறப்பாகச் செயல்பட்டுவந்தன. நெய்வேலியை ஒட்டிய கிராமப் பகுதிகளின் கல்வி வளர்ச்சியில் என்எல்சி பெரும் பங்களிப்பை வழங்கிக்கொண்டிருக்கிறது.

25 கிலோமீட்டர் தொலைவில் இருப்பவர்கள்கூட நெய்வேலியில் வாடகைக்கு வீடு எடுத்துத் தங்கிக் குழந்தைகளைப் படிக்கவைப்பார்கள். டாக்டர் நந்தகோபால், பழைய பண்ருட்டி திமுக எம்எல்ஏ. நெய்வேலியில் ஒற்றை அறையில் தங்கியிருந்து அவருடைய பிள்ளைகளைப் படிக்கவைத்தார்.

சிபிஎஸ்இ பள்ளியில் வேறொரு பிரச்சினை எழுந்திருந்தது. அங்கு முதல்வராக இருந்த ராமானுஜம், பரவலான நட்புள்ளவர். எனக்கும் நெருங்கிய நண்பர். ஆங்கில ஆசிரியர். தபால் சேமிப்பு முறைகேட்டில் ஈடுபட்ட முதல்வரின் அணுகுமுறை கடுமையாக இருக்கும். இவரோ மென்மையானவர். கனிவான குரலில் பேசுவார். ஆங்கில இலக்கியத்தில் புலமைவாய்ந்தவர். எல்லோரும் அவர்மீது நல்ல மரியாதை வைத்திருந்தார்கள்.

எங்களுக்கு ராமானுஜம் பற்றி ஒரு புகார் வந்திருந்தது. அதாவது பட்டியலில் இல்லாத 50 ஆசிரியர்களைப் பணியில் அமர்த்திச் சம்பளம் கொடுக்கிறார் என்றார்கள். அதுபற்றிய முதற்கட்ட விசாரணையில்,

நிறுவன உயர் அதிகாரிகளின் பரிந்துரையில் சில ஆசிரியர்களை நியமனம் செய்திருப்பது தெரியவந்தது. அதைப் பயன்படுத்திக்கொண்டு மேலும் அவர் அதிக எண்ணிக்கையில் ஆசிரியர்களைப் பணியில் சேர்த்திருந்தார். அவர்கள் பள்ளிக்கு வருவார்கள், பாடம் நடத்துவார்கள், சென்றுவிடுவார்கள். அவர்களிடம் தலா 50 ஆயிரம் வாங்கியிருக்கிறார். அதிலிருந்து அவர்களுக்கு ஊதியம் கொடுத்துவந்தார். இப்படிப் பல ஆண்டுகளாகச் செயல்பட்டிருக்கிறார். பலருக்குச் சம்பளமே கொடுக்காமலும் இருந்திருக்கிறார். எப்படியாவது ஒருநாள் காலியிடம் வரும்போது நிரந்தர நியமனம் வாங்கிக்கொடுத்துவிடுவார் என்ற நம்பிக்கையில் வேலை செய்துகொண்டிருக்கிறார்கள்.

என்னிடம் வந்து ராமானுஜம் சார்பாகப் பேசிய நண்பர் விவேக்கிடம், "ராமானுஜத்துக்கு மூன்று மாதம் அவகாசம் தருகிறேன். இந்தப் பிரச்சினையைத் தீர்க்கச் சொல்லுங்கள். இல்லையெனில் சிக்கலாகிவிடும்" என்று சொல்லி அனுப்பினேன். ஆனால், அவரால் ஒன்றும் செய்ய முடியவில்லை. சித்தப் பிரமை பிடித்தவர்போல ஆகிவிட்டார். எனக்கு அவரே ஒரு விளக்கக் கடிதம் எழுதினார். "நாங்கள் 50 பேரைப் பட்டியலில்லா ஆசிரியர்களாக வைத்திருக்கிறோம். தவறை மிக விரைவில் சரிசெய்துவிடுகிறோம். மிகவும் வருந்துகிறேன்" என்று அதில் குறிப்பிட்டிருந்தார். நாமே போய் அதை நிரூபிக்க வேண்டிய தேவையில்லை. அவரே எழுதிக் கொடுத்துவிட்டார். இருந்தாலும் இப்படியே விடமுடியாது. ஊரெல்லாம் பேச ஆரம்பித்திருந்தார்கள். கமிட்டியைக் கூட்டினோம். நானும் சொஸைட்டி கல்விக்கழகச் செயலர் கோபாலகிருஷ்ணனும் அடுத்து என்ன செய்யலாம் எனக் கலந்து பேசினோம். "திடீர் சோதனையாகப் பள்ளிக்குச் சென்று யார் யார் வருகைப் பதிவேட்டில் இல்லாமல் ஆசிரியராக இருக்கிறார்கள் என அடையாளம் கண்டு, உடனே அவர்களை வெளியே அனுப்பிவிடுவோம்" என்று முடிவுசெய்தோம்.

திட்டமிட்டபடி எல்லாப் பள்ளிகளுக்கும் சென்று வருகைப் பதிவேட்டில் இல்லாத ஆசிரியர்களை உடனடியாக வெளியேற்றினோம். நாங்கள் ஒருவகையில் அவரைப் பாதுகாத்தோம். ஒரே நாளில் பலநாள் நீடித்துவந்த பிரச்சினைக்குத் தீர்வுகண்டோம். பிறகு ராமானுஜம் மீது குற்றச்சாட்டைப் பதிவுசெய்து ஓய்வுபெற்ற நீதிபதி புகழேந்தி தலைமையில் விசாரணைக்கு உத்தரவிட்டோம்.

என்னை ஜவஹர் பள்ளிகளுக்குச் செயலாளராக நியமித்த சேர்மேன் ஜெயராமன் மாற்றலானார். பதிலாக அன்சாரி என்பவர் பொறுப்புக்கு வந்தார். அதில் ஓர் அரசியல் இருந்தது. டைரக்டர் பர்சனலாக இருந்த பாபுராவும் சேர்மேன் பதவிக்கு முயற்சி செய்தார். அப்போதெல்லாம் தலைமைப் பொறுப்புக்கு 50 கோடி, 100 கோடி என்று லஞ்சம் கொடுத்துவருவதாகப் பேசிக்கொள்வார்கள். தலைமைப் பொது மேலாளராக அன்சாரி வந்திருந்தார். குடியரசுத் தலைவரின் நியமனம் அது.

என்எல்சியில் இயக்குநராக அன்சாரி இருந்தபோது, அவர்மீது ஊழல் குற்றச்சாட்டுகள் இருந்தன. மத்திய ஊழல் கண்காணிப்புப் பிரிவு பெண் அதிகாரி ஒருவர், அன்சாரியைப் பற்றிப் பிரதமர் அலுவலகத்திற்குச் சளைக்காமல் புகார் குறிப்பு எழுதிக்கொண்டிருந்தார். மீண்டும் மீண்டும் எழுதியதால், ஆணையைப் பெறுவதற்கு எட்டு மாதங்கள் கடந்திருந்தன.

நாங்கள் ஜவஹர் பள்ளிகளில் ஆசிரியர்களைத் தேர்ந்தெடுத்தபோது அன்சாரி இயக்குநராக இருந்தார். அப்போது சிலரை எடுக்கச் சொல்லிப் பரிந்துரை செய்தார். அந்தச் சம்பவத்தை மறக்காமல் மனதில் வைத்திருந்தார். அடுத்த ஆர்டி மோசடியில் ஈடுபட்ட முதல்வர் முஸ்லிம். அவர்மீது நடவடிக்கை எடுத்ததால், அதிலும் அன்சாரிக்கு வருத்தம். என்எல்சி நடத்துகிற ஜவஹர் கலை அறிவியல் கல்லூரி கமிட்டி சேர்மேனாக இருந்தபோது, நிலவியல் என்ற இளநிலைப் படிப்பை ரத்துசெய்தார். பிறகு சேர்மேனாக அவர் பதவியேற்றதும், தனக்கு நெருக்கமானவர்கள் சிலரது பேச்சைக் கேட்டு மீண்டும் அதே படிப்பைத் தொடங்க உத்தரவிட்டார்.

ஜவஹர் பள்ளிகளின் செயலாளராக இருந்தபோது, நான் ஜவஹர் கல்லூரியில் உறுப்பினராகவும் இருந்தேன். ஜியாலஜி படிப்பை மீண்டும் தொடங்க வேண்டும் என்று வலியுறுத்தித் தீர்மானம் போட்டதும், அதைக் கடுமையாக எதிர்த்தேன். இந்தக் கமிட்டியிலும் நான்தான் மிக இளையவன். "எதற்காக ஒரு படிப்பை நிறுத்தினீர்கள். மீண்டும் எதற்காகத் தொடங்குகிறீர்கள். படிப்பைத் தொடங்கச் சொல்லி யார் கேட்டார்கள். அப்படி ஒரு கோரிக்கை யாரிடமிருந்தும் இல்லையே" என்று மறுப்பைப் பதிவு செய்தேன்.

நான் மறுத்ததை அன்சாரியால் ஏற்றுக்கொள்ள முடியவில்லை. என்எல்சியில் சேர்மேன் சொல்லிவிட்டால் கடவுள் சொன்ன மாதிரி. இது

ஓர் அரசு நிறுவனம். உங்கள் இஷ்டத்துக்கு மூடுவீர்கள். விரும்பினால் திறப்பீர்கள். பேராசிரியர்கள் எல்லாம் நீதிமன்றம் போய் தடையாணை பெற்றுச் சம்பளம் வாங்கிக்கொண்டிருக்கிறார்கள் என்று என் மறுப்பை எழுதினேன். எல்லாவற்றையும் மனதில் வைத்திருந்த அன்சாரி, ஜவஹர் கல்விக் குழுவைக் கலைத்துவிடுங்கள் என்று உத்தரவிட்டார். உடனே எங்கள் பொறுப்புகளை முறைப்படி ஒப்படைத்துவிட்டு அதிலிருந்து வெளியேறினோம்.

ஜவஹர் பள்ளி தொடர்பாக இன்னொரு செய்தியும் இருக்கிறது. நண்பர் அருணாச்சலம், சில நண்பர்களுடன் சேர்ந்து மனிதநேய அறக்கட்டளை என்ற அமைப்பின் மூலம் ஐஐடியில் சேரப் பயிற்சி வழங்குகிறோம் என விளம்பரம் செய்து, ஏழாம் வகுப்பிலிருந்தே மாணவர்களைச் சேர்த்துக்கொண்டிருந்தார். ஆசிரியர்களிடம் பேசிப் பயிற்சி வகுப்புகளில் சேரச் சொல்லிக் கட்டாயப்படுத்துவது. பிறகு என் வகுப்பிலிருந்து அனைவரும் பயிற்சியில் சேர்ந்துவிட்டார்கள் என்று சொல்லி ஆசிரியர்களும் அவரிடம் கமிஷன் வாங்கிக்கொண்டிருந்தார்கள். இத்தனையும் பள்ளிக்குள்ளேயே நடந்துவந்தது. இதன் மூலம் ஆண்டுக்குப் பல லட்சம் சம்பாதித்துவந்தார்கள்.

டியூசன் ஆசான்களுக்கு எதிரான போராட்டத்தில் பங்கேற்றுக் கட்டுரை வாசித்தவர்தான் அருணாச்சலம். பின்னாளில் இப்படி மாறிப்போய்விட்டார். இதுபற்றி பள்ளிக் குழுவில் கலந்து பேசி, "பள்ளி வளாகத்தின் உள்ளேயே வணிக ரீதியான இன்னொரு நிறுவனம் நடத்த அனுமதித்தது தவறு. ஆகலால், ஒரு வாரத்தில் எல்லாவற்றையும் காலி செய்து வெளியே எடுத்துக்கொண்டு போய்விடுங்கள்" என்று கடிதம் கொடுத்துவிட்டோம். யூனியன் தலைவர்களின் குழந்தைகள், அதிகாரிகளின் குழந்தைகளுக்கு இலவசமாகப் பயிற்சி வழங்கியதால், அந்தக் கல்வி வியாபாரத்தைப் பற்றி யாரும் கண்டுகொள்ளவில்லை. அந்த நடவடிக்கை என்எல்சி பள்ளிகள் வட்டாரத்தில் பெரும் அதிர்வுகளை ஏற்படுத்தியிருந்தது.

ஜவஹர் பள்ளிக் குழுவை மாற்றியமைத்தனர். என்னைத் தூத்துக்குடிக்கு இடமாறுதல் செய்தனர். ஜவஹர் கல்விக் குழுத் தலைவராக இருந்த கந்தசாமி, திட்டம் மற்றும் திட்டமிடல் துறையின் இயக்குநரானார். உடனடியாக என்னைப் பணியிலிருந்து விடுவிக்கச் சொல்லி உத்தரவு. நாடு கடத்துவதுபோல ஆணை பிறப்பித்திருந்தனர். அதைக் கேட்டுக்

கோபமடைந்த நான் அந்த அனல்மின்நிலையத் தலைவர் அறைக்குச் சென்று சத்தமிட்டேன். "என்ன சார் இது" என்றதும், "எனக்கு ஒன்றும் தெரியாது" என்று விழித்தார். அடுத்து தெர்மல் இயக்குநரிடம் பேசினேன். அவர் டெல்லியில் இருந்தார்.

"எனக்கு எதுவுமே தெரியாது. எல்லாம் அன்சாரிதான் செய்தார்"

"நீங்கள் அனுப்பிய பணிமாற்ற ஆணை முறையற்றது. இந்த மாதிரி செய்தால், நான் வேறு மாதிரி எதிர்கொள்வேன்" என்றேன்.

"வேறு வழியில்லை. உங்களைப் பணியிலிருந்து விடுவிக்கச் சொல்லி விட்டார்"

"விடுவியுங்கள். நான் பார்த்துக்கொள்கிறேன். பொது நுழைவு வாயிலில் நின்று நானே சக தொழிலாளிகள், அதிகாரிகள் மத்தியில் பேசுவேன்" என்று கடுமையாகச் சொல்லிவிட்டு வந்தேன்.

சூழல் பரபரப்பாகிறது என்பதைத் தெரிந்துகொண்டு அடுத்தகட்ட நடவடிக்கையில் இறங்கியிருந்தார்கள். எனக்கு மேல் அதிகாரி தமிழரசன், அவரை அன்சாரி அழைத்து, "என் பதவி நிலையில் அங்கு ஒருவர் இருக்க வேண்டிய தேவையில்லை. எனவே அவரைப் பணியிட மாற்றம் செய்யலாம்" என்று என் பணிமாற்றம் தொடர்பாக எழுதி வாங்கியிருந்தார். பிறகு என்னிடம் தமிழரசன், "நீங்கள் உடனே செல்ல வேண்டாம். எப்போது போகிறீர்கள் என்று சொல்லுங்கள். நேரம் வாங்கித் தருகிறேன்" என்று ஆதரவாகப் பேசுவதுபோல் பேசினார்.

"பணிமாற்றத்தை நான் எதிர்க்கவில்லை. அதை முறையாகச் செய்யுங்கள். பழிவாங்கத்தான் செய்கிறீர்கள். நாங்க அன்சாரி மாதிரி திருடர்கள் கிடையாது. நேர்மையான ஆட்கள். அதனால்தான் எதிர்த்துக் கேட்கிறோம்" என்று பேசினேன். ஒருவாரம் பணிமாற்றம் பற்றிப் பேசக்கூடாது. அதை முதலில் செய்யுங்கள் என்று வலியுறுத்தினேன். சரி என்று சொல்லிவிட்டார்கள். அன்றிரவே சென்னைக்கு வந்து பணிமாற்றத்திற்கு எதிராகத் தடையாணை வாங்கிவிட்டோம்.

பின்னர் அதே அனல்மின்நிலையத்தில் வேலையைத் தொடர்ந்தேன். கடலூர் மாவட்ட பொறுப்பு நீதிபதியாக பாலசுப்ரமணியன் என்பவர் இருந்தார். கடலூர் ஆய்வுக்காக வர வேண்டும் என்றால், என்எல்சி

விருந்தினர் விடுதியில்தான் தங்கிச் செல்வார். என் வழக்கு சென்றதுமே, "நான் கடலூர் மாவட்ட பொறுப்பு நீதிபதி. நான் கடலூர் நெய்வேலி போனால் அங்குதான் தங்குவேன். நீங்க வேறு யாரிடமாவது வழக்கை மாற்றிக்கொள்ளுங்கள்" என்று கேட்டுள்ளார். "இல்லை. உங்கள்மீது நம்பிக்கை இருக்கிறது" என்று எனக்கான வழக்கறிஞர் அஜய்கோஸ் சொல்லிவிட்டார். பின்னர் அவரிடம்தான் வழக்கு நடந்தது.

என்டிபிஎல் என்பது என்எல்சியும் தமிழ்நாடு மின்சார வாரியமும் இணைந்தது. அதாவது நெய்வேலி தமிழ்நாடு பவர் லிமிடெட் (NTPL). பொதுவாகக் கூட்டு முதலீட்டில் உருவாகும் திட்டத்தில் பணியாளர்களை நியமிக்க வேண்டும் என்றால், அதற்குத் தனியாகத் தேர்வு செய்ய வேண்டும். தமிழ்நாடு மின்சார வாரியம் அல்லது என்எல்சியில் இருந்து ஒருவரை நியமித்தால், அவரிடம் சுயவிருப்பத்தைக் கேட்க வேண்டும். ஊழியர் ஒப்புக்கொண்டால்தான் நியமிக்க முடியும் என்ற விதி இருப்பது அப்போதுதான் எனக்குத் தெரியவந்தது. இந்தச் சட்டப்படியே தடையாணை கேட்டிருந்தோம், உடனே வழங்கினார்கள்.

சென்னை உயர்நீதிமன்றத்தில் என்எல்சிக்குத் தனி முக்கியத்துவம் உண்டு. என் பணியிட மாற்றத்தைக் கண்டித்து சுவரொட்டி, பிரசுரம் எனப் பரபரப்பாக இருக்கிறது நெய்வேலி. இதையெல்லாம் புகைப்படங்களாக எடுத்துவந்து நீதிபதிகளிடம் காட்டி, "இதுமாதிரி அச்சுறுத்துகிறார்கள். எவ்வளவோ பேரைப் பணிமாற்றம் செய்திருக்கிறோம். எங்களுக்கு இந்தியா முழுவதும் நிறுவனங்கள் செயல்படுகின்றன. பணிமாற்றமே போட முடியாது என்றால், மேலும் நிறுவனத்தை விரிவுபடுத்த முடியாது. எங்களால் யாரையும் பணிமாற்றம் செய்ய முடியாது" என்று பேசிச் சமாதானம் செய்துவிட்டார்கள். பிறகு என் தடையாணையை எதிர்த்து என்எல்சி மேல்முறையீடு சென்றது.

நீதிமன்றத்தில் வெளிப்படையாகத் தடையாணையை அறிவித்த நீதிபதி, தம்முடைய அறைக்குச் சென்றவுடன் அதைத் தற்காலிகம் என்று மாற்றிவிட்டார். எனக்காக என்.ஜி.பிரசாத் வழக்காடினார். "நீதிமன்றத்தில் இப்படிச் சொல்கிறார்கள். அறைக்குச் சென்றவுடன் வேறு மாதிரி மாற்றி எழுதுகிறார்கள். என்ன நீதிமன்றம் இது" என்று அவர் வருத்தப்பட்டார். அதற்குள் தலைமை நீதிபதியிடம் என்எல்சி நிர்வாகம் ஆலோசனை செய்திருந்தது. ஒரு மாதம் கழித்துப் பணியிட மாற்ற ஆணை வழங்கினார்கள். அடுத்த நாளே தூத்துக்குடிக்கு வந்து பணியில் சேர்ந்தேன்.

தூத்துக்குடியில் எந்த வசதியுமில்லை. மொத்தமே நாங்கள் 15 பேர் மட்டும் சென்றிருந்தோம். கட்டுமானப் பணிகள் பரபரப்பாக நடந்து கொண்டிருந்தன. அதில் முழுமையாக ஈடுபடத் தொடங்கியிருந்தோம். புதிய திட்டத்தைக் கொண்டுவர வேண்டும் என்று இரவுப் பகலாக உறக்கமின்றி வேலை செய்தோம். நாங்கள் தங்குவதற்குக்கூட சரியான இடமில்லை. நெய்வேலியில் குடும்பம், நான் தூத்துக்குடியில். மாதம் ஒருமுறை வீட்டுக்கு வந்துபோய்க்கொண்டிருந்தேன்.

நான் நெய்வேலிக்கு வந்துபோகிற செய்தி அன்சாரிக்குத் தெரிந்துவிட்டது. வீட்டைக் காலி செய்வதற்காக எனக்காகவே நிர்வாகக் குழுவைக் கூட்டித் தீர்மானம் நிறைவேற்றுகிறார்கள். ராஜஸ்தானில் பத்து ஆண்டுகளுக்கும் மேலாக என்எல்சி பணிகள் நடைபெற்றுவருகின்றன. அங்கு பணியிட மாற்றம் செய்யப்பட்டவர்கள் வீட்டை நெய்வேலியில் வைத்துக்கொள்ளலாம். நான்கு மாநிலம் தள்ளியிருந்தவர்களே, இங்கு வந்துபோகலாம். ஆனால், நான் தூத்துக்குடியிலிருந்து வரக்கூடாது. வீட்டைக் காலி செய்ய வேண்டும். காலி செய்தால்தான் உங்களுக்கான பயணப்படி உள்ளிட்ட சலுகைகள் வழங்கப்படும் என ஆணை வந்தது. நானும் விடவில்லை. அந்த ஆணைக்கெதிராக நீதிமன்றத்தில் தடை வாங்கினேன். எதிர்ப்பது என முடிவு செய்துவிட்டால், கடைசிவரைப் பார்த்துவிட வேண்டியதுதான்.

வழக்கு நடந்து ஓர் ஆண்டுக்குப் பிறகுதான் வீட்டைக் காலி செய்தேன். சென்னையில் நண்பர் எம்.பி.கணேசன் தனக்குச் சொந்தமான வீட்டைக் குறைந்த வாடகைக்குக் கொடுத்து உதவினார். அங்கு குடும்பத்தினரைத் தங்கவைத்தேன். நான் மட்டும் தூத்துக்குடியில் இருந்தேன். எப்போதாவது தூத்துக்குடிக்கு அன்சாரி வருகை தருவார். அங்கிருந்த வெறும் பதினைந்து பேர்தான். உயர்பதவியில் மேலிருந்து பார்த்தால் மூன்றாவது இடத்தில் இருந்தேன். நிறுவனத் தலைவர் வந்தால் நேருக்கு நேராகச் சந்தித்து உரையாட வேண்டிய சூழல். நான் எதையும் காட்டிக்கொள்ளாமல் இயல்பாக இருந்தேன். அவருக்கு வணக்கம் சொல்வேன். அங்கு நடக்கும் திட்டப் பணிகள் பற்றி விவரிப்பேன்.

அன்சாரியின் அணுகுமுறை அரசுப் பணியில் உள்ள சராசரி உயர் அதிகாரியைப்போல இல்லை. தன்னை ஒரு சுல்தான்போல நினைத்துக்கொண்டு அதிகாரத்துடன் செயல்பட்டார். அலுவல் சார்ந்த

கூட்டம் முடிந்ததும் அன்றிரவு ராஜதர்பாராக என்.எல்.சி செலவில் விருந்தளிப்பார். ராஜஸ்தான், தூத்துக்குடி என எங்கு சென்றாலும் பெரிய விருந்து இருக்கும். அனைவரையும் அழைத்திருந்தார். நான் வர இயலவில்லை என்று திட்டத் தலைமையதிகாரியிடம் சொல்லிவிட்டேன். விருந்து தொடங்கியவுடன் என்னைத் தேடியிருக்கிறார். சிலர் இல்லையே என்று சொல்லிக்கொண்டே இருந்திருக்கிறார். நான் தங்கியிருந்த வீட்டுக்கும் ஹோட்டலுக்கும் 15 கி.மீ தூரம். உடனே திட்டத் தலைமையதிகாரி, என்னை அழைக்க வீட்டுக்கு வண்டி அனுப்பிவைத்தார். அங்கிருந்தே தொலைபேசி மூலம், "உடனே வாருங்கள். ஏன் நீங்கள் வரவில்லை" என்று கேட்கிறார். "இல்லை சார்... நான் ஒரு காரணத்துடன்தான் வரவில்லை. மேலும் இரவுச் சாப்பாடும் சாப்பிட்டுவிட்டேன். நீங்கள் சமாளித்துக்கொள்ளுங்கள்" என்றேன். அன்சாரிக்கு முதன்மை அதிகாரி மிகவும் பயப்படுவார். கடைசிவரையில் என்னை வரச்சொல்லி அழுத்தம் கொடுத்துக்கொண்டே இருந்துள்ளார்.

"நிறுவனத் தலைவர் வருகிறார் என்பதால், விடுப்பு எடுக்காமல் எல்லா வேலைகளையும் செய்தேன். அவர் நிறுவனத் தலைவர் என்பதால் அவரை மதிக்கிறேன். ஆனால், யாருடன் சாப்பிட வேண்டும் என்பதைத் தீர்மானிப்பது நான்தான். அதனால்தான் வரவில்லை. அவருடன் உணவு உண்ண முடியாது" என்று திட்டத் தலைமையதிகாரியிடம் தெளிவாகச் சொல்லிவிட்டேன்.

இதனிடையே, ஒரு முக்கியமான காரணத்தைப் பற்றிச் சொல்லியாக வேண்டும். என் பணியிட மாற்றத்தை எதிர்த்துச் சுவரொட்டிகள், கண்டனக் கூட்டம் என நடத்திக்கொண்டிருந்தபோது, விழுப்புரம் அருகே யாரோ இரயில் பாதையில் நாட்டு வெடிகுண்டு வைத்துவிட்டார்கள். தண்டவாளத்தில் விரிசல் ஏற்பட்டிருந்ததாக நாளிதழ்களில் செய்தி வெளியானது. பின்னர் அது காவல்துறையே வைத்த வெடிகுண்டு என்றும் பேசிக்கொண்டார்கள். ஏதோ ஒரு பிரச்சினையைத் திசைதிருப்புவதற்காகச் செய்த வேலை என்றார்கள். என்னை அந்தச் சம்பவத்துடன் தொடர்புப்படுத்தி மாவட்டக் காவல்துறைக் கண்காணிப்பாளரிடம் அன்சாரி பேசியுள்ளார். அவர் வடஇந்தியாவைச் சேர்ந்த ஐபிஎஸ் அதிகாரி. அந்த நாளில் என் பணியிட மாற்றத்தைக் கண்டித்து நெய்வேலியில் ஒரு மாபெரும் கண்டனப் பொதுக்கூட்டம். அதில் அ.மார்க்ஸ், கல்யாணி, சிவகாமி உள்பட பலரும் பங்கேற்றுப் பேசினார்கள். ஊரையே பயமுறுத்திப்

பரபரப்பாக வைத்திருந்தார் அன்சாரி. நகரின் முக்கியமான இடங்களைக் குறிப்பிட்டு, அங்கெல்லாம் பேசுவதை நாங்கள் கண்காணிக்கிறோம் என்று அறிவிப்புகளைச் செய்திருந்தார்.

அன்சாரியின் கட்டுப்பாடுகளுக்குத் தொழிற்சங்கங்கள் பயந்துவிட்டன. நாங்கள்தான் முதலில் அந்தத் தடைகளை உடைத்தோம். ஒரு மையமான இடத்தில் மாபெரும் பொதுக்கூட்டத்தை நடத்தினோம். தொழிலாளர்கள் எல்லோரும் இருளடைந்த பகுதியில் நின்று பேச்சைக் கேட்டார்கள். தொழிற்சங்கம் பரவலாக இருக்கும் ஊரில் அவரின் எதேச்சதிகாரத்தைக் கண்டித்து நடக்கிற கூட்டத்தில் ஒரு சங்கம்கூட கலந்துகொள்ளவில்லை. தோழர் செல்வராஜ், இந்திய மக்கள் முன்னணியைச் சேர்ந்தவர். அவர் தலைமையில்தான் கூட்டம் நடைபெற்றது. சிவகாமி, அரசியல் பிரவேசம் செய்திருந்த நேரம். கூட்டத்தில் அவர் கடுமையாகக் கண்டன உரையாற்றினார்.

"கூட்டத்தில் கலந்துகொண்ட மார்க்ஸ், கல்யாணி எல்லோரும் நக்சல்பாரிகள். இவர்களுடன் துரைக்கண்ணுவுக்குத் தொடர்பிருக்கிறது. இதுபற்றி விசாரியுங்கள். சமீபத்தில் நாட்டு வெடிகுண்டு விழுப்புரம் இரயில் பாதையில் வெடித்தது. அதில் ஈடுபட்டவர்கள் இவர்களாகவும் இருக்கலாம்" என்று காவல்துறை கண்காணிப்பாளரிடம் அன்சாரி வலியுறுத்தியுள்ளார். விசாரணை நடத்தி அதில் உண்மை இல்லை என்று தகவல் கொடுத்திருக்கிறார் கண்காணிப்பாளர் என்பது எனக்குப் பின்னாளில்தான் தெரியவந்தது. அன்சாரி சொல்வதைக் கண்காணிப்பாளர் கேட்பதற்குக் காரணம், ஒவ்வொரு வாரமும் அவர் சனிக்கிழமையன்று அன்சாரி வீட்டில் விருந்து சாப்பிடுவார். அந்த நன்றியுணர்வுக்காகக் கண்காணிப்பாளர் விசாரணை நடத்தி உதவியிருக்கிறார்.

இவர்களது கூட்டுச்சதியை விளக்கிப் பேராசிரியர் கல்யாணி வழிகாட்டுதலில் துண்டுப் பிரசுரம் அச்சிட்டுப் பிரதான கடைவீதியில் நின்று மக்களுக்குக் கொடுத்தோம். கண்காணிப்பாளரைக் கண்டித்து வெளியிட்ட துண்டறிக்கையைக் கடலூர் மாவட்டத்தின் அனைத்துக் காவல் நிலையங்களுக்கும் தபாலில் அனுப்பிவைத்தோம். இந்திரா நகர் சுரேஷ் துண்டுப் பிரசுரம் கொடுக்கும்போது, உள்ளூர்க் காவலர்கள் சிலர் செல்போனையும் துண்டுப் பிரசுரங்களையும் பிடுங்கிக்கொண்டனர். எனக்கு அந்தத் தகவல் வந்தது. உடனே வேகமாகச் சென்று, "கைபேசியைப்

பிடுங்கியது யார், துண்டுப் பிரசுரத்தைப் பிடுங்கியது யார்" என்று கேட்டேன். அங்கிருந்த காவலர்களிடம் பிரசுரமும் செல்போனும் இருந்தன. கைபேசியைப் பிடுங்கச் சொன்னது யார் என்று கேட்டுக்கொண்டே, அவர்கள் கைகளிலிருந்து கைபேசியையும் துண்டுப் பிரசுரத்தையும் வெடுக்கெனப் பிடுங்கினேன்.

"சார்... பொது இடம். வேண்டாம் சார்..." என்றார்கள் காவலர்கள்.

"உங்களுக்குக் கைபேசியைப் பிடுங்க என்ன அதிகாரம் இருக்கிறது".

"எஸ்பியைக் கண்டித்து நோட்டீஸ் வந்திருக்கிறது" என்றார்கள்.

"உங்கள் எஸ்பி சரியில்லை. அதனால் கண்டித்து எழுதியிருக்கிறோம். சரியா இருக்கிற கண்காணிப்பாளரையா கண்டித்திருக்கிறோம். பொது இடத்தில் நீங்கவந்து ஏன் இதெல்லாம் செய்கிறீர்கள்" என்று கோபமாகப் பேசினேன். சில நிமிடங்களில் அங்கிருந்து அவர்கள் விலகிச் சென்றார்கள். நோட்டீஸ் கொடுத்த தோழர்களுக்கு மிகுந்த உற்சாகம்.

அச்சுறுத்தல்களையும் பொய் வழக்கையும் தொடர முயன்ற ஒருவருடன் சேர்ந்து விருந்து சாப்பிடக் கூடாது என்று திட்டவட்டமாக முடிவெடுத்ததற்கு இன்னொரு காரணமும் இருந்தது. என்எல்சியில் இயக்குநர் பாபுராவ் பட்டியலினத்தைச் சேர்ந்தவர். அவரது பணி ஓய்வு விழாவில் மற்ற இயக்குநர்களும் இருக்கக் கூடாது, தானும் இருக்கக் கூடாது என்பதற்காக அனைவரையும் அழைத்துக்கொண்டு தூத்துக்குடி வந்திருந்தார் அன்சாரி. ஆனால், நான் அவருடன் சாப்பிட மறுத்ததை அவரால் தாங்க முடியவில்லை அதை தனக்கு இழைக்கப்பட்ட அவமானமாகக் கருதினார்.

அடுத்த இரு மாதங்களில் என் பதவி உயர்வுக்கான நேர்காணல் நெய்வேலியில் நடந்தது. என்னைப் பார்த்ததுமே அன்சாரி கேட்கத் தொடங்கிவிட்டார்.

"துரைக்கண்ணு வாங்க... உங்களோடு ஒரு விசயம் பேச வேண்டும். நீங்கள் இந்நிறுவனத்தில் உயர் நிலையை அடைய எல்லா வாய்ப்புகளும் உள்ளவர். தங்கள் கீழ் பணிபுரியும் அதிகாரிகளை விருந்துக்கு அழைக்கும் வாய்ப்பும் உள்ளது. அப்போது சிலர் அதை நிராகரித்தால் உங்கள் மனநிலை எப்படி இருக்கும்" என்று கேட்டார்.

"அப்படிப்பட்ட சூழலில் சம்மந்தப்பட்டவர்கள் மேலதிகாரியின் அழைப்பை ஏற்றுக்கொள்ள வேண்டும்" என்றேன். அப்போதுதான் அவர் தூத்துக்குடி சம்பவத்துக்கு வருகிறார்.

"நான் அழைத்தபோது நீங்கள் என் அழைப்பை மதிக்கவில்லையே!"

"இல்லை சார். வேண்டுமென்றே தவிர்க்கவில்லை. அன்றைக்கு எனக்கு உடல்நிலை சரியில்லை."

"இல்லை, உங்கள் முகம் பளிச்சென்று ஆரோக்கியமாக இருந்தது"

"இல்லை சார். எனக்கு உடல்நிலை சரியில்லைதான். நிறுவனத் தலைமையதிகாரி வருவதால்தான் விடுப்பு எடுக்காமல் அலுவலகம் வந்து வேலைகளைக் கவனித்தேன்."

"இல்லை.. இல்லை, அப்படியென்றால் முன்னரே இரவு உணவுக்கு வர முடியாது என்று தெரிவித்திருக்க வேண்டும்."

"ஆமா சார், அலுவலகத்திலிருந்து புறப்படும்போது திட்ட அதிகாரியிடம் தெரிவித்துவிட்டேன்."

இப்படித்தான் அன்றைய நேர்காணல் நடந்தது. அங்கு சுற்றிலும் அமர்ந்திருந்த இயக்குநர்கள் வியப்பாகப் பார்க்கிறார்கள். "நடந்தவற்றுக்கு வருந்துகிறேன் அய்யா..." என்று நான் சொல்வேன் என அன்சாரி எதிர்பார்த்தார். இவரை எதிர்த்து நீதிமன்றம் சென்றிருக்கிறேன்; கண்டனப் பொதுக்கூட்டம் நடத்தியிருக்கிறோம். எப்படி வருத்தம் தெரிவிப்பேன். அப்போது இயக்குநர் - மின்சாரம் மகிழ்செல்வன் உரையாடலுக்கு இடையில் வலிந்து குறுக்கிட்டு அங்கு நடைபெறும் வேலையைப் பற்றிக் கேட்டு அன்சாரிக்கும் எனக்குமான நீண்ட விவாதத்தை முடித்துவைத்தார். நேர்காணலுக்கு வந்த அந்தக் குழுவில் நான்தான் முதல் ஆளாக இருந்தேன். அந்த ஆண்டு மட்டுமல்ல, தொடர்ந்து ஐந்து ஆண்டுகளுக்கும் எனக்கான பதவி உயர்வை வழங்கவில்லை. அன்சாரி பதவியில் இருக்கும்வரை பதவி உயர்வு கிடைக்காமல் பார்த்துக்கொண்டார். ஆண்டுகள் கடந்தன. என்எல்சியில் தலைவர் மாறியிருந்தார். சுரேந்திர மோகன் என்ற ஆந்திரக்காரர் வந்திருந்தார். என்னை முதலில் பணிமாற்றம் செய்தால்தான் மற்றவர்களை நெய்வேலிக்கு அழைக்க முடியும். ஏனெனில் நான் மட்டும்தான் உயர்

நீதிமன்ற ஆணையின்படி பணியில் சேர்ந்தவன். ஆதலால், என்னை உடனடியாக அழைத்தார்கள். நான் சுரங்கம் 2இல் பணியில் சேர்ந்தேன்.

ஜவஹர் பள்ளியில் செயலாளராக இருந்தபோது ஆசிரியர்களைத் தவறாக நியமனம் செய்துவிட்டதாகப் பொய்யான புகாருக்கு விளக்கம் கேட்டுத் தூத்துக்குடிக்குக் கடிதம் அனுப்பிவைத்திருந்தார்கள். "கண்காணிப்புத் துறை விசாரித்ததில், தகுதியற்ற ஆசிரியர் ஒருவரைப் பணி நியமனம் செய்துள்ளீர்கள் என தெரியவந்துள்ளது. அதற்கு நீங்கள் விளக்கம் தர வேண்டும்" என்று என்னிடம் கேட்டிருந்தார்கள். நானும் விளக்கமளித்துக் கடிதம் எழுதினேன். "ஜவஹர் கல்விக்கழகத்தின் செயலர் தன்னிச்சையாக எந்த முடிவையும் எடுத்துச் செயல்படுத்த முடியாது. கல்விக்கழகக் குழுவில் எடுக்கும் முடிவுகளை அறிவிக்கவும்/ செயல்படுத்தவும் மட்டுமே செயலர் அதிகாரம் பெற்றவர். குறிப்பிட்டுள்ள குற்றச்சாட்டு உண்மையா என்பதைச் சம்மந்தப்பட்ட ஆவணங்களைச் சரிபார்த்துப் பதிலளிக்கிறேன்" என்று விளக்கமளித்திருந்தேன்.

அடுத்து கண்காணிப்புத் துறைக்குக் கடிதம் எழுதினேன். "நான் தவறு செய்ததாகவும் அதை நீங்கள் கண்டுபிடித்துச் சொன்னதாகவும் சொல்கிறார்கள். எனக்கு எதிராக ஏதாவது விசாரணை நடைபெற்றதா, அப்படி நடைபெற்றிருந்தால் சம்மந்தப்பட்ட என்னை ஏன் விசாரணைக்கு அழைக்கவில்லை. மேலும், என்.எல்.சி கண்காணிப்புத் துறை ஜவஹர் பள்ளி தொடர்பான பிரச்சினையில் தலையிட முடியுமா என்பதையும் அறிய விரும்புகிறேன்" என்று குறிப்பிட்டிருந்தேன்.

ஜவஹர் பள்ளி விவகாரத்தில் கண்காணிப்புத் துறை தலையிட முடியாது என்ற சட்டம் தொடர்பான தகவலைச் சொன்னவர் பீகாரில் டிஜிபியாக இருந்த என்எல்சி முன்னாள் கண்காணிப்புத் துறை அதிகாரி. விளக்கம் கேட்கும் கடிதம் எனக்குக் கிடைத்ததும் அவரிடம்தான் விவரம் கேட்டேன். ஒருமுறை பிரச்சினை ஏற்பட்டபோது, அவரை மாற்றிவிட்டு என்னைச் செயலராக நியமித்தார்கள். "உங்களை அங்கிருந்து தூக்கிவிடுவார்கள் என்று எனக்கு முன்பே தெரியும். இந்தக் கடிதத்தைப் பொறுத்தவரை ஒன்றுமில்லை. வேண்டுமென்றே செய்கிறார்கள். நான் இதை எதிர்பார்த்தேன். கண்காணிப்புத் துறை ஆளுகைக்குள் ஜவஹர் பள்ளி வருகிறதா என்று மட்டும் கண்காணிப்புத் துறையில் கேளுங்கள்" என்று ஆலோசனை வழங்கினார். அவர் சொன்னதை வைத்துக்கொண்டுதான் விளக்கக் கடிதம் எழுதினேன்.

கண்காணிப்புத் துறையில் நண்பர் வெங்கட்ராமன் இருந்தார். இதற்கிடையே கண்காணிப்புத் துறை அதிகாரி என்.எல்.சி தலைமை நிர்வாகியைச் சந்தித்து "துரைக்கண்ணு எங்களிடம் சில தகவல்களைக் கேட்டிருக்கிறார். நாங்கள் பதில் கொடுத்துத்தான் ஆகவேண்டும். இல்லையென்றால் அவர் டெல்லி மத்தியக் கண்காணிப்பு ஆணையத்திடம் கேட்பார். அங்கிருந்து கடிதம் வந்தால், எங்களுக்குச் சங்கடமாகப் போய்விடும். எனவே நாங்கள் பதில் அனுப்பிவிடுகிறோம்" என்று சொல்லிவிட்டார். எனக்கு உடனே அவர்கள், "உங்களுக்கு எதிராக எந்த விசாரணையும் நடத்தப்படவில்லை" என்று பதிலளித்திருந்தார்கள். ஜவஹர் பள்ளி பற்றிய கேள்விக்கு, "மத்திய கண்காணிப்பு ஆணையத்தின் வழிகாட்டுதலில் விசாரணை செய்துவருகிறோம்" என்று மழுப்பலாக விளக்கமளித்திருந்தனர்.

கண்காணிப்புத் துறையிலிருந்து வந்த பதிலை இணைத்து நிலக்கரி துறைச் செயலாளர், மத்திய அமைச்சர், பிரதமர், குடியரசுத் தலைவர், எஸ்சி / எஸ்டி தேசிய ஆணையம் உள்பட அனைவருக்கும் கடிதம் எழுதினேன். அப்போதுதான் முதன்முதலாகப் பட்டியலினம் என்ற வார்த்தையை எனக்காகப் பயன்படுத்துகிறேன். நேர்மையான பட்டியலின அதிகாரியைப் பழிவாங்குகிறார்கள். எங்களுடைய கண்காணிப்புத் துறை, என்மீது எந்த விசாரணையும் நடத்தவில்லை என்று மறுத்திருக்கிறது. ஆனால், என்.எல்.சி தலைவர் விசாரணை நடத்தியதாகப் பொய் சொல்கிறார். அவருடைய தரத்தைப் பாருங்கள்" என்று எழுதியிருந்தேன். சந்திரமோகன் தலைமைப் பொதுமேலாளர் மூலமாகத்தான் என்மீதான புகார் கடிதத்தை அனுப்பியிருந்தார்கள். ஜவஹர் பள்ளிக் குழு "என் மீது பொய்யான புகாரை அறிவித்திருக்கிறார். இவர்மீது எஸ்சி - எஸ்டி வன்கொடுமைத் தடுப்புச் சட்டப்படி நடவடிக்கை எடுங்கள்" என்று உள்ளூர்க் காவல்நிலையத்தில் புகார் பதிவு செய்தேன். அடுத்த நாள் காலையிலேயே ஒரு காவலர், புகாரை எடுத்துக்கொண்டு தலைமை அலுவலகத்திற்குச் சென்றுவிட்டார். அதைப் பார்த்து நடுங்கிவிட்டார்கள்.

எனக்குக் கடிதம் அனுப்பிய அதிகாரி சந்திரமோகன், "துரைக்கண்ணு மீதான புகாருக்கு என்னிடம் ஏன் கையொப்பம் வாங்கினீர்கள். எனக்கு அவர் நல்ல நண்பர், என் மேல் தீண்டாமை ஒழிப்புச் சட்டத்தின்கீழ் புகார் தெரிவித்துள்ளார். இரண்டு மாதத்தில் நான் ஓய்வுபெற வேண்டும்" என்று மற்ற அதிகாரிகளிடம் புலம்பித் தவித்திருக்கிறார். உடனே நிலக்கரித்துறைச்

செயலாளருக்கும், "இரண்டு மாதங்களில் அவர் ஓய்வுபெறப்போகிறார். அவர்மீது ஒரு வழக்கு நிலுவையில் இருக்கிறது. எனவே அவருக்கான ஓய்வு பலன்களைக் கொடுக்கக் கூடாது" என்று கடிதம் எழுதினேன்.

தேசிய எஸ்சி - எஸ்டி கமிஷனில் இருந்து வள்ளல் பெருமாள் எம்.பி, முயற்சியில் என் பணி மாற்றம் தொடர்பாக என்னிடம் விசாரிக்க வந்தார்கள். அதற்காகப் பழம்பெரும் தலைவர் மரகதம் சந்திரசேகரின் மகள் மாண்பமை லதா பிரியகுமார் நெய்வேலிக்கு வந்திருந்தார். "நீங்கள் ஏன் துரைக்கண்ணுவை பணிமாற்றம் செய்தீர்கள். அதற்கு என்ன காரணம்?" என்று அன்சாரியிடம் கேள்வி எழுப்பினார்கள். அப்படியே அன்சாரி பல்டி அடித்துவிட்டார். "அவர் நேர்மையான அதிகாரி, திறமையானவர். இங்கு குடிநீர் துறையில் மிகச் சிறப்பாகப் பணியாற்றினார். தூத்துக்குடி அனல்மின்சாரத் திட்டம் கடலுக்கு அருகில் இருப்பதால் நீரகற்றும் அமைப்புகளை அவரால்தான் சிறப்பாகச் செய்ய முடியும். திட்டம் விரைவில் வர வேண்டும் என்பதற்காக அனுப்பினோம்" என்று சொல்லியிருக்கிறார். பிறகு இருவரும் அறையில் தேநீர் அருந்தும்போது, "வாய்ப்புள்ள இடங்களில் எல்லாம் துரைக்கண்ணுவைப் பற்றிப் பேசும்போது திறமையானவர், நேர்மையானவர் என்றே குறிப்பிடுகிறேன். ஆனால், என்னைப் பற்றி அன்சாரி ஊழல்பேர்வழி என்று பேசுகிறார். அவர் எப்போது வேண்டுமானாலும் நெய்வேலிக்குத் திரும்பிவரலாம், ஒரு சிறப்பு வேலைக்காகத்தான் அவர் அனுப்பப்பட்டிருக்கிறார்" என்று பொய்யாய்ச் சொல்லிச் சமாளித்திருக்கிறார்.

அன்றிரவே அம்மையார் என்னிடம் பேசினார்கள். இப்படிச் சொல்கிறாரே என்றார்கள். "என்னைப் பற்றி அவர் சொன்னதும், அவரைப் பற்றி நான் சொன்னதும் உண்மை. இரண்டு பேரும் உண்மையைத்தான் சொல்கிறோம் அம்மா" என்றேன். "உங்களைப் பற்றி அன்சாரி கூறியதைக் கேட்டபோது பெருமையாக இருந்தது" என்று கூறினார்கள். நானும் மகிழ்ச்சியடைந்தேன்.

"ஆணையத்துக்கு 'எவ்வளவோ புகார்கள் வரும். எவ்வளவோ பேர் திருடுகிறார்கள். நான் கொஞ்சம்தான் திருடினேன் என்னை எஸ்சி என்பதற்காகக் குற்றம்சாட்டிவிட்டார்கள்' என்பார்கள். ஆனால், நிர்வாகத்தின் தலைமை அதிகாரியே, நேர்மையானவர், திறமையானவர் என்று சொல்லக் கேட்டது உங்கள் வழக்கில்தான். அகில இந்திய அளவில் இதுவொரு

முக்கியமான வழக்கு" என்று கூறிவிட்டு, "உங்கள் வழக்கில் அவருக்கு அவமானம் வரும் என்பதால் ஆணையத் தலைவர் புன்யாவிடம் பேரம் பேசிவிட்டார். உங்கள் கோப்பை மேலே எடுத்துவைக்கும்போதெல்லாம் புன்யா அடியில் வைத்துவிடுகிறார். ஆணைய அலுவலகத்தில் அவரை மீறி ஏதும் செய்ய முடியாது. அந்தக் கோபத்தில்தான் நான் நேரடியாக விசாரணைக்கு வந்தேன்" என்றார்.

பிறகு ஒருநாள் சென்னைக்குச் சென்று அவருக்கு நன்றி தெரிவித்தேன். என் பணி வாழ்க்கையில் மறக்க முடியாத பெண்மணியாக அம்மையார் நினைவில் இருக்கிறார்.

உயரதிகாரிகளுடன் சிறிய அளவில் முரண்பட்டவர்களைக்கூட தூத்துக்குடிக்குப் பணியிட மாற்றம் செய்திருந்தார்கள். தூத்துக்குடி பகுதியைச் சேர்ந்த சிலர் விருப்பத்தின்பேரிலும் பணியிட மாற்றம் கேட்டு வந்திருந்தார்கள். நான் அன்சாரியை எதிர்த்துப் போராடியதால், என்னிடம் பேசுவதற்குத் திட்ட அதிகாரி ராஜகோபாலுக்கே தொடக்கத்தில் பயம். "நான் அன்சாரியைப் பார்க்கப் போனால் 5 ஆயிரம் கோடி புதிய திட்டம் பற்றி விசாரிப்பதில்லை. துரைக்கண்ணு எப்படி இருக்கிறார் என்றுதான் கேட்பார். டெல்லியில் விமானத்தை விட்டு இறங்கவில்லை, துரைக்கண்ணு எப்படியிருக்கிறார் என்று விசாரிக்கிறார்" என்று என்னிடம் ஆதங்கப்பட்டார்.

"என்னை அன்சாரி மதிப்பதில்லை என்றெல்லாம் வேறு யாரிடமும் பேசுவதற்குப் பயமாக இருக்கிறது. உங்களிடம் சொன்னால்தான் அவரிடம் போய்ச் சேராது. அதனால்தான் உங்களிடம் சொல்கிறேன்" என்பார் ராஜகோபால். அன்சாரிக்கு அடுத்த நிலையில் உள்ள உயரதிகாரியே இப்படி இருந்தால், அந்தப் புதிய திட்டம் எப்படி இருக்கும்? ஒப்பந்தம் எடுக்கும் நிறுவனத்தின் கடைநிலை ஊழியர்கள்கூட அன்சாரியிடம் தொலைபேசியில் பேசுவார்கள். மற்றவர்களை அச்சுறுத்துவதன் மூலம் தன்னுடைய ஊழல் நடவடிக்கைகளை யாருக்கும் தெரியாமல் செய்துவிட முடியும் என அன்சாரி நம்பினார். ஒப்பந்த நிறுவனத்தின் கடைநிலை ஊழியருக்கும் அவருடன் தொடர்பிருப்பதால், மிரட்டி வேலை வாங்குவதற்குத் திட்ட அதிகாரிகள் பயந்தார்கள்.

பொறியாளர் நண்பர் சந்திரசேகர் பணியிடம் மாற்றலாகி வந்தார். பணியில் உள்ள குறைகளைச் சுட்டிக்காட்டி 'இனர்கோ' ஒப்பந்த நிறுவன

ஊழியரிடம் சத்தம் போட்டுப் பேசியிருக்கிறார். அன்று மாலையே அன்சாரியிடமிருந்து இராஜகோபாலுக்குத் தொலைபேசி அழைப்பு வந்து விட்டது. "என்ன சந்திரசேகர் பிரச்சினை பண்றாராமே. ஏன் அங்கே போய்ச் சத்தம் போடுறார். என்னான்னு கேளுங்க" என்று சொல்லியிருக்கிறார். அந்த அளவுக்கு அவருடைய தலையீடுகள் இருக்கும். நேர்மையாக வேலை செய்கிறவர்களுக்கு மேலும் பிரச்சினையாகத்தான் இருந்தது.

எனக்குப் பிறகு தூத்துக்குடி மாற்றலாகி வந்தவர்கள், பெற்றோர்களுக்கு உடல்நலமில்லை, குடும்பம் பாதிக்கப்படுகிறது என்று காரணங்களைச் சொல்லி நெய்வேலி வருவதற்கு விண்ணப்பம் செய்தார்கள். நான் விண்ணப்பிக்காமல் அமைதியாகவே இருந்தேன். நீதிமன்றத்தில் தடை ஆணை வாங்கிவந்ததால், மீண்டும் நான் வந்துவிடலாம் என்று சொல்லியிருந்தார்கள். தூத்துக்குடியில் எங்களது திட்டப் பணிகள் நிறைவடைந்தன. எனக்குப் பிறகுதான் மற்றவர்களை மாற்ற முடியும் என்ற நெருக்கடியும் நிர்வாகத்திற்கு இருந்தது.

இதனிடையே, என்எல்சியில் புதிய தலைவராக சுரேந்திரமோகன் வந்திருந்தார். நான் ஊழலை எதிர்த்து நிற்பவன் என்பதால், "இங்கு அவரைக் கொண்டுவந்தால், நீங்கள் நிம்மதியாகப் பணியில் இருக்க முடியாது" என்று அவரைப் பயமுறுத்திவிட்டார்கள். இப்படி எல்லா தலைமைகளிடமும் சொல்லிவிடுவார்கள். தங்கள் பங்குக்கு இவரையும் மிரட்டிவிட்டார்கள்.

எனது ஆந்திர நண்பர்கள் சுரேந்திரமோகனிடம் எனக்காகப் பரிந்து பேசினார்கள். குறிப்பாக கிஷோர், சீனிவாஸ், மகேஷ் ஆகியோர் மிக அதிக முயற்சி செய்தார்கள். செயல் இயக்குநர் பிரசாத், தன் துணைவியாருடன் போய் "துரைக்கண்ணுவை ஏன் இன்னும் இடமாற்றம் செய்யவில்லை" என்று கேட்டிருக்கிறார். தமிழக ஆளுநராக இருந்த சென்னா ரெட்டியின் உறவினர் பிரசாத் என்னுடன் பணியாற்றிவந்தார். அவரும் இடமாற்றத்திற்கு முயற்சி செய்துகொண்டிருந்தார். அவருடைய வயதான பெற்றோர்கள் கவனிக்க ஆளில்லாமல் சிரமப்பட்டார்கள். சென்னா ரெட்டி அவருக்குப் பரிந்துரை செய்தார். துரைக்கண்ணுவிடமும் விண்ணப்பத்தை வாங்கிவிடுங்கள் என்று சொல்லிவிட்டார் சுரேந்திரமோகன்.

இடமாற்ற ஆணை கிடைத்ததும் தூத்துக்குடியிலிருந்து புறப்பட்டு நெய்வேலிக்கு வந்துகொண்டிருந்தேன். திருச்சிக்கு அருகில் ஒரு

ஹோட்டலில் காபி குடித்துக்கொண்டிருந்தேன். அங்கே தலைமையதிகாரி சுரேந்திரமோகன் வருகிறார். திருச்சியில் நிகழ்ச்சி ஒன்றில் பங்கேற்றுவிட்டுத் திரும்பியவர் என்னைப் பார்த்துவிட்டு,

"என்ன இங்க இருக்கீங்க" என்று கேட்டார்.

"நீங்கதானே இடமாற்ற ஆணை கொடுத்தீங்க. அதுதான் வந்துட்டிருக்கேன்" என்றேன்.

இரண்டுபேரும் சிறிதுநேரம் பேசிக்கொண்டிருந்தோம். "ஒட்டுமொத்த நெய்வேலியும் உங்கள் இடமாற்றலைப் பற்றிதான் பேசிக்கொண்டிருக்கிறது கொஞ்சம் பார்த்துக்கொள்ளுங்கள்" என்றார்.

"அதெல்லாம் ஒன்றும் பிரச்சினை இல்லை சார், எல்லாம் நன்றாக நடக்கும்" என்றேன்.

பிறகு இருவரும் விடை பெற்றுப் புறப்பட்டோம். நெய்வேலிக்கு வந்த அடுத்த நாளே அவரின் அலுவலகத்தில் சந்தித்தேன். "சுரங்கம் 2இல் இருப்பவர் ஓய்வுபெறுகிறார். அங்கே நல்ல அதிகாரி ஒருவர் தேவைப்படுகிறார். அங்கு செல்வதில் உங்களுக்குப் பிரச்சினை இல்லையே?" என்று கேட்டார். "என் பணிக் காலத்தில் இன்னும் நான் சுரங்கத்தில் வேலை பார்க்கவில்லை. அதனால் போகிறேன்" என்றேன்.

"நல்லது, சென்றுவாருங்கள்" என்று வாழ்த்தி அனுப்பினார்.

அது 2013ஆம் ஆண்டு, ஜனவரி மாதம்.

சுரங்கம் - 2 பணிக்குச் சென்ற சில மாதங்களில் எனக்குத் துணைப் பொதுமேலாளர் பதவி உயர்வு வழங்கினார்கள். நான் அங்கு பணியில் சேர்ந்த காலகட்டத்தில் வாலாஜா ஏரியைச் சீர்செய்ய வேண்டிய திட்டப்பணி வந்தது. அந்தப் பணிகளைப் பொதுப்பணித்துறை செய்யக் கூடாது, என்எல்சி பொறியாளர்களே செய்யவேண்டும் என அப்பகுதி விவசாயிகள் கோரிக்கை வைத்தார்கள். வடலூரிலிருந்து 7 கி.மீ தொலைவில் கரைமேடு என்ற ஊரில் இருந்த ஏரியின் பரப்பு 1,664 ஏக்கர். ஏரியைப் புனரமைக்கும் பணிகளைத் தொடங்கிவைத்தவர் கடலூர் மாவட்ட ஆட்சியராக இருந்த ககன்தீப்சிங் பேடி. புயல், வெள்ளம் பாதிக்கப்பட்ட காலங்களில் அவருடைய பங்களிப்பு மக்களால் பெரும் பாராட்டுகளைப்

பெற்றது. விவசாயிகளின் கோரிக்கையை ஏற்றுக்கொண்டு என்எல்சியே செய்யுங்கள் என்று அறிவித்துவிட்டார். சுரங்கத் தலைமை அதிகாரியாக இருந்தவர் கனகாச்சலம், மிகவும் நேர்மையானவர். "இந்த மாதிரி நேரத்தில் நீங்கள் வந்தது எனக்கு மிகவும் நிம்மதியாக இருக்கிறது துரைக்கண்ணு. அங்குள்ள பொறியாளர் குழு சரியில்லை" என்றார்.

எனக்குக் கீழே பணியாற்றவிருக்கிற பொறியாளர் குழுவினர் எந்த வேலை செய்தாலும் சிபிஐ விசாரணை வரும் அளவுக்குப் புகழ்பெற்றவர்களாக இருந்தார்கள். புதிய திட்டப் பணி வந்துவிட்டால், மதிப்பீடு செய்வதிலிருந்தே அவர்களுடைய தலையீடு இருக்கும். நான் அங்கு சென்றது அவர்களுக்குத் தர்மசங்கடம். எல்லா ஆரம்பகட்டப் பணிகளும் முடிந்து பூமி பூஜை அன்றுதான் நான் பொறுப்பேற்றுக்கொண்டேன்.

அன்றிலிருந்து ஏரியை ஆழப்படுத்தும் வேலைகள் சுறுசுறுப்பாக நடைபெறத் தொடங்கின. எந்தவித இடைவெளியும் இல்லாமல் 18 மாதங்களில் நிறைவு செய்ய வேண்டிய பணி 15 மாதங்களிலேயே முடிந்தது. பணியைப் பாராட்டி தி ஹிந்து நாளிதழில் ககன்தீப்சிங் பேடியோடு என்னையும் நேர்காணல் செய்து ஒரு பக்கம் செய்தி வெளியிட்டிருந்தார்கள். பின்னர் அதுவொரு புத்தகமாகக்கூட இந்து வெளியீடாக வெளிவந்தது. வாலாஜா ஏரிப் பணிகள் பற்றிய செய்தி சர்வதேச அளவில் சென்றடைந்திருந்தது. அதைப் படித்துவிட்டு இலண்டனிலிருந்து ஈழ நண்பர் சுபாஷ் என்னிடம் பேசினார். மக்களிடம் வசூல் செய்து தொண்டாகச் செய்கிறோம் என்று அவர் புரிந்துகொண்டிருந்தார். "நீங்கள் தொடர்ந்து செய்யுங்கள். நாங்கள் நிதி திரட்டி அனுப்புகிறோம்" என்றார்.

கடந்த 60 ஆண்டுகளாகத் தூர்வாராமல் ஏரி தூர்ந்துபோய்க் கிடந்தது. 22 லட்சம் கன மீட்டர் அளவுள்ள மண்ணை வெளியில் எடுத்தோம். அதாவது 22 லட்சம் கன மீட்டர் தண்ணீரைச் சேமிக்கும் அளவுக்கு ஏரியை ஆழப்படுத்தித் தயார் செய்தோம். அப்போது சில முக்கிய முடிவுகளையும் எடுக்க வேண்டியிருந்தது. தூர்வாரிய மண்ணை எங்கே போடுவது என்பதில் பிரச்சினை. ஏரியின் கரை 5.5 கிலோ மீட்டர் நீளம். 22 லட்சம் கன மீட்டர் அளவுள்ள தண்ணீரைச் சேமித்தால், அந்த அளவுக்குக் கரை வலிமையாக இருக்க வேண்டும். எனவே, கரையை அவசியம் வலுப்படுத்த வேண்டும் என்று திட்டமிட்டோம். கரையின் அகலம் 15 அடியே இருந்தது. மழை நாள்களில் ஏரியில் உடைப்பு ஏற்பட்டு அருகிலுள்ள நிலத்தில் 100 மீட்டர் தூரத்திற்கு மண் மேடாகக் குவிந்திருந்தது.

கரை பாதுகாப்பைக் கவனத்திற்கொண்டு அருகிலுள்ள நிலங்களுக்குப் பாதிப்பு ஏற்படுத்தாத வகையில் 70 அடி அகலத்துக்குக் கரையை விரிவாக்கினோம். அப்படிச் செய்யும்போது பொதுப்பணித்துறையினர் கடுமையாக எதிர்ப்புத் தெரிவித்தார்கள். பொதுப்பணித்துறையும் என்எல்சியும் செய்த ஒப்பந்தத்தில் கரையை அகலப்படுத்தக் கூடாது என்று குறிப்பிடப்பட்டிருந்தது. ஆனால், அங்கு போய்ப் பணிகளைத் தொடங்கியபோதே, நடைமுறையில் கரையை விரிவுபடுத்தியே ஆகவேண்டும் என்று வலியுறுத்தினோம். "22 லட்சம் கன மீட்டர் தண்ணீரைச் சேமிக்கும்போது கரையை உயர்த்தாமல் எப்படிச் செய்வீர்கள். நீங்கள் கரையை உயர்த்தக் கூடாது என்பதில் அழுத்தமாக இருந்தால், நாங்கள் வேலையை நிறுத்திவிடுகிறோம்" என்று கண்டிப்பாகச் சொல்லிவிட்டோம். பொதுப் பணித்துறையினரும் வேறுவழியின்றி ஒப்புக்கொண்டார்கள்.

ஏரியின் கரையே அழகாக மாறியிருந்தது. நான்குவழிச் சாலை அகலத்தையும் தாண்டி கரை விரிவாகியிருந்தது. கரையிலிருந்த பத்து வாய்க்கால் மதகுகளையும் ஒரு கோடி ரூபாய்ச் செலவில் தூர்வாரிச் சீர் செய்தோம். ஒருநாள் அப்போதைய மாவட்ட ஆட்சியர் சுரேஷ்குமார் ஏரியைப் பார்வையிட்டு, "கரை மிக அழகாக இருக்கிறது. பொதுப் போக்குவரத்துக்கு ஏற்பாடு செய்யலாம். பேருந்துகளை திருப்பிவிடச் செய்ய முடியுமா என்று பாருங்கள். ஏரியைப் பார்த்துக்கொண்டே பயணம் செய்வது ரம்மியமாக இருக்கும். வீராணம் ஏரிக் கரையைவிட அழகாக உள்ளது. அதிலேயே பேருந்துகள் போகின்றன. இந்தக் கரையில் போனால் என்ன!" என்று தன் பாராட்டுகளையும் ஆலோசனைகளையும் தெரிவித்தார்.

ஏரியின் கரையில் 40 ஆயிரம் தேக்கு மரக்கன்றுகளை நட்டு, அவை இன்று 30 அடி உயரத்திற்கு நெடுநெடுவென வளர்ந்து செழிப்பாகக் காணப்படுகின்றன. என் வாழ்வில் நினைக்கும்போதெல்லாம் மகிழ்ச்சியளிக்கும் வேலை என்று வாலாஜா ஏரி பணியைச் சொல்லலாம். டெல்லியில் அகில இந்திய அளவிலான சமூகப் பொறுப்புணர்வுத் திட்ட அலுவலர்கள் கூட்டம் நடைபெற்றது. நானும் அதில் கலந்துகொண்டேன். வாலாஜா பணிக்காக என்னைப் பாராட்டினார்கள். புதிய தலைமையதிகாரியாக வந்திருந்த ஆச்சார்யாதான் என்னைச் சமூகப் பொறுப்புணர்வுத் திட்டப் பணிக்குக் கொண்டுவந்திருந்தார்.

அனல்மின் நிலையத்துக்கு வந்தவுடன் தலைமையதிகாரி ஆச்சார்யா என்னை அழைப்பதாக, மக்கள் தொடர்பு அதிகாரியான தலைமைப்

பொதுமேலாளர் ஸ்ரீதர் தகவல் சொன்னார். நான் சந்திக்கச் சென்றேன். "பொதுப் பணிகளை எல்லாம் ஆர்வத்துடன் செய்கிறீர்கள். உங்கள் பணிகளை வாலாஜாவில் பார்த்தேன். இங்கிருந்து நீங்கள் சமூகப் பொறுப்புணர்வுத் திட்ட வேலைகளை எடுத்துச் செய்யலாம். நல்ல பணி" என்றார் ஆச்சார்யா. "சரி செய்கிறேன் சார்..." என்று ஏற்றுக்கொண்டேன். வழக்கமான பணிகளைச் செய்யத் தொடங்கினேன். சின்னச் சின்ன மாற்றங்களை அலுவலக நடைமுறையில் கொண்டுவந்தேன்.

இரண்டு மாதங்கள்தாம் சமூகப் பொறுப்புணர்வுத் திட்டப் பணியில் இருந்தேன். ஏற்கெனவே ராஜஸ்தானில் ஓர் அனல்மின் நிலையம் செயல்பட்டுவந்தது. அதன் நீட்சியாகப் பித்துநோக் நகரில் 1,000 மெகாவாட் அனல்மின் நிலையம் ஒன்றை நிறுவுவதற்கான சில அடிப்படை வேலைகள் நடந்துகொண்டிருந்தன. ஒருநாள் என்.எல்.சி தலைவர் என்னை அழைத்து, "பித்துநோக் திட்டத்தை நீங்கள் பொறுப்பேற்று நடத்த வேண்டும். அருமையான திட்டம். நல்ல திறமையான அதிகாரிகள் செய்ய வேண்டிய பணி. உங்களைப் போன்றவர்களால்தான் அதைச் செய்ய முடியும்" என்றார். நம்முடைய வேலைகளைத் தலைமையதிகாரி புரிந்துகொண்டிருக்கிறார் என்று ஒருபக்கம் மகிழ்ச்சியாக இருந்தது.

"போகலாம் சார். இப்பதான் தூத்துக்குடியில் மூன்று ஆண்டுகள் இருந்துவிட்டு வந்தேன். நிறுவனத்துக்காக எங்கு வேண்டுமானாலும் சென்று வேலை பார்ப்பதில் எனக்கு எந்தத் தயக்கமுமில்லை. என் மகளின் திருமணத்திற்காக வரன் பார்த்துக்கொண்டிருக்கிறேன். கொஞ்சம் குடும்பப் பணிகள் இருக்கின்றன" என்று எதார்த்த நிலையைத் தெரிவித்தேன்.

"ஒன்றும் பிரச்சினையில்லை. மகள் திருமணத்தை முடித்துவிட்டுச் சொல்லுங்கள். பிறகு ராஜஸ்தான் செல்லலாம். உங்கள் குடும்ப வேலைகளை முடிக்க ஆறு மாதம் எடுத்துக்கொள்ளுங்கள்" என்று அனுமதியளித்தார்.

அப்போது ஸ்ரீதர்தான் சமூகப் பொறுப்புணர்வுத் திட்டப் பணியில் மூத்த அதிகாரி. "துரைக்கண்ணுவைச் சமூகப் பொறுப்புணர்வுத் திட்டப் பிரிவில் நியமித்தால் எனக்கு வேலைகளைச் செய்ய வசதியாக இருக்கும். அவருடைய பணிகள் நேர்மையாக இருப்பதுடன் சக பணியாளர்களையும் சரியாக நடத்துவார்" என்று தலைமையதிகாரியிடம் சொல்லியிருக்கிறார். ஸ்ரீதர் கொடுத்த அழுத்தம் காரணமாகவே என்னை அழைத்து அவர் பேசியிருக்கிறார் என்று பிறகுதான் தெரியவந்தது.

பதவி உயர்வுக்காக நேர்காணல் நடந்து ஆணை வழங்குவதற்கான நடைமுறைகளும் நடந்துகொண்டிருந்தன. அன்றுதான் என்னை அழைத்துப் பேசுகிறார். ஆறு மாதக் காலம் அவகாசம் கொடுத்ததும், சரி என்று சொல்லிவிட்டு வந்துவிட்டேன். ராஜஸ்தான் செல்ல வேண்டும் என்று தலைமையதிகாரி கேட்கிறார் என ஸ்ரீதரிடம் செய்தியைச் சொன்னதும், "என்ன இது கொடுமை. உங்களை நம்பித்தான் எடுக்கிறேன். நான் அவரிடம் பேசுகிறேன்" என்று சொல்லிவிட்டுத் என்.எல்.சி தலைவரைப் பார்க்கச் சென்றார்.

"துரைக்கண்ணுக்கிட்ட தெளிவாகச் சொல்லிவிட்டேனே. எல்லா வேலைகளையும் முடித்துவிட்டுச் செல்லலாம். இப்போது அவசரமில்லை. பித்துநோக் திட்டத்துக்கு இவரைப்போல ஒருவர் தேவைப்படுகிறார். அதற்காகத்தான் சொன்னேன்" என்று ஸ்ரீதரிடம் சொல்லியுள்ளார். "பேசிட்டேன் அண்ணாச்சி. (அப்படித்தான் என்னை அழைப்பார்)உங்க கிட்ட சொன்னதைத்தான் என்னிடமும் சொல்கிறார்" என்றார் ஸ்ரீதர்.

மனிதவள மேலாளர் ஜோ டொமினிக் அறைக்குச் சென்று நடந்ததை எல்லாம் பேசிவிட்டுத்தான் வந்திருந்தேன். அவர் இரவு ஏழரை மணிக்குத் தொலைபேசியில் பேசினார்.

"சார் சேர்மேனிடம் என்ன பேசுனீங்க. அவர் என்ன உங்களுக்குச் சொன்னார்" என்று கேட்டார்.

"அதான் உங்களிடம் சொல்லிவிட்டு வந்தேனே" என்றேன்.

"என்னிடம் அவருக்கு நிபந்தனையுடன் பதவி உயர்வு ஆணை வழங்குங்கள். 'பித்துநோக் திட்டத்தில் சென்று சேர்ந்தால்தான் பதவி உயர்வு ஆணை நடைமுறைக்கு வரும்' அப்படின்னு எழுதுங்கள் என்கிறாரே" என்று தெரிவித்தார்.

"அப்படி இல்லையே. என்னிடம் சொன்னாரே. அடுத்து அவரைச் சந்தித்த ஸ்ரீதரிடமும் அதையே பேசியிருக்கிறார். உங்களிடம் வேறு மாதிரி தெரிவித்துள்ளார். ஒரேநாளில் இப்படி மாற்றி மாற்றிப் பேசியிருக்கிறாரே" என்று கோபத்தில் கேட்டேன்.

"என்னிடம் இதைத்தான் சொன்னார். விடுங்க பார்த்துக்கொள்ளலாம். தகவலைச் சொல்லிவிட்டேன்" என்று சமாதானப்படுத்தினார் ஜோ.

மீண்டும் ஸ்ரீதரிடம் பேசி விவரத்தைச் சொன்னேன். அன்றிரவே தலைமையதிகாரி வீட்டுக்குச் சென்றுவிட்டார். இரவு 9.30 மணிக்கு ஸ்ரீதர் என்னிடம் பேசினார். "வீட்டுக்கே போய் நீங்கள் ஏன் இப்படிச் சொல்லியிருக்கிறீர்கள் என்று கேட்டேன். அதெல்லாம் ஒன்றுமில்லையே என்று மறுக்கிறார். நான் செல்லும்போது சாப்பிட்டுக்கொண்டிருந்தார். அவருக்கு எதிரே உட்கார்ந்துதான் பேசினேன். இப்போது அவர் வீட்டுக்கு வெளியே நின்றுதான் பேசுகிறேன்" என்று நடந்ததை விவரித்தார். வீட்டில் போய்ப் பேசியதால் எனக்கும் சற்றுத் திருப்தியாக இருந்தது. தலைமையதிகாரி நிலையிலேயே இப்படி மாற்றி மாற்றிப் பேசினால் எப்படி இருக்கும்? இடையில் ஜோ ஏதும் அரசியல் செய்கிறாரோ என்ற சந்தேகமும் ஏற்பட்டது. என் பணி வாழ்க்கை முழுவதும் என்ன மாதிரியான சிக்கலான சூழல்களிலிருந்து மீண்டுவந்திருக்கிறேன் என்று நினைக்கும்போது மனம் நெகிழ்கிறது.

அடுத்த நாள் காலையில் 9 மணிக்கு அனைவருக்கும் பதவி உயர்வு ஆணை வழங்கப்பட்டது. எனக்கும் வந்தது. "திரு. சி.துரைக்கண்ணு பொதுமேலாளராகப் பதவி உயர்வு பெறுகிறார். பித்துநோக் திட்டத்தில் பணியில் சேர்ந்த பிறகே இந்தப் பதவி உயர்வு ஆணை அமலுக்கு வருகிறது." என்று கொடுத்தார்கள். அதைப் பார்த்ததும் கடுங்கோபம். ஆணையை எடுத்துக்கொண்டு நேராகத் தலைமையதிகாரி அறைக்குச் சென்றேன். போன வேகத்தில், ஆணையை அவர் மேசையின் மேல் தூக்கிப்போட்டேன்.

"என்ன சார் இது. நேற்று உங்களிடம் தெளிவாகப் பேசினேன், நீங்களும் எல்லாவற்றையும் ஏற்றுக்கொண்டீர்கள். ஆனால், பதவி உயர்வு ஆணை வேறுமாதிரியாக இருக்கிறது. உங்களை நூறு சதவீதம் நம்பினேன்" என்றேன்.

"இன்னமும் என்னை நம்பலாம்" என்றவர் திடீரென எழுந்து என் கையைப் பிடித்துக்கொண்டார்.

"துரைக்கண்ணு, இதுவொரு சிறந்த திட்டம், உங்களைப் போன்றவர்களால் தான் இதை நடைமுறைப்படுத்த முடியும்" என்று மென்மையான குரலில் பேசினார்.

"உங்க வேலைகளை எல்லாம் முடித்து ஆறு மாதம் கழித்துச் செல்லலாம் என்று நீங்கதானே சொன்னீங்க. ஆனா இன்றைக்கு எனக்கு நிபந்தனை

பதவி உயர்வு கொடுக்குறீங்க" என்று கேள்வி எழுப்பியதும் அப்படியே தலைகீழாகப் பேசினார் ஆச்சார்யா.

அழைப்பு மணியை அடித்து ஸ்ரீதரையும் ஜோ டொமினிக்கையும் அழைத்தார். "முட்டாள்களே ஒரு பதவி உயர்வு ஆணை அல்லது ஓர் இடமாற்றல் ஆணை கூட உங்களுக்கு வழங்கத் தெரியாதா? ஒரு பொதுமேலாளர் என்னிடம் வந்து எங்கே பணியில் சேர வேண்டும், யாரிடம் பணிசெய்ய வேண்டும், ஆணை தெளிவாக இல்லை என்கிறார். அவர் நெய்வேலியிலேயே பணியில் சேரட்டும்" என்று பிரச்சினையைத் திசைமாற்றினார். அடுத்த நொடியே, "துரைக்கண்ணு நீங்கள் நெய்வேலியில் சேர்ந்துகொள்ளுங்கள்" என்றார். உடனடியாக எல்லாம் தலைகீழாக மாறிப்போயிருந்தது.

இந்தச் சம்பவத்திற்கு முன் ஓர் இடைச்செருகல். காலையில் போய் ஜோவிடம் ஆணையை வாங்கினேன் அல்லவா, அவரிடம் தாங்கமுடியாத கோபத்துடன் பேசியிருந்தேன்.

"என்ன நினைச்சுக்கிட்டுப் பேசுகிறார். ஆறு மணிக்கு ஒன்றைச் சொல்கிறார். ஏழரை மணிக்கு வேறு ஒன்றைச் சொல்கிறார். ஒன்பதரை மணிக்கு தலைமைப் பொதுமேலாளர்கிட்ட இன்னொன்றைச் சொல்லி ஆணை போடு என்கிறார். இவரெல்லாம் தலைமைப் பண்புள்ள அதிகாரியா?" என்று சரமாரியாகக் கேட்டேன்.

"இல்லை. இல்லை... அமைதியாக இருங்கள். கேட்கலாம்" என்று ஆசுவாசப்படுத்தினார் ஜோ. அப்போது தொழிற்சங்கப் பிரமுகர்களும் இருந்தார்கள்.

"புதிதாக வேலைக்குச் சேர்ந்தவர்கள் கூட உங்களைவிட சிறந்த நிர்வாகத்தைத் தருவார்கள். நீங்கள் என்ன செய்கிறீர்கள்? ஒரு தொழிற்சங்கத் தலைவர்போல மூத்த அதிகாரியைத் திட்டவைச்சுட்டீங்க. உங்க நிர்வாக யோக்கியதை இதுதான். ஏமாற்றுவேலை" என்று வெள்ளமெனப் பாய்ந்தன வார்த்தைகள். எனக்கு எதிராகத் துரோகங்கள் நடக்கும்போதெல்லாம் நான் கிளர்ந்தெழுவேன். அதுவோர் அறச்சீற்றம். கோபத்தின் உச்சத்தைத் தொட்டுவிட்டுத் திரும்புவேன். என்னைத் தூத்துக்குடி மாவட்டத்திற்கு அன்சாரி மாற்றியபோது அனல்மின் நிலைய முன்வாயில் கதவருகே நின்று பேசியதைப் போன்ற பெருங்கோபம்.

112 ▸ நிற்க அதற்குத் தக!

"நான் பணியிலிருந்து விலகுவதற்கும் தயாராக இருக்கிறேன். ஆனால், ஒன்றை மட்டும் புரிந்துகொள்ளுங்கள். பொதுத்துறை நிறுவனத்தில் ஒரு பொதுமேலாளர் ராஜினாமா என்பது அகில இந்தியச் செய்தியாக மாறிவிடும். பித்துநோக் போய் பணியில் சேர்ந்துவிட்டு ராஜினாமா செய்யச் சொன்னாலும் செய்கிறேன். அதற்குப் பக்கத்தில்தான் டெல்லி. அங்கே பத்திரிகையாளர் சந்திப்பு நடத்துவேன். நீங்களெல்லாம் பொதுமேலாளராகப் பதவி உயர்வு செய்யப்பட்டால், இங்கேயே இருக்கலாம். நான் 2,000 கிலோ மீட்டர் செல்ல வேண்டுமா? உங்கள் இஷ்டத்துக்கு நான் வெளியே செல்ல வேண்டுமா? நெய்வேலியை விட்டு வெளியே செல்லாத ஆயிரம் அதிகாரிகள் உண்டு. மூன்றாண்டுகள் தூத்துக்குடியில் வேலை செய்துவிட்டு வந்தவுடனேயே இன்னோர் ஊருக்கு அனுப்புவது என்ன நியாயம்? நேர்மையாக இருக்கிற ஒரே காரணத்துக்காக இந்த ஊரில் இருக்கக் கூடாதா? இங்கே திருடர்கள்தான் இருக்க வேண்டுமா? என்ன நினைத்துக்கொண்டிருக்கிறீர்கள்? திருடனாக இல்லையென்றால் தண்டனையா?" என்று மனதில் கிடந்த அழுத்தமெல்லாம் கோபக்கனல் தெறிக்கும் சொற்களாக வெடித்துச் சிதறின.

ஸ்ரீதரையும் ஜோவையும் தலைமையதிகாரி திட்டிவிட்டுத் துரைக்கண்ணு இங்கேயே பணியில் சேர்ந்துகொள்ளட்டும் என்றதும் "நன்றி சார்" என்று சொல்லிவிட்டு அங்கிருந்து வெளியே வந்துவிட்டேன். சில நிமிடங்களில் இருவரும் வெளியே வந்தார்கள். ஜோ டொமினிக்கிடம், "என்ன இது நாடகம்" என்று கேட்டேன்.

"அவர் கிடக்கிறார் சார், உங்களுக்கான பதவி உயர்வு ஆணை வரைவில் கையொப்பம் போடுறார். எல்லா இயக்குநர்களுக்கும் சென்றுவிட்டுத் திரும்பிவருகிறது, இறுதி ஆணை... இவர்தான் கையொப்பம் போடுறார். இவருக்குத் தெரியாமல் ஒரு கமா போட முடியுமா சார். வழக்கமா பொதுமேலாளர் பதவி உயர்வு கொடுத்தால் வாங்கிக்கொண்டு ஓடுவார்கள், உங்களை அப்படி நினைத்துவிட்டார். துரைக்கண்ணு அதை ஏற்றுக்கொள்ள மாட்டார் என்று எச்சரித்தேன். கொடு நான் பார்த்துக்கொள்கிறேன் என்றார். காலையில் நீங்கள் எகிறியதும் என்னை முட்டாள் என்கிறார்" என்று ஜோ டொமினிக் குமுறினார்.

ஜோ அறையில் முன்னரே வந்து நான் காத்திருந்தேன். வந்தவுடனேயே, "சார்... நீங்க இங்கேயே பணியில் சேருங்க" என்றார்.

"நீங்க பித்துநோக்குல பணியில் சேர்ந்தால்தான் பதவி உயர்வு என ஆர்டரைக் கையில் கொடுத்துட்டு, இங்கு வெறும் வாயால் சொன்னால் எதை நம்பிச் சேருவேன். முதலில் எனக்கு எழுத்துப்பூர்வமாகக் கொடுங்கள். நிபந்தனை பதவி உயர்வு என்கிறீர்கள். நான் சேரவில்லை பதவி உயர்வே வேண்டாம். நீங்களே வைத்துக்கொள்ளுங்கள். எந்தக் காரணத்துக்காகவும் நான் இங்கிருந்து நகரமாட்டேன். அங்கே போகக்கூடிய கடைசிக்கட்டம் வந்தால்கூட தலைமையதிகாரியிடம் சொல்லுங்கள், நான் திட்டத் தலைமையாக இருந்தால் இவர்கள் அங்கு வந்து ஒரு டீ கூட குடிக்க முடியாது. கொள்ளையடிக்க வேண்டும் என்றே அந்தத் திட்டத்தைச் செய்கிறார்கள். என்னை அங்கு மாற்றுவதன் மூலம் கொள்ளியை எடுத்து முதுகில் சொரிந்துகொள்கிறார்கள்" என்று மடமடவெனப் பேசினேன். இப்படி ஓர் அதிகாரி பேசி அவர்கள் பார்த்திருக்கமாட்டார்கள்.

சமூகப் பொறுப்புணர்வுத் திட்டப் பணியிலிருந்து என்னை எடுக்க வேண்டும் என்பதுதான் அவர்களுடைய பெருந்திட்டமாக இருந்தது. அதுவொரு கொள்ளையடிக்கும் ஏரியா. நான் பழைய ஊழல் கோப்புகளைக் கையில் எடுப்பேன் என்று நினைத்தார்கள். பிரச்சினையே அதுதான். அதுவரைக்கும் அகில இந்திய அளவில் சமூகப் பொறுப்புணர்வுத் திட்டப் பதவிக்குத் தணிக்கை தொடங்கப்படவில்லை. நான் சமூகப் பொறுப்புணர்வுத் திட்டப் பதவியேற்றதும் தணிக்கையாளர்கள் வருகிறார்கள். இந்நிலையில் நெய்வேலியில் இருந்துகொண்டு பித்துநோக்குத் திட்டத்தைப் பார்த்துக்கொள்வார் என்று ஆணை வழங்கினார்கள்.

மின்சாரப் பிரிவில் இயக்குநராக இருந்தவர் தங்கபாண்டியன் தமிழ்நாட்டுக்காரர். "எப்படியாவது சமாதானம் செய்து துரைக்கண்ணுவைப் பித்துநோக்குக் கொண்டுபோய் விடுங்கள்" என்று அவருக்கு உத்தரவு. என்னை அழைத்துப் பேசினார். என்எல்சிக்குப் புதியவர். அப்போதுதான் இந்திய நிலக்கரி நிறுவனத்திலிருந்து வந்திருந்தார். எனக்கு அவர் கட்டுப்பாட்டிலேயே இயக்குநர் அலுவலகத்தில் இருக்கை வழங்கியிருந்தார்கள். பணி ஒதுக்கீடு எதுவும் எனக்கு வழங்கப்படவில்லை. மூன்று மாதங்கள் அங்கிருந்தபோது மிகச்சிறந்த நூல்களைப் படிக்கும் வாய்ப்பைப் பெற்றேன்.

என்னைப் பற்றி இயக்குநரிடம் வெளிப்படையாகச் சொன்னேன். "என்னை இங்கிருந்து ஒரே இரவில் மாற்றுவதற்கு முயற்சி செய்கிறார்கள். அதனால்தான் அதை ஏற்றுக்கொள்ளவில்லை. இல்லையென்றால்,

114 ▸ நிற்க அதற்குத் தக!

பணிமாற்றம் எனக்குப் பெரிய விஷயமே கிடையாது. ஏற்கெனவே தூத்துக்குடியில் வேலை செய்துவிட்டுத்தான் வந்திருக்கிறேன்" என்று விளக்கமளித்ததும் அவர் ஏற்றுக்கொண்டார். தலைமையதிகாரி கூறிவிட்டதால், நான் சொன்ன எல்லாவற்றையும் கேட்டாலும் கடைசியில் மெதுவாகப் பேசினார். "நாம் ஒருமுறை பித்துநோக்குப் போய் வரலாமா?" என்று கேட்டார். "தாராளமா போய்ட்டு வரலாம் சார்..." என்றேன். அடுத்து பயண ஏற்பாடு நடந்தது. அவரே டிக்கெட் போட்டார். சென்னையில் இருவருமே விமானத்தைத் தவறவிட்டோம். பிறகு பெங்களூரு சென்று மாலைநேர விமானத்தில் ஜெய்ப்பூர் போய் இரவு முழுவதும் பயணித்துப் பிக்கானீரில் தங்கினோம். மறுநாள் காலையில் பித்துநோக்கு. அங்கே புதிய திட்டத்துக்கான பூமி பூஜை செய்துவிட்டு, அடுத்த நாளே நெய்வேலிக்குத் திரும்பினோம். இப்படியே நாட்கள் வேகமாக நகர்ந்துகொண்டிருந்தன.

எனக்கு டிசம்பர் மாதத்தில் ஓர் ஆணை வழங்கினார்கள். ராஜஸ்தானில் இருந்து பணியிட மாற்றலாகி நெய்வேலி வந்தவரையும் என்னை மாதிரி பொதுமேலாளர் பதவி உயர்வு கொடுத்து, என்னுடன் அனுப்ப முயற்சி செய்தார்கள். அவர் இதய அறுவை சிகிச்சை செய்துகொண்டவர். மூன்று ஆண்டுகள் அங்கே பணியாற்றிவிட்டு அப்போதுதான் திரும்பியிருந்தார். அடுத்த ஆறு மாதங்களில் அவர் ஓய்வுபெறுகிறார். என்னை மட்டும் தனியாக அனுப்பக் கூடாது என்று இரக்கமில்லாமல் அவரையும் சேர்த்தார்கள். "டிசம்பர் 31 ஆம் தேதிக்குள் பித்துநோக்குப் போய் பணியில் சேரவில்லை என்றால், பதவி உயர்வு திரும்பப் பெறப்படும்" என்று இருவருக்கும் உத்தரவுப் பிறப்பித்தார்கள்.

நீதியரசர் சந்துருவிடம் நடந்ததை விவரமாகக் கூறினேன். "பொதுமேலாளர் பதவி உயர்வு கொடுத்திருக்கிறார்கள். நீங்க போயிடுங்களேன்" என்றார்.

"நான் இப்பதான் தூத்துக்குடியில் மூன்றாண்டுகள் இருந்துவிட்டு வந்திருக்கிறேன். வெறும் பணிமாற்றம் என்றால் போயிருப்பேன். நெய்வேலியில் நான் இருப்பதைப் பிரச்சினையாகப் பார்க்கிறார்கள். அதனால் வலுக்கட்டாயமாக மாற்றம் செய்கிறார்கள். அதனால்தான் மறுக்கிறேன். என்னவானாலும் சரி சார். நாம் போராட வேண்டும் என்பதுதான் என் விருப்பம். சாதாரணமாக விட வேண்டாம்" என்று என் தரப்பை விளக்கினேன்.

சி.துரைக்கண்ணு ▶ 115

அப்போதுதான் முக்கியமான ஒரு கேள்வியைக் கேட்டார்: "நீங்க நேர்காணல் போகும்போது பொதுமேலாளர் பதவி பித்துநோக்குத் திட்டத்துக்கானது என்று குறிப்பிட்டிருந்தார்களா?" என்றார்.

"இல்லை. பொதுதான்" என்றேன்.

"உங்கள் உள்ளுணர்வுக்கு பதவி உயர்வுடன் பணிமாற்றம் செய்வார்கள் என்று தெரியுமா" என்றார்.

"இல்லை" என்றேன்.

"நீங்க அதையே சுட்டிக்காட்டி கடிதம் கொடுத்துவிடுங்கள்" என்று ஆலோசனை வழங்கினார்.

உடனே கடிதம் எழுதினேன். அதில் "பித்துநோக்குத் திட்டத்துக்காக நேர்காணலுக்கு அழைத்தீர்கள் என்று எனக்குத் தெரியாது. அடுத்து அங்கொரு காலியிடம் இருக்கிறது என்பதையும் நீங்கள் சொல்லவில்லை. இங்குள்ள முப்பதுபேரில் என்னை மட்டும் பணியிட மாற்றம் செய்வது, ஏதோ ஓர் உள்நோக்கத்துடன் செய்வதுபோலத் தெரிகிறது. இந்தப் பதவி உயர்வு என்பது என்னுடைய கடும் உழைப்பு மற்றும் நேர்மையான பணிக்காகக் கிடைத்தது. எந்தக் குற்றச்சாட்டும் என்மீது இல்லாமல் எனக்கு வழங்கப்பட்ட பதவி உயர்வு ஆணையை உங்களால் திரும்பப் பெற முடியாது" என்று அழுத்தமாகக் குறிப்பிட்டேன்.

"ஏன் இப்படியொரு கடிதத்தைக் கொடுக்கிறீர்கள்" என்று கேட்டார்கள். "நீங்கள் என் பதவி உயர்வைத் திரும்பப் பெறுவோம் என்று சொல்லும்போது, நான் எப்படிச் சும்மா இருக்க முடியும்" என்றேன். என் பதிலைக் கேட்டு அமைதியாகிவிட்டார்கள். எங்கேயோ கைவைத்து எப்படியோ ஆகிவிட்டது என்ற பதற்றத்தில் இருந்தனர். நானும் ஒரு முடிவோடுதான் இருந்தேன். உதவிப் பொறியாளராக இருந்த காலத்திலிருந்து பெரும் எதிர்ப்புகளைச் சந்தித்துவருகிறோம். தொடர்ந்து போராடத்தான் வேண்டும் என்ற உறுதியான முடிவுக்கு வந்திருந்தேன்.

நீதிபதி சந்துரு சொன்ன இரண்டு விஷயங்கள் மிகவும் உதவியாக இருந்தன. மின்னல் பாய்ச்சியதைப் போல பிரச்சினைக்கு வெளிச்சத்தைக் கொடுத்தன. அங்கு காலியிடம் உள்ளது என்று உங்கள் உள்ளுணர்வுக்குத் தெரியுமா என்று அவர் எழுப்பிய கேள்வி அறம் சார்ந்தது.

நான் அடுத்து சொல்லவரும் செய்திக்காகச் சற்றுப் பின்னோக்கிப் போக வேண்டும். அந்தக் காலகட்டத்தில் என்எல்சியின் 5,000 தற்காலிகப் பணியாளர்களைக் கொண்ட இன்கோசர்வ் சங்கம் செயல்பட்டுவந்தது. இந்தச் சங்கம் கடலூர் மாவட்டத் தொழில் மைய அதிகாரி கட்டுப்பாட்டில் வரும். தொழில் மற்றும் வணிகத் துறை செயலாளரின் கீழ்வரும் எனக்குச் சுரங்கத்தில் இயக்குநர் சுபீர்தாஸுடன் பிரச்சினை ஏற்பட்ட நாட்களில், சங்கத்தின் மேலாண்மை இயக்குநர் பதவிக்காக என் பெயரைப் பரிந்துரை செய்து அனுப்பியிருந்தனர். ஆறுபேர் வரை பரிந்துரைக்கலாம். அதில் ஒருவரைத் வணிகவரித்துறை செயலர் அலுவலகம் நியமிக்கும்.

பணி மாறுதல் பிரச்சினை இருந்த நேரத்தில், திடீரென என் பெயரைத் தேர்வு செய்து தமிழக அரசிடமிருந்து ஆணை வந்தது. ஆனால், அதை என்னிடம் காட்டாமல் ரத்து செய்ய முயற்சி செய்தார்கள். இப்படியொரு பணி ஆணை வந்திருக்கும் தகவல் எனக்கும் வந்துவிட்டது. இன்கோசர்வ் சங்கத்திற்குத் தொலைபேசி செய்து விசாரித்தேன். “அப்படியொரு பணி ஆணை வரலை சார்” என்ற பதில் வந்தது. அங்கேயும் வரவில்லை என்று சொல்லுமாறு தகவல் அனுப்பிவிட்டார்கள். அதில் நல்வாய்ப்பாக எனக்கான கடிதத்தை வாங்கியவர், அதைத் திறந்து படித்துவிட்டு மீண்டும் பழைய மாதிரியே ஒட்டி வைத்துவிட்டார். எனக்குப் பொதுமேலாளர் இன்கோசர்வ் பணி ஆணை வந்திருக்கிறது என்று நண்பர் மூலம் சொல்லி அனுப்பியிருந்தார். ஜோ டொமினிக்தான் என்னிடம் அந்த ஆணையை வழங்க வேண்டும். உடனே அவரைப் பார்க்கச் சென்றேன். அப்போது ஏதோவொரு கடிதம் எழுதிக்கொண்டிருந்தார்.

“என்ன ஜோ” என்றேன்.

“உங்க சம்மந்தமாகத்தான் சார். நீங்க பித்துநோக்குத் திட்டத்திற்குப் பணி மாறுதலாகிப் போய்ட்டீங்க. அதனால் வேறொரு நபரைப் பொதுமேலாளராகப் போடச் சொல்லிக் கடிதம் எழுதச் சொன்னார்கள். அதைத்தான் எழுதிக்கொண்டிருக்கிறேன்” என எதார்த்தமாகச் சொன்னார்.

“வந்த ஆணையை ரத்து செய்றீங்களா? என்ன கிண்டலா பண்றீங்க? என்னைத்தான் இன்கோசர்வ் பொது மேலாளராக ஆக்கியுள்ளார்கள். எனக்குத் தெரியாமல் இருக்குமா” என்றேன். அதிர்ச்சியான ஜோ டொமினிக், என்னை அழைத்துக்கொண்டு செயல் இயக்குநர் முத்துவிடம் சென்றார்.

“என்ன சார்... இன்கோசர்வ் பொதுமேலாளர் ஆணை வந்திருக்கிறது என்கிறார். நீங்கள் சொல்லவில்லையே. புது நபர்களுக்குப் பட்டியல் தயார் செய்யச் சொல்கிறீர்கள்” என ஜோ கேட்டதும்,

“சரி விடுப்பா. அவர் இன்கோசர்வ் பணியில் சேரத் தயார் என்றால் போட்டுவிடுவோம் விடு” என ஒன்றுமே நடக்காததுபோல் பேசினார் முத்து.

ஏற்கெனவே இன்கோசர்வ் சங்கத்தில் பொதுமேலாளராக இருக்கும் சங்கர்தான் இப்படியொரு கடிதத்தை எழுதச் சொல்லியுள்ளார். ஒலிப் பெருக்கிப் பொத்தானை அழுத்திவிட்டு, அந்த நபருக்குத் தொலைபேசி செய்து ஜோ கேட்டார்: “என்ன சங்கர், கடிதம் எழுதச் சொன்னீர்கள். ஆனால், ஆணை வந்திருப்பதாக துரைக்கண்ணு சொல்கிறார்” என்று சொன்னதும், மறுமுனையில் பதில் சொல்ல முடியாமல் அவர் தவிக்கிறார். “உண்மையைச் சொல்லியிருக்கலாமே” என்றதும், “உங்க முத்துவே உன்னிடம் சொல்லவில்லை. என்னிடம் ஏன் கேட்கிறாய்” என்று சமாளித்தார் சங்கர்.

அப்போது தலைமையதிகாரி சென்னையில் இருந்தார். உடனே கோப்புகளை எடுத்துக்கொண்டு அவரிடம் சென்றனர். “இந்த ஆணையைக் கொடுக்க வேண்டாம் சார். டிசம்பர் 31ஆம் தேதி போய் வேலையில் சேர வேண்டும் என்ற ஆணையில் நாம் உறுதியாக இருப்போம். அவ்வளவு அழுத்தமாக நமக்கு அவர் பதிலளித்துள்ளார்” என்று எனக்கு எதிராகச் சொல்லியுள்ளனர். ஆனால், தலைமையதிகாரி செவிசாய்க்கவில்லை. ஏற்கெனவே அவர் ஏகப்பட்ட அழுத்தத்தில் இருந்திருக்கிறார். “இந்தப் பிரச்சினையில் மொத்தமாக என்னைத் தவறாக வழிநடத்திவிட்டீர்கள். ஆகையால் உடனடியாக அவருக்கு ஆணை வழங்குங்கள்” என்று கோப்பில் எழுதிவிட்டார். நீண்ட போராட்டத்திற்குப் பிறகு எனக்கு நிர்வாக மேலாளர் - இன்கோசர்வ் என்று ஆணை வழங்கினார்கள்.

என்எல்சியில் பத்தாயிரத்திற்கும் மேல் தற்காலிக ஒப்பந்தப் பணியாளர்கள் இருக்கிறார்கள். *Industrial Co-operative Society (INCOSERVE)* என்ற தொழிலாளர்களுக்கான கூட்டுறவுச் சங்கத்தை 1990ஆம் ஆண்டில்தான் முதன்முதலில் தொடங்கினார்கள். ஊட்டி, கொடைக்கானல் போன்ற மலைப்பிரதேசங்களில் தேயிலைத் தோட்டத் தொழிலாளர் மேம்பாட்டுக்காக இன்கோசர்வ் சொசைட்டி இருக்கிறது. தொழில், கூட்டுறவு மற்றும்

118 ▸ நிற்க அதற்குத் தக!

வணிகத்துறைச் செயலாளரின் கட்டுப்பாட்டில் அந்தச் சங்கங்கள் செயல் பட்டுவருகின்றன.

பொதுத்துறை நிறுவனங்களும் ஒப்பந்தத் தொழிலாளர்களுக்காக இன்கோசர்வ் சங்கத்தை உருவாக்கினார்கள். வழக்கமாக ஒரு மூத்த அதிகாரியை மேலாண்மை இயக்குநராகப் பணியமர்த்துவார்கள். என்எல்சியில் இருந்து நியமிக்கப்பட்டால் மேலாண்மை இயக்குநராகவும், மாநில அரசு நியமித்தால் சிறப்பு அதிகாரியாகவும் அவர் கருதப்படுவார். எப்படியோ துரைக்கண்ணு பிரச்சினை தீர்ந்தால்போதும் என்ற நிலையில், என்னை இன்கோசர்வ் சங்கத்தில் மேலாண்மை இயக்குநராக நியமித்தார்கள்.

முந்தைய ஐந்து ஆண்டுகளாகப் பொதுக்குழு கூட்டப்படவில்லை. ஆண்டு தணிக்கை கணக்கு தாக்கல் செய்யப்படவில்லை. வரிவிலக்கு அளிக்கப்பட்ட சங்கம் இன்கோசர்வ். என்எல்சியில் இருந்து சம்பளத்தை வாங்கித் தொழிலாளர்களுக்குக் கொடுத்துவிட வேண்டும். சேவைத் தொகை 2 சதவீதம் தருவார்கள். அதில்தான் அலுவலக நிர்வாகச் செலவுகளைக் கவனித்துக்கொள்ள வேண்டும்.

என்எல்சியின் அனைத்து அனல்மின் நிலையங்கள், சுரங்கங்கள் மற்றும் அலுவலகங்களில் இன்கோசர்வ் ஒப்பந்தத் தொழிலாளர்கள் வேலை செய்வார்கள். பொதுவாக ஒப்பந்ததாரரை வைத்து அவர்களுக்குச் சம்பளம் வழங்குவது நடைமுறை. பல ஆண்டுகளாக ஒப்பந்த அடிப்படையிலேயே வேலை செய்துவரும் தொழிலாளர்களைத் திருப்திப்படுத்துவதற்காக அவர்களை இன்கோசர்வ் சங்கத்துக்குள் கொண்டுவருவார்கள். இதுவொரு பதவி உயர்வு மாதிரி. கடைசிவரை நிரந்தரம் செய்யப்படாமல், சொசைட்டியிலேயே இருந்துவிட்டு ஓய்வுபெற்றுச் சென்ற கதைகளும் உண்டு. சங்க உறுப்பினராவதில் ஒரு பாதுகாப்பு இருந்தது. அதாவது மாதத்தில் 26 நாட்கள் வேலை உத்தரவாதம்.

இன்கோசர்வ் அலுவலகத்தின் சூழல் கவனிப்பாரற்று மிக மோசமாக இருந்தது. சிமெண்ட் தகடு கூரைப் போட்ட பழங்காலக் கட்டடம். பொதுமேலாளர் உட்கார்வதற்குக்கூட வசதியான இடமில்லை. மிகக்குறுகிய இடத்தில் பத்துப் பேர் நெருக்கமாக உட்கார்ந்திருப்பார்கள் பார்ப்பதற்கு டீக்கடை மாதிரி தெரியும். மிகப்பெரிய நிர்வாகிகள் பணிபுரிந்த இடம், ஆனால் அவ்வளவு சிதிலமடைந்து இருந்தது. என்னைப் போன்ற ஒரு

சிவில் என்ஜினீயர், அதைப் பார்த்துக்கொண்டு சும்மா இருக்க முடியாதே. முதல் வேலையாக அலுவலகத்தை நவீனமாக மாற்றியமைக்க முயற்சி செய்தேன். இனிமேல் நம்மை இங்கிருந்து எடுக்க மாட்டார்கள், இதை ஒழுங்குப்படுத்திவிட வேண்டும் என வேலைகளைத் தொடங்கினேன். இதற்கு முன்பு அலுவலகக் கட்டடத்தைப் புதுப்பிக்க யாராவது முயற்சி செய்தார்களா என்று பழைய கோப்புகளைத் தேடினேன். பொதுமேலாளராக இருந்த கோவிந்தராஜ் என்பவர், ஐந்து லட்சம் ரூபாய்க்கு அனுமதி வாங்கி வைத்திருந்தார். ஆனால், வேலைகள் தொடங்கப்படவில்லை.

அதே நேரத்தில் அந்த ஐந்து லட்சம் ரூபாயை வைத்து எதுவும் செய்ய முடியாது. சமூகப் பொறுப்புணர்வுத் திட்டத் தலைமைப் பொறுப்பில் இருந்த ஸ்ரீதர்தான், நகரத் தலைமை. "இன்கோசர்வ் அலுவலகம் மிக மோசமாக இருக்கிறது. அவ்வப்போது மாநில அரசு அதிகாரிகள் ஆய்வுக்காக வந்துபோகிற இடம். ஏதாவதொரு மூத்த அதிகாரியைத்தான் மேலாண்மை இயக்குநராக நியமிக்கிறோம். கட்டடத்தைப் புதுப்பித்துக்கொடுங்கள்" என்று அவருக்குக் கடிதம் எழுதினேன். உடனே நகர நிர்வாக அதிகாரியிடம் மதிப்பிடச் சொல்லி, 15 லட்சம் ரூபாய்க்கு அனுமதி வாங்கிக் கொடுத்துவிட்டார்.

மூன்று மாதங்களில் பணிகளை முடித்தார்கள். என்எல்சியின் மற்ற அலுவலகங்களில் என்னென்ன வசதிகள் இருக்குமோ, அவ்வளவும் நேர்த்தியாகக் கொண்டுவந்தோம். அலுவலக ஊழியர்களுக்கு நவீன இருக்கை வசதிகள், தரையில் டைல்ஸ் என முழுமையாகப் புதுப்பித்தோம். இன்கோசர்வ் அலுவலகம் பார்ப்பதற்கே கவின்மிகு கட்டடமாக மாறியிருந்தது. பொதுமேலாளர் அறைக்கு ஏசி மட்டும் பொருத்தவில்லை. CERS என்றொரு பிரிவு இருக்கிறது. என்எல்சிக்கு அவர்கள் மூலம்தான் குளிர்சாதனக் கருவிகளை வாங்க வேண்டும். "தலைமையதிகாரியிடம் அனுமதி வாங்கிக்கொடுங்கள், நாங்கள் ஏசி போட்டுக்கொடுத்துவிடுகிறோம்" என்றார்கள்.

நண்பர் ஜி.எம்.நாராயணமூர்த்தி தன் குழுவினருடன் இன்கோசர்வ் அலுவலகத்தை ஆய்வு செய்துவிட்டு 2 டன் ஏசி போதும் என்று பரிந்துரை செய்தார். ஏற்கெனவே அலுவலகத்தில் பொதுமேலாளர்க்கு விண்டோ ஏசி இருந்தது. அது பழுதாகிச் சரியாக ஓடவில்லை. அதுபற்றிய அறிக்கையை வாங்கி இயக்குநரிடம் கொடுத்தேன். அவர் பரிந்துரை

செய்து தலைமையதிகாரிக்கு அனுப்பிவைத்தார். ஏற்கெனவே எனக்கும் அவருக்கும் பித்துநோக் பணிமாற்றம் தொடர்பாகச் சண்டை இருக்கிறதே. அவருடைய செயலரை அழைத்துச் சங்க நிதியில் வாங்கிக்கொள்ளுமாறு எழுதுங்கள் எனச் சொல்லிவிட்டார்.

நிர்வாகப் பணித் தொகையைச் செலவழிக்க மாநில அரசின் அனுமதி தேவை. இதுதொடர்பாக அவர்களது கருத்தைக் கேட்டேன்.

"கடலூர் மாவட்டத் தொழில் மையத்தின் பொதுமேலாளர் வாங்கிக் கொள்ளலாம்தானே?" என்று தனது அடுத்த கீழ்நிலை அதிகாரிகளிடம் கேட்டார்.

"ஆமாம் சார், வாங்கிக்கொண்டு பில் அனுப்பச் சொல்லுங்கள்" என்று சொல்லிவிட்டார்.

பின்னர் ஏசி வாங்கிய விவரங்களை மாவட்டத் தொழில் மையத்தினருக்கு ஒப்புதலுக்காக அனுப்பி வைத்தோம், ஏற்கெனவே வாங்குவதற்கு அனுமதியளித்த பொதுமேலாளர் மாறியிருந்தார். புதியவர் அதே கீழ்நிலை அதிகாரியை அழைத்துக் கேட்டார். "நம்மிடம் முறையாக அனுமதிபெறாமல் வாங்கிவிட்டார்கள் சார்" என்று நடந்தது எதுவும் தெரியாததுபோல் பிரச்சினையாக்கினார்.

"என்எல்சியில் இருந்து 15 லட்சம் ரூபாய் செலவில் அலுவலகத்தைப் புதுப்பித்துக் கொடுத்துள்ளார்கள். சங்கத்துக்கு இலவசக் கட்டடம், இலவச மின்சாரம் கொடுக்கிறார்கள். எல்லா வசதிகளும் செய்துகொடுக்கிறார்கள். சங்கப் பொதுமேலாளருக்கு ஏசி வாங்க அனுமதி கொடுக்கலாமே. அதுவும் நாங்கள் கொடுக்கிற பணம்தானே. சேவைத் தொகைக் கொடுக்கிறோமே. அதில் வாங்கிக்கொள்ளலாமே என்று நிறுவனத் தலைமையதிகாரி சொல்லிவிட்டார்" என்று சொன்னேன்.

"இல்லை. இல்லை... அதெல்லாம் எங்களிடம் கேட்க வேண்டும்" என்றார்.

"உங்களிடம் கேட்டோம். நீங்கள்தான் இப்படிச் சொன்னீர்கள். நாங்கள் யாருக்கும் தெரியாமல் ரகசியமாக வாங்கவில்லை. உங்கள் மாவட்டத் தொழில் மைய பொதுமேலாளர்தான் அனுமதியும் கொடுத்தார். என்எல்சியில் உள்ள ஒரு துறை மூலமாகத்தான் குறைந்த விலைக்கு

வாங்கினோம். இதெல்லாம் உண்மையா என்பதைப் பணி மாற்றலாகிப் போன மாவட்டத் தொழில் மைய பொதுமேலாளர் விழுப்புரத்தில்தான் இருக்கிறார். அவரிடம் விவரம் கேட்டுக்கொள்ளலாம்" என்று தெளிவாக எழுதினேன்.

பல நாட்கள் ஏசிக்கு அனுமதி கொடுக்காமல் வைத்திருந்தார்கள். நாம் இருப்பதால் அவர்களுக்கு எந்த வருமானமும் கிடையாது. அதனால் ஒப்புதல் வழங்க அவர்களுக்கு மனம் வரவில்லை.

நான் பொறுப்பேற்ற சில மாதங்களில் திடீரென்று ஒருநாள் எனக்குத் தொலைபேசி வந்தது. சங்கத்துக்குப் பிரத்யேகமாக வங்கி (தமிழ்நாடு தொழில் கூட்டுறவு வங்கி - TAICO) செயல்பட்டது. அதன் மேலாளர், "உங்க சங்கக் கணக்கை வருமான வரித்துறையினர் செயல்படாமல் முடக்கி விட்டார்கள்" என்று தகவல் சொன்னார். அது மாதத்தின் முதல் வாரம். தொழிலாளர்களுக்கு ஊதியம் வழங்கும் நேரம்.

"என்ன காரணம்?"

"வருமான வரி கட்டவில்லையாம்"

"எங்களுக்குத்தான் வரிவிலக்கு இருக்கிறதே"

"தணிக்கை கணக்கைத் தாக்கல் செய்யவில்லை என்றால், வரிவிலக்குச் சலுகை இயல்பாகவே தள்ளுபடியாகிவிடும். ஐந்து ஆண்டுகளுக்கும் சேர்த்து நீங்கள் ஒன்பது கோடி ரூபாய் செலுத்த வேண்டும்" என்றார்கள்.

கடலூர் மாவட்ட அளவில் உள்ள வருமான வரித்துறை அதிகாரியிடம் பேசினேன்.

"ஐந்தாயிரம் தொழிலாளர்களுக்குச் சம்பளம் கொடுக்க வேண்டும். நீங்கள் திடீரென்று இப்படிச் செய்தால் என்ன செய்ய முடியும். நாளைக்குத் தொழில் உறவு பிரச்சினையாகிவிடும். வேலைநிறுத்தம் அறிவித்தால் உற்பத்தி முடங்கிவிடும்" என்று விளக்கினேன்.

"நாங்கள் கணக்கை விடுவிக்கிறோம்" என்று சொல்லிவிட்டுச் சங்கக் கணக்கிலிருந்து ஒன்பதுகோடி ரூபாயை வருமான வரித்துறை கணக்குக்கு மாற்றிவிட்டார்கள். அப்படி எடுத்துக்கொள்ள அவர்களுக்கு வசதியாகச்

சட்ட விதிகள் இருந்தன. தீர்வு என்ன என்று விசாரித்தால், உடனே நீங்கள் கணக்கைத் தாக்கல் செய்ய வேண்டும் என்று ஆலோசனை வழங்கினார்கள். உடனே மாவட்டத் தொழில் மைய அதிகாரிகளிடம் ஆலோசனைக் கேட்டேன். மீண்டும் மாவட்டத் தொழில் மைய அதிகாரி, அந்தக் கீழ்நிலை அதிகாரியைத்தான், "என்ன செய்யலாம்" என்று கேட்டார்.

"முதலில் அவர்கள் கணக்குகளை ஆடிட் செய்துவிட்டுப் பொதுக்குழுவைக் கூட்டி ஒப்புதல் வாங்கிக்கொண்டு அறிக்கைத் தாக்கல் செய்ய வேண்டும்" என்றார்.

1990ஆம் ஆண்டில் தொடங்கப்பட்ட சொசைட்டிக்குப் பொதுக்குழு கூட்டமே இதுநாள்வரை நடத்தவில்லை. பொதுக்குழுவை நடத்தியதாகப் பதிவை உருவாக்கி வைத்திருந்தனர். இதை மாநில அரசும் கண்டு கொள்ளவில்லை. அரசு நிறுவனங்கள் எவ்வளவு மோசமாக இருக்கின்றன என்பதற்கு இதைவிட பெரிய சான்றுகள் தேவையில்லை. முத்துவிடம் போய் விசாரித்தேன்.

"முன்பு என்ன செய்தார்களோ, அப்படியே நீங்களும் செய்துவிடுங்கள்" என்றார்.

"அவர்கள் பொதுக்குழு எதுவும் நடத்தவில்லை. ஆனால் நடத்தியது மாதிரி அவர்கள் ஆவுணம் வைத்திருக்கிறார்கள்."

"அதுமாதிரி செய்துவிடுங்கள். ஏன் எல்லோரையும் ஒரே இடத்தில் கூட்ட வேண்டும். பணியை நிரந்தரப்படுத்துங்கள் என்று கோரிக்கை வைப்பார்கள். அதுவும் ஐந்தாயிரம் பேரை ஒரே இடத்தில் கூட்டும்போது சட்டம் ஒழுங்குப் பிரச்சினையாக மாறிவிடும்" என்றார்.

"அதற்காக நாம் நடத்தாமல் இருக்க முடியாது சார். பிரச்சினை இல்லாமல் நடத்துவதற்கு என்ன முன்னெச்சரிக்கை செய்ய வேண்டுமோ அதைத்தான் செய்ய வேண்டும். பொதுக்குழு பற்றி அரசிடம் பேசுவோம். அவர்கள் என்ன சொல்கிறார்களோ அதன்படிச் செயல்படுவோம்" என்று சொல்லிவிட்டு வந்தேன்.

"என்எல்சியில் கேட்டேன். பொதுக்குழு நடத்த வேண்டாம் என்கிறார்கள். உங்கள் கருத்து என்ன" என்று மாவட்டத் தொழில் மைய அதிகாரியிடம் கேட்டேன்.

"நீங்கள் நடத்துங்கள்" என்றார்கள்.

"பொதுக்குழுவை நடத்துங்கள்" என அவர்களிடமிருந்து கடிதமும் பெற்றுக்கொண்டேன்.

"பொதுக்குழு கூட்டச் சொல்லி ஆணையிட்டுள்ளார்கள். எனவே நீங்கள் அதற்கான வசதிகளைச் செய்துதர வேண்டும். மண்டபம், காவல்துறை பாதுகாப்பு உள்ளிட்ட உதவிகளைச் செய்யுங்கள்" என்று கடிதம் எழுதினேன். எழுத்துப்பூர்வமாக அனுப்பியதால் அவர்களால் எதுவும் மறுக்க முடியவில்லை. தேவையான வசதிகளைச் செய்துதருகிறோம் எனச் சொல்லி என்எல்சியில் அனுமதியளித்தார்கள்.

பொதுக்குழுவைக் கூட்டுவதற்கான அனைத்து ஏற்பாடுகளையும் செய்யத் தொடங்கினோம். எல்லா வேலைகளையும் கடலூர் மாவட்டத் தொழில் மையத்தின் வழிகாட்டுதலின்படியே செய்தோம். கணக்குத் தணிக்கை பணிகளை வேகமாக முடித்தோம். அவற்றைக் கடலூரில் மாவட்டத் தொழில் மைய அதிகாரி கட்டுப்பாட்டில் இருந்த அரசு கூட்டுறவு அச்சகத்திலேயே கொடுத்தோம். அதற்கான கட்டணம் 3.45 லட்சம் ரூபாயையும் அவர்களிடமே செலுத்தினோம். இப்படி எல்லா வேலைகளும் முறையாகவும் துரிதமாகவும் நடந்துகொண்டிருந்தன.

இதனிடையே, இன்கோசர்வ் சங்கத் தொழிலாளர்களுக்கு மாதந்தோறும் ஏழாம் தேதிக்குப் பிறகுதான் சம்பளம். அதுவும் நீண்ட வரிசையில் காத்திருந்து வாங்கிச் செல்ல வேண்டிய நிலை இருந்தது. என்எல்சியின் அனைத்து ஊழியர்களும் ஏ.டி.எம் மூலம் சம்பளம் வாங்கிக்கொண்டிருக்கிற ஊரில், இன்னும் வரிசையில் நின்று வாங்குவதா என்று கவலையுற்றேன். இதுதொடர்பாக பாரத வங்கி மேலாளரிடம் பேசினேன். அப்போது சம்பளம் வாங்குவதற்காக மட்டும் ரூபே ஏடிஎம் அட்டையை அறிமுகம் செய்திருந்தார்கள். விண்ணப்பத்தைப் பூர்த்தி செய்து 100 ரூபாய்ச் செலுத்தி அந்தக் கார்டை வாங்கலாம். முழுச் சம்பள விவரங்கள் மற்றும் பணத்திற்கான காசோலையைக் கொடுத்துவிட்டால் சில மணித் துளிகளில் ஐந்தாயிரம் பேருக்கும் சம்பளத்தைக் கணக்கில் ஏற்றிவிடுவார்கள்.

எல்லாத் தேசிய வங்கி ஏடிஎம்களிலும் பணத்தை எடுத்துக்கொள்ளலாம். கிட்டத்தட்ட நான்காயிரம் பேருக்குக் கார்டு வாங்கிக்கொடுத்தோம்.

தொழிலாளர்களுக்கு மிகுந்த மகிழ்ச்சி. ஆனால் வட்டிக்குப் பணம் கொடுத்து வாங்கிக்கொண்டிருந்தவர்களுக்கு ஏமாற்றம். அவர்களிடம் ஊழியர்களின் வங்கிப் புத்தகம் இருக்கும். மாதந்தோறும் சம்பளம் போட்டதும், கேட்காமலேயே தேவையான வட்டிப் பணத்தை எடுத்துக் கொள்வார்கள். ஆதலால் தொழிலாளர்களிடம் ரூபே அட்டை வாங்காதீர்கள் என அவர்கள் பிரச்சாரம் செய்தார்கள்.

சங்க ஊழியர்கள் உளுந்தூர்பேட்டை, புவனகிரி போன்ற தொலைதூர ஊர்களிலிருந்து நெய்வேலிக்கு வேலைக்கு வருவார்கள். சம்பள நாளன்று பல மணி நேரம் வரிசையில் நின்று வாங்கிக்கொண்டு, மீண்டும் பல கிலோ மீட்டர் தூரம் பயணித்து ஊருக்குச் செல்ல வேண்டியிருந்தது. இந்த அட்டை மூலம் அவர்கள் சொந்த ஊரிலேயே பணத்தை எடுத்துக்கொள்ள முடியும். பணம் ஏற்றப்பட்ட தகவல் செல்போனில் வந்துவிடும். ஆனால், வங்கிப் புத்தகத்தை அடகு வைத்த மாதிரி ஏடிஎம் அட்டையை அடகு வைத்துவிட்டார்கள். அடிமையின் கையில் எதைக் கொடுத்தாலும், அது அதிகாரம் செய்பவன் கைக்குத்தான் போகும் என்ற வாசகம் உண்மையாகிவிட்டது.

சில நல்ல மாற்றங்கள் இன்கோர்சர்வ் சங்கத்தில் நடந்துகொண்டிருந்தது. ஐந்தாயிரம் தொழிலாளர்களில் தினமும் 50 பேரையாவது மேலாண்மை இயக்குநர் சந்தித்தாக வேண்டும். பொறுமையாகவும் அக்கறையுடனும் நாம் அவர்களிடம் பேச வேண்டியிருக்கும். படிக்காதவர்களாக இருப்பார்கள். வட்டிக்குப் பணம் வாங்கிவிட்டு வேலைக்கு வர முடியாமல் தவிப்பார்கள். தொழிலக வாசலில் நின்று கடன் கொடுத்தவன் சண்டையிடுவான். அதற்காகத் தலைமறைவாக இருப்பார்கள். வேலைக்கு வரவில்லையென நமக்கு என்எல்சியில் இருந்து தகவல் வரும். இப்படிப் பல பிரச்சினைகளைச் சமாளிக்க வேண்டியிருக்கும்.

வீடு இல்லாமல் தொழிலாளர்கள் பலரும் சிரமப்பட்டார்கள். நகர நிர்வாக அதிகாரியாக கார்த்திகேயன் இருந்தார். அவரிடம் பேசி என்எல்சி குடியிருப்பில் 800 வீடுகளை வாங்கிக்கொடுத்தோம். என்.எல்.சி நிறுவனத்தில் நாளுக்கு நாள் பணியாளர்களின் எண்ணிக்கை குறைந்துவந்தது. அதனால் கீழ்நிலை வீடுகள் அதிக அளவில் காலியாக இருந்தன. அவற்றை வீடில்லாத ஒப்பந்தத் தொழிலாளர்களுக்குக் கொடுக்கும்போது, வீடு கிடைத்த மகிழ்ச்சியில் உற்சாகமாக வேலை செய்தார்கள். ஒப்பந்தத்

தொழிலாளர்கள் பெரும்பாலோர் தங்கள் குழந்தைகளை நன்றாகவே படிக்க வைத்துக்கொண்டிருக்கிறார்கள். தொழிலாளர்களுக்குக் கூட்டுறவு வங்கியில் *1.5* லட்சம் ரூபாயாக இருந்த கடனை *3* லட்சமாக உயர்த்தி வழங்கச் செய்தோம். அதெல்லாம் அவர்களுடைய கல்விச் செலவுகளுக்குப் பயன்பட்டது. நமது நலன்காக்கும் நிர்வாகம் என்ற நல்லெண்ணத்தைத் தொழிலாளர்களிடம் கொண்டுவந்திருந்தோம்.

பொதுக்குழுவில் தன்னார்வலர்களாகச் செயலாற்றுவதற்காக ஆளுமைத்திறனுள்ள 50 பேரைத் தேர்ந்தெடுத்து முழுமையான பயிற்சி கொடுத்தோம். வாகன நிறுத்தம், சமையல் வேலைகள், தொழிலாளர்களை வரவேற்று நுழைவுச் சீட்டு வழங்கல் உள்ளிட்ட பல பணிகளுக்கும் தனித் தனிக் குழுக்களை நியமித்தோம். பிறகு அவர்கள் செய்ய வேண்டிய வேலையின் முக்கியத்துவத்தை விளக்கினோம். அடுத்து மண்டபத்திற்கு அழைத்துச் சென்று பொதுக்குழு அன்று எப்படி நடந்துகொள்ள வேண்டும் என்ற களப்பயிற்சியும் வழங்கினோம். யாராவது குடித்துவிட்டுக் கலாட்டா செய்தால், அவர்களைப் பிடித்துக் காவல்துறையினரிடம் ஒப்படைக்கச் சிறப்புத் தன்னார்வலர்கள் குழுவையும் அமைத்திருந்தோம். இந்த ஏற்பாடுகள் பற்றிய பரபரப்பான செய்திகள் வெளியே சென்றுகொண்டிருந்தன. பொதுக்குழுவில் தப்பு செய்தால் பெரிய சிக்கலாகிவிடும், வெளியிலிருந்து அடியாட்களைக் கொண்டுவரப்போகிறார்களாம் என்றெல்லாம் நேர்மறையாகவும் எதிர்மறையாகவும் பேச்சு அடிபட்டது.

உள்ளூர் அரசியல் தலைவர்களிடமும் பொதுக்குழு கூட்டுவது பற்றிப் பேசினேன். எனது கல்லூரிக் கால நண்பர் சட்டமன்ற உறுப்பினர் சபா ராஜேந்திரனைப் பொதுக்குழுவுக்கு அழைத்திருந்தேன். என்எல்சியில் பணியாற்றும் ஒப்பந்தத் தொழிலாளர்களுக்கான பொதுக்குழுக் கூட்டம் நடைபெறுகிறது. ஆனால், ஒரு என்எல்சி அதிகாரிகூட கலந்துகொள்ளவில்லை. காவல்துறைக்கும் தகவல் கொடுத்திருந்தோம். அன்று அசம்பாவிதம் ஏதும் நடக்காது என்ற உளவுத்துறை தகவலால் அவர்களும் வரவில்லை.

ஒரு காவலர்கூட இல்லாமல் மூவாயிரத்துக்கும் அதிகமான தொழிலாளர்களுக்கான பொதுக்குழு மிகச் சிறப்பாக நடந்தது. கடலூர் மாவட்டத் தொழில் மைய அதிகாரிகளும் பங்கேற்றார்கள். அனைவருக்கும் சுவையான மதியச் சாப்பாடு ஏற்பாடு செய்திருந்தோம். பொதுக்குழு

நடந்த மண்டப முகப்பில் தொழிலாளர்கள் எல்லாம் சேர்ந்து, என் படத்தைப் பெரிதாக வைத்து வரவேற்பு பேனர் வைத்திருந்தார்கள். "பெரிய பந்தலில் நாற்காலிகள் போட்டு எங்களுக்கு மரியாதை கொடுத்துப் பேச வைத்ததில் மகிழ்ச்சி சார்" என்று நெகிழ்ந்துபோய்ப் பாராட்டினார்கள். ஆனால், நிர்வாகம் எதிர்பார்த்த மாதிரியே பணி நிரந்தரம் பற்றிப் பேச ஆரம்பித்தார்கள்.

"இது சங்கக் கணக்கு வழக்குகளுக்கான பொதுக்குழுக் கூட்டம். நீங்கள் பணி நிரந்தரம் பற்றி என்எல்சி அதிகாரிகளுடன் பேச வேண்டும். இங்கு வந்து பணி நிரந்தரம் பற்றிப் பேசலாமா. சங்கம் செய்ய வேண்டிய பணிகள் நிற்கிறது என்றால் விவாதிக்கலாம்" என்று நான் குறுக்கிட்டுப் பேசியதும் தொழிலாளர்கள் அனைவரும் அமைதியாகிவிட்டார்கள்.

பொதுக்குழுவில் பேசப்பட்டவையைத் தீர்மானமாக நிறைவேற்றி மாவட்டத் தொழில் மைய அதிகாரிக்கு அனுப்பினால், ஆறு மாதம் வரைக்கும் ஒவ்வொரு கேள்வியாகக் கேட்டுக்கொண்டிருந்தார்கள். பிறகு ஆறு மாதம் முடிந்துவிட்டது, எங்களால் ஒன்றும் செய்யமுடியாது என்று கைவிரித்தார்கள்.

"நீங்கள் சொன்னதால்தான் இவ்வளவு செலவழித்துப் பொதுக் குழுவைக் கூட்டினோம். சங்கத் தணிக்கை அறிக்கைக்கு மட்டும் ஒப்புதல் அளித்துள்ளீர்கள். பொதுக்குழுக் கூட்டச் செலவுகளை ஏற்றுக் கொள்ள முடியாது என்று சொல்கிறீர்களே? இது ஐந்தாயிரம் தொழிலாளர்கள் உள்ள சங்கம். ஐந்தாயிரம் பிரதிகள் வரவு செலவு புத்தகம் அச்சடிக்க வேண்டும். ஐந்தாயிரம் பேரும் கலந்துகொண்டார்கள் என்று கணக்கு எழுதவில்லை. மூவாயிரம் பேர் மட்டும் வந்ததைத்தான் குறிப்பிட்டிருந்தோம். அவ்வளவு பேருக்கும் சாப்பாடு, தேநீர், குளிர்பானங்கள் கொடுத்திருக்கிறோம். அதற்கான செலவுகளைத்தான் எழுதியிருக்கிறோம். இதையெல்லாம் உங்கள் ஊழியர்கள் இரண்டு பேர் காலை முதல் மாலை வரை உட்கார்ந்து பார்த்திருக்கிறார்கள். எதுவுமே ரகசியம் கிடையாது. சாப்பாடு போடுவதற்குக்கூட பத்திரிகையில் டெண்டர் விட்டுத்தான் செய்தோம்" என்றேன்.

அப்போது தொழில் மற்றும் வணிகக் கூட்டுறவுத் துறைச் செயலாளராக வட இந்தியர் ஒருவர் இருந்தார். "நீங்கள் எப்படி ஆறரை லட்சம் ரூபாய் செலவு செய்யலாம். ஆறரை லட்சம் ரூபாய் செலவு செய்யத் தலைமைச் செயலருக்கே அதிகாரம் கிடையாது" என்றார்.

சி.துரைக்கண்ணு ▶ 127

"எல்லாச் செலவுகளையும் நாங்கள் மாவட்டத் தொழில் மைய அதிகாரி மூலம்தான் செய்தோம். அப்போதே அவர்கள் சொல்லியிருக்கலாம். ஐந்தாயிரம் புத்தகம் அச்சிடாமல் வெறும் 200 அடித்தால் போதும் என்றால், அப்படியே செய்திருப்போம். அதுவும் உங்கள் கூட்டுறவு அச்சகத்தில்தான் அச்சிட்டோம். அதிகப்படியான செலவுகளை எங்கே செய்தோம்?" என்று கேட்டேன்.

"நாங்கள் எதுவும் செய்ய முடியாது. உங்கள் நிறுவனத் தலைவருக்கு எழுதுகிறோம். இது அதிகமாக இருக்கிறது" என்று மறுத்தார்கள். பொதுக்குழுவைக் கூட்டுவதற்காக அதிகச் செலவழித்துவிட்டார் என்று என்னைப் பற்றி என்எல்சி தலைமையதிகாரிக்குக் கடிதம் எழுதிவிட்டார்கள்.

"பொதுக்குழு நடத்தினால்தான் தணிக்கை செய்யப்பட்ட கணக்கைத் தாக்கல் செய்ய முடியும். இதற்காக ஒன்பது கோடி ரூபாய் பணத்தை வருமான வரித்துறையினர் எடுத்துவிட்டார்கள். அது தொழிலாளர்களின் வருங்கால வைப்புப் பணம்" என்று விளக்கமளித்தேன். "சரி... பார்த்துக்கொள்ளலாம்" என்று சொல்லிவிட்டார் நிறுவனத் தலைமையதிகாரி.

இடையில் ஒரு குறுக்கீடு.

இன்கோசர்வ் சொசைட்டி தொழிலாளர்களுக்கு ஏற்பாடு செய்து கொடுத்திருந்த ரூபே கார்டு பிரச்சினையாகிவிட்டது. திடீரென ஒருநாள் இந்தியா முழுவதும் பாரத வங்கியின் ரூபே அட்டை செயல்பாடு அடியோடு நிறுத்தப்பட்டது. வங்கியின் இணைய முகப்பு நவீனப்படுத்தும்போது ரூபே கார்டை மட்டும் விட்டுவிட்டார்கள். அதில் 22 லட்சம் கணக்குகள் முடங்கிப்போய்விட்டன. சம்பளப் பணத்தைக் கணக்கில் ஏற்றமுடியாது என்றார் வங்கி மேலாளர். தீபாவளி நேரம். சம்பளம் மற்றும் வெகுமதி கொடுக்க வேண்டியிருந்தது. அடுத்து என்ன செய்வதென்றே தெரியவில்லை. குழப்பமான சூழல். ரூபே அட்டைகள் கொடுத்த பழைய மேலாளரும் மாற்றலாகியிருந்தார். புதிய மேலாளர் நல்ல மனிதர்.

"வங்கி ஊழியர்களை வைத்துச் சம்பளம் போடலாம் சார். வங்கியில் வைத்து ஐந்தாயிரம் பேருக்கும் வழங்க முடியாது. உங்கள் அலுவலகத்தில் இடம் கொடுத்தால், நான் உதவி செய்கிறேன்" என்றார்.

அடுத்த நாளே எட்டுக் கோடி ரூபாய் பணத்தை எடுத்துக்கொண்டு, வங்கி ஊழியர்களுடன் இன்கோசர்வ் சங்க அலுவலகத்திற்கு வந்துவிட்டார்.

காலையில் 10 மணிக்குத் தொடங்கி இரவு 12 வரைக்கும் சம்பளத்தைக் கொடுத்தோம். இப்படி மூன்று நாட்கள் தொழிலாளர்களுக்கு வழங்கினோம். தீபாவளி 13ஆம் தேதி. வெகுமதி தருவதற்கான அனுமதிக்காக மாநில அரசுக்கு எழுதினோம். 10ஆம் தேதி வரை அனுமதி கொடுக்கவில்லை.

எல்லாமும் முடிந்த பிறகு, "எங்கள் அனுமதி பெறாமல் எட்டுக் கோடி ரூபாயை வழங்கயுள்ளீர்கள்" என்று விளக்கம் கேட்டுக் கடிதம் எழுதினார்கள். மேலும், என்எல்சியின் தலைமையதிகாரி மற்றும் கண்காணிப்புத் துறைக்கும் தெரிவித்தார்கள். அதைத் தொடர்ந்து. மனிதவள இயக்குநர் என்னிடம் விசாரித்தார். ஏற்கெனவே என்எல்சி நிர்வாகத்திலிருந்து பத்தாம் தேதிக்குள் சம்பளம் மற்றும் வெகுமதி கொடுத்துவிட வேண்டும் என்று எங்களுக்குச் சுற்றறிக்கை கொடுத்திருந்தார்கள். "எனக்கு இன்னும் மாவட்டத் தொழில் மைய அதிகாரிகளிடமிருந்து அனுமதி கிடைக்கவில்லை. பத்தாம் தேதிக்குள் சம்பளமும் வெகுமதியும் கொடுத்துவிட வேண்டும் எனப் பணத்தை நீங்கள் அனுப்பிவிட்டீர்கள். அப்படி நான் தீபாவளி நேரத்தில் வெகுமதி கொடுக்கவில்லை என்றால் தேவையில்லாத பிரச்சினை வந்திருக்கும்" என்று விளக்கினேன். உடனே, "தேவையான தகவல்கள் முன்கூட்டியே அனுப்பியும் ஒப்புதல் தராதது அவர்களின் குறையே" என்று பதில் அனுப்பிவிட்டார். அவர்களும் வேறு வழியில்லாமல் ஏற்றுக்கொண்டார்கள். இப்படி ஒவ்வொரு வேலையையும் பெரும் தடைகளையும் போராட்டங்களையும் சந்தித்துச் செய்யவேண்டியிருந்தது. ஆனால் நேர்மையான வெளிப்படையான நல்லெண்ண நடவடிக்கைகளால் கடைசியில் நல்ல முடிவே கிடைத்துவந்தது.

இன்கோசர்வ் சங்கத்துக்கான தேர்தல் காலம். தமிழ்நாடு முழுவதும் கூட்டுறவுச் சங்கங்களுக்கான தேர்தலை நடத்தச் சொல்லித் தமிழக அரசு உத்தரவிட்டிருந்தது. கடலூர் மாவட்டக் கூட்டுறவுத் துறையிலிருந்து தேர்தலுக்கான ஏற்பாடுகளைச் செய்தார்கள். அவர்களுக்குத் தங்குமிடம், உணவு வசதிகளை ஏற்படுத்திக் கொடுத்தோம்.

தேர்தல் பணிகளும் பிரச்சாரமும் தீவிரமாக நடந்துகொண்டிருந்தன. தொமுச, சிஐடியூ அடுத்து விடுதலைச் சிறுத்தைகளின் எல்எல்எப், பாட்டாளி தொழிற்சங்கம் ஆகிய சங்கங்கள் செயல்பட்டுவந்தன. மற்ற சங்கங்கள் விரல்விட்டு எண்ணக்கூடிய அளவில் இருந்தன. வாழ்வுரிமைக் கட்சி ஒப்பந்தத் தொழிலாளர்களிடையே மிகுந்த செல்வாக்குடன் திகழ்ந்தது. இன்கோசர்வ் சங்கத்தில் பட்டியலினத்தவரும் வாழ்வுரிமைக்

கட்சியினரும்தான் அதிகமாக இருந்தார்கள். தேர்தலில் வாழ்வுரிமைக் கட்சியினர் வெற்றிபெற்றுவிடுவார்கள் என்று தெரியவந்ததும் திமுகவினர் தேர்தலை நடத்தவிடாமல் தடுக்கத் திட்டமிட்டிருந்தனர். மதியம் 2 மணிக்கு இரண்டு ஷிப்ட் ஆட்களும் மொத்தமாக வாக்களிக்க வந்தார்கள். காவல்துறையினர் இருக்கும்போதே திமுகவினர் உள்ளே புகுந்து ரகளை செய்து தேர்தல் பணிகளைச் சீர்குலைத்தார்கள்.

அது தமிழ்நாடு அரசின் கட்டுப்பாட்டில் நடந்த தேர்தல். தொழிலாளர்கள் செய்த ரகளைகளால் தேர்தல் தள்ளிவைக்கப்பட்டது. அடுத்த வாரத்தில் நான் தலைமைப் பொதுமேலாளர் நேர்காணலில் கலந்துகொள்கிறேன். என்எல்சியில் வேலை செய்யும் ஊழியர் ஒருவர் தன் மனைவியின் பெயரில் தினமலரில் செய்தியாளராகப் பணியாற்றுகிறார். மலர் கன்ஸ்ட்ரக்ஷன்ஸ் என்ற கட்டுமான நிறுவனத்தையும் 'தினமலர்' நடத்திவந்தது. அதற்கான ஒப்பந்தப் பணிகளையும் எடுத்து அந்தச் செய்தியாளரே மேலாளராகக் கண்காணித்துவருகிறார். தேர்தலை ஒரு வாய்ப்பாகப் பயன்படுத்திக்கொண்டு, என்னைப் பற்றி தினமலரில் ஒரு பொய்ச் செய்தியை வெளியிட்டார். "இன்கோசர்வ் பொதுமேலாளர் தேர்தலுக்கான ஏற்பாடுகளைச் சரியாகச் செய்யவில்லை. அதனால்தான் தேர்தல் நின்றுவிட்டது" என்று வெளியிட்டார். அதே செய்தியை அவரிடமிருந்து வாங்கி தினத்தந்தியும் வெளியிட்டுவிட்டது.

எனக்கான தலைமைப் பொதுமேலாளர் பதவி உயர்வு நேர்காணலுக்கு அழைப்பு வந்திருந்தது. தலைமையதிகாரி தலைமையில் என்எல்சியின் அனைத்து இயக்குநர்களும் இருந்தார்கள். நான் அந்த அறையின் உள்ளே நுழைந்ததும் யாருமே என்னிடம் பேசவில்லை. அப்படியொரு நேர்காணல் எங்கேயும் நடந்திருக்காது. தலைமையதிகாரி எனக்கு எதிரே அப்படியே முறைத்துக்கொண்டு உட்கார்ந்திருந்தார். அவர் ஒரு கேள்வியும் கேட்கவில்லை. இடதுபக்கம் பார்க்கிறேன்... இரண்டு இயக்குநர்கள் அமைதியாக இருந்தார்கள். இன்னொரு பக்கம் இரண்டு இயக்குநர்கள்... எதுவும் பேசவில்லை. ஓர் இயக்குநர் இன்னோர் இயக்குநரைத் தொடையில் சுண்டி கேள்வி கேட்கச் சொல்கிறார். அவர் வேண்டாம் என்று சொல்வதும் எனக்குத் தெரிகிறது. இதுதான் சூழல். நேர்காணல் நடக்கும் அறை அமைதியாக இருக்கிறது. நானும் உட்கார்ந்திருக்கிறேன். ஒருகட்டத்தில் என்ன செய்வதென்று எனக்கும் தெரியவில்லை.

கடைசியாக மனிதவள இயக்குர் விக்கிரமன் மட்டும் சங்கத் தேர்தலைப் பற்றிக் கேட்டார்.

“தமிழ்நாடு அரசுதான் சங்கத் தேர்தலை நடத்தினார்கள். அவர்கள்தான் முறைப்படி நடத்த வேண்டும். அதில் நமக்கு எந்தப் பங்குமில்லை. அதற்கான செலவுகளை மட்டும் ஏற்றுக்கொண்டோம். தொமுச ஆட்கள் உள்ளே நுழைந்து தேர்தலைக் குலைத்துவிட்டார்கள். வாழ்வுரிமைச் சங்கத்தினர் அதனை எதிர்பார்க்கவில்லை” என்றேன். அவ்வளவுதான் நீங்கள் போகலாம் என்று சொல்லிவிட்டார்கள். நாம் பித்துநோக் பணி மாறுதலை எதிர்த்ததால் இப்படி நடந்துகொள்கிறார்கள் என்பது எனக்குத் தெரிந்தது. நானும் அதைப் பெரிதாக எடுத்துக்கொள்ளவில்லை.

நான் பணிமூப்புப் பட்டியலில் முதலில் இருந்தேன். ஆனால், எனக்குப் பதவி உயர்வு கொடுக்கவில்லை. என்னைவிட இளையவர்களுக்குக் கொடுத்தார்கள். “அதில் அதிகம் பேர் ஓய்வுபெறுவதால், அவர்களுக்குப் பதவி உயர்வு வழங்கினோம்” என்று விளக்கமும் அளித்தார்கள்.

பின்னர், அடுத்த ஆண்டிற்கான தலைமைப் பொதுமேலாளர் நேர்காணலுக்குச் சென்றேன், கிடைக்கவில்லை. இரண்டு ஆண்டுகள் இடைவெளியாகி மூன்றாவது ஆண்டில் நேர்காணல். மொத்தம் 56 பேரில் நான்காவது இடத்தில் இருந்தேன். பணியில் புதிதாகச் சேர்ந்தவர்கள் இருவரை எனக்கு மேலே கொண்டுவந்து பணிமூப்புப் பட்டியல் தயாரித்து இருந்தார்கள். முந்தைய பணி அனுபவங்கள் தொடர்பாக என்னிடம் சில கேள்விகளைக் கேட்டார்கள்.

“என்எல்சியில் ஏன் நம்மால் விவசாய நிலங்களைக் கையகப்படுத்த முடியவில்லை. வாலாஜா, பரவனாறு மாற்றியமைத்தல் ஆகிய வேலைகளைச் செய்திருக்கிறீர்கள். உங்களுக்கு நிலப் பிரச்சினைகள் எல்லாம் தெரியும். ஒரு மூத்த அதிகாரியாக, அதற்கு என்ன காரணம் என்று சொல்லுங்கள்” என்று அங்கிருந்த சுரங்கத்துறை இயக்குநர் கேட்டார்.

“நான் வெளிப்படையாகப் பேசலாமா?” என்றேன்.

“நீங்கள் தாராளமாகப் பேசலாம்” என்றார்.

“நிலங்களை நாம் எடுக்கும்போது வேலை கொடுக்கிறோம், வீடு கட்டுவதற்கு மனை போன்ற வசதிகள் செய்துதருகிறோம் என்பன போன்ற பல வாக்குறுதிகளை விவசாயிகளுக்குக் கொடுத்தோம். பின்னாளில் நாம் எதையும் நிறைவேற்றாமல் ஏமாற்றிவிட்டோம். அவர்கள் என்எல்சி

நிறுவனத்தின்மீது வைத்திருந்த நம்பிக்கையை இழந்துவிட்டார்கள். அதனால்தான் அவர்கள் மீண்டும் நிலங்களைக் கொடுக்கவில்லை" என்று எதார்த்த நிலையை விவரித்தேன்.

"சரிதான்..." என்றார் புதிய தலைமையதிகாரி.

"இன்கோசர்வ் சங்கத்தில் என்னவெல்லாம் செய்திருக்கிறீர்கள்?" என்று அடுத்துக் கேட்டார்.

"ஒப்பந்தத் தொழிலாளர்கள் இறந்துபோனால் ஒரு லட்சம் ரூபாய், ஓய்வுபெற்றால் ஒரு லட்சம் ரூபாய் வழங்கும் திட்டத்தை அறிமுகப் படுத்தினேன். சொசைட்டிக்கும் என்எல்சிக்கும் எந்தவிதப் பொருளாதார இழப்பும் ஏற்படாதவாறு இந்த நிதியுதவித் திட்டத்தைச் செயல்படுத்தினேன்" என்று விளக்கினேன்.

நான் சங்கப் பணியில் சேர்ந்தபோது, தினமும் யாராவது ஒருவர் மறைந்த செய்தி வந்துவிடும். விபத்து, மாரடைப்பு என ஏதாவதொரு மரணச் செய்தியை எதிர்கொள்ள வேண்டியிருக்கும். ஒவ்வொரு நாளும் எனக்குச் சங்கடமாக இருந்தது. அவர்களது குடும்பத்தின் நிலையும் மிகவும் பரிதாபம். படிப்பறிவு இருக்காது, வறுமையின் பிடியில் இருப்பார்கள். சங்கக் கமிட்டியைக் கூட்டி அவர்களிடம், "நீங்கள் ஐந்தாயிரம் பேர் இருக்கிறீர்கள். ஒவ்வொருவரும் பத்து ரூபாய் கொடுத்தால் உயிரிழந்த தொழிலாளரின் குடும்பத்திற்கு ஐம்பதாயிரம் ரூபாய் நிதியுதவி வழங்கலாம். வருங்கால வைப்புத் தொகையும் இல்லாமல் கடனும் வாங்கிவைத்துவிட்டுச் செத்துப்போகிறார்கள். வர வேண்டியதைவிட கொடுக்க வேண்டிய கடன்கள்தாம் அதிகம். இந்த நிலையில், அவர்களது குடும்பத்திற்கு ஐம்பதாயிரம் வழங்கினால் மிகப்பெரிய உதவியாக அமையும். ஒரு பெட்டிக்கடை வைத்துக்கூட பிழைத்துக்கொள்வார்கள்" என்று விரிவாக எடுத்துச் சொன்னேன்.

இதைக் கேட்டு அவர்கள் மிகவும் நெகிழ்ச்சியுடன் ஒவ்வொருவரும் இருபது ரூபாய் கொடுக்கலாம் என்றார்கள். அப்படியானால் ஒரு லட்சம் ரூபாய் வழங்கலாம் என்று முடிவானது. இந்தத் திட்டத்தைப் பொதுக்குழுவில் தீர்மானமாக நிறைவேற்றினோம். மறைந்த தொழிலாளர்களின் குடும்பத்திற்கு நிதியுதவியை வழங்கத் தொடங்கிவிட்டோம். இதைக் கேள்விப்பட்ட

ஓய்வுபெற்ற தொழிலாளர்கள், 'எங்களுக்கும் உதவி செய்யுங்கள்' என்று கோரிக்கை வைத்தார்கள். "செத்துப்போனவங்களுக்குக் கொடுக்குறீங்க. உயிரோட இருக்கிற எங்களுக்கும் கொடுங்க" என்றார்கள். இன்னொரு 20 ரூபாய் பிடிக்கலாமா என்று கேட்டதும், அதற்கும் சரி என்று தொழிலாளர்கள் ஒப்புக்கொண்டார்கள்.

உயிரிழந்த, ஓய்வுபெற்ற ஒப்பந்தத் தொழிலாளர்களுக்கான நிதியுதவித் திட்டத்திற்கான ஒப்புதலுக்காக எழுதினால், "அப்படிக் கொடுக்க முடியாது. ஒரு அறக்கட்டளை அமைக்க வேண்டும். அதற்கொரு வங்கிக் கணக்கைத் தொடங்க வேண்டும்" என்று ஏதேதோ சொன்னார்கள். 'என்னடா போகாத ஊருக்கு வழிகாட்டுகிறார்கள்' என்று சலிப்படைந்தேன்.

"நாங்க ஒரு தொழிலாளியின் மறைவுக்குப் பிறகுதான் இருபது ரூபாயைப் பிடிக்கப் போகிறாம். அந்தத் தொகையை உடனே கொடுத்துவிடப்போகிறோம். அதை வைத்துக்கொண்டு அறக்கட்டளை தொடங்குவதற்கு எந்தத் தேவையும் இல்லை" என்றேன்.

"அப்படின்னா, நாளைக்குத் தொழிற்சங்கம் அமைத்தால் அதற்கும் பணம் பிடித்துக் கொடுப்பீர்களா" என்று ஏ.டி.பாலாஜி கேள்வி எழுப்பினார்.

"ஆமாம்... தாராளமாகக் கொடுக்கலாமே. அதிலென்ன தப்பு. ஏற்கெனவே என்எல்சியில் முப்பது ஆண்டுகளாகத் தொழிற்சங்கங்களுக்குப் பணம் பிடித்துக் கொடுத்துக்கொண்டுதானே இருக்கிறார்கள்" என்றதும் அமைதியாகி விட்டார்கள். இன்றுவரைக்கும் தொழிலாளர்களுக்கான நிதியுதவித் திட்டம் மாவட்டத் தொழில் மையத்தின் ஒப்புதல் இல்லாமல் வெற்றிகரமாக நடந்துகொண்டிருக்கிறது.

நான் விரிவாக எல்லாவற்றையும் சொன்னதும் தலைமையதிகாரி உற்சாகமாகி, "சிறப்பாகச் செயல்படுகிறீர்கள், யாரும் இதுபற்றி எனக்குச் சொல்லவில்லையே" என்றார்.

நான் மனிதவள இயக்குநர் விக்கிரமனைத் திரும்பிப் பார்த்தேன். அவர் புன்னகைத்தார். இதையெல்லாம் அவர்தான் தலைமையதிகாரிக்குச் சொல்லியிருக்க வேண்டும். ஆனால் சொல்லவில்லை.

"நிலம் கொடுத்தவர்களுக்குக் கொடுத்த உத்திரவாதத்தை நிறைவேற்றுவதில்லை. அப்படியே வேலை கொடுத்தாலும் மிக நவீன

இயந்திரங்களில் மெக்கானிக்குக்கு உதவியாளராக நியமிக்கிறோம். நவீனத் தொழில்நுட்பப் பணியில் அவர்களைப் போடும்போது விவசாய வேலைகள் செய்துவந்தவர்கள் மிகவும் அந்நியமாகி ஒரே வாரத்தில் வேலையிலிருந்து ஓடிவிடுகிறார்கள். நீண்ட காலமாக அவர்களுக்குத் தெரிந்த விவசாயப் பணிகளையே அவர்களுக்கு வழங்கினால் உற்சாகத்தோடு பணியைத் தொடர்வார்கள்" என்று கூறினேன்.

"உங்கள் கருத்துக்கே நான் வருகிறேன். சுரங்கத்திலிருந்து வெளியேற்றிய மண்ணைச் சீர்படுத்தி, அதில் காய்கறிகள் பயிரிடலாம் என்ற திட்டத்தை வைத்துள்ளோம். அந்தப் பணியை விவசாயிகளுக்கு வழங்கலாம். காய்கறிகளை நகர்ப்பகுதியில் விற்பனை செய்யலாம், வெளியூர்களுக்கும் அனுப்பிவைக்கலாம். இதுபற்றி நாம் பிறகு பேசுவோம்" என்றார். எனக்குப் பிறகு நடந்த நேர்காணலில் என்னிடம் கேட்ட கேள்விகளையே மற்றவர்களிடமும் கேட்டிருக்கிறார். இணையம் மூலம் பிற மாநில அதிகாரிகளிடமும் என் பெயரைச் சுட்டிக்காட்டிக் கேள்விகள் கேட்டதாக என் நண்பர் தெரிவித்தார்.

இவ்வளவுக்குப் பிறகும் எனக்குப் பதவி உயர்வு கொடுக்கவில்லை. 56ஆவது இடத்தில் இருப்பவருக்குக் கொடுத்தார்கள். நான்காவது இடத்திற்குக் கிடையாது. அதைவிட கொடுமை, எனக்கு மூன்று ஆண்டுகள் பின்னே பொதுமேலாளர் ஆனவர்கள், தலைமைப் பொதுமேலாளர் ஆனார்கள். பயிற்சிக்காலமே முடியவில்லை, எட்டு மாதம்தான் நிறைவடைகிறது. ஆனால் பதவி உயர்வு ஆணை கொடுக்கப்பட்டது. என்னால் அமைதியாக இருக்க முடியவில்லை. விக்கிரமன்தான் எல்லா வேலைகளையும் எனக்கு எதிராகச் செய்துள்ளார் என்று தெரியவந்தது. ஊழல் செய்த நரசிம்மனுக்கு எதிராக நடவடிக்கை எடுத்தோம் அல்லவா, அவர்தான் விக்கிரமனின் குரு. நாம் நடவடிக்கை எடுத்த காலத்தில் அவரிடம் தொழில்நுட்பச் செயலராக வேலைபார்த்தார். பழைய பகையை வைத்துக்கொண்டு செயல்பட்டுள்ளார்.

நான் உங்களிடம் பேச வேண்டும் என்ற தகவலை அன்றிரவே விக்கிரமனுக்கு அனுப்பிவிட்டுப் பேசினேன்.

"ஏன் எனக்குப் பதவி உயர்வு வரவில்லை?" என்று கேட்டேன்.

"உங்களைப் பதவி உயர்வுப் பட்டியலில் வைத்திருக்கிறோம். அடுத்த ஆண்டு மூன்றாவது மாதம் வரும்"

"பயிற்சி முடியாத 11 பேருக்குக் கொடுத்திருக்கிறீர்கள். நான் மூன்று ஆண்டுகள் முடித்திருக்கிறேன். நான்காவது ஆண்டில் இருக்கும் என்னைக் காத்திருப்புப் பட்டியலில் வைத்துவிட்டு, பயிற்சி காலத்தையே நிறைவு செய்யாதவர்களுக்குக் கொடுத்திருக்கிறீர்கள்" என்றேன்.

மறுநாள் தலைமையதிகாரியைச் சந்திக்கச் சென்றேன். வழக்கமான கோபம் பொங்கிப் பிரவாகம் எடுத்திருந்தது.

"எப்படி சார் பதவி உயர்வை எனக்கு மறுக்கலாம். நீங்கள் கொடுத்த ஆட்களில் ஒருவர் என்னைவிட தகுதியானவர் என்று சொல்லுங்கள். நான் ஒப்புக்கொள்கிறேன்" என்று மடமடவெனப் பேசினேன்.

"ஏன் உங்களுக்குப் பதவியுயர்வு வழங்கவில்லை?" என்று அவர் என்னிடம் கேட்டார்.

உடனே மனிதவள இயக்குநரை அழைக்கச் சொன்னார். தலைமை அதிகாரிக்கு முன்பாகவே இயக்குநரிடம் ஒன்றரை மணி நேரம் கடும் விவாதம்.

"எனக்கு இழைக்கப்பட்ட மிகப்பெரிய அநீதி" என்றேன்.

நீண்ட விவாதத்துக்குப் பின் "நியாயம் கிடைக்குமென்ற நம்பிக்கையில் வெளியேறுகிறேன்" என்று கூறிவிட்டு வேகமாக வெளியே வந்தேன்.

மனித செயல் இயக்குநராக இருந்த சதீஷ், "அவசரப்பட வேண்டாம், கொஞ்சம் வெயிட் பண்ணுங்க" என்று கேட்டுக்கொண்டார். அவரது வார்த்தைக்காக ஒரு மாதம் காத்திருந்தேன். எதுவும் நடக்கவில்லை. அடுத்து தேசிய எஸ்சி - எஸ்டி ஆணையத்துக்குப் புகார் மனுவை எழுதினேன். பிறகு ஆணையத்திலிருந்து விளக்கம் கேட்டுக் கடிதம் வந்ததும் பதில் எழுதத் தடுமாறிக்கொண்டிருந்தார்கள். சளைக்காமல் மாற்றி மாற்றிக் கடிதங்களை எழுதிக்கொண்டிருந்தேன். ஆறு மாதங்கள் இந்தப் போராட்டம் தொடர்ந்தது. வெறுமனே சும்மா விட்டுவிட்டுப் போகக் கூடாது என உறுதிகொண்டிருந்தேன்.

விக்கிரமன் நடப்பில் என்னவெல்லாம் ஊழல்கள் செய்திருக்கிறார் என்று பலரிடமும் கேட்டுத் தொகுத்தேன். அவரைச் சுற்றிப் பணியாற்றிய நண்பர்களே ஆளுக்கோர் ஊழல் குற்றச்சாட்டைச் சொன்னார்கள். எல்லாவற்றையும் தொகுத்து விரிவான புகாரை எழுதி மத்திய நிலக்கரி அமைச்சர், சிபிஐ, சிவிசி உள்பட எல்லோருக்கும் அனுப்பிவைத்தேன்.

ஒருமுறை விக்கிரமன் ஆறு பெண்களுடன் ஜப்பான் சென்றிருந்தார். நெய்வேலி திரும்பிய பிறகு அவருடைய செல்போன் கட்டணம் ஒன்றரை லட்சம் ரூபாயை என்எல்சியில் இருந்து பெற்றிருந்தார். ஒரு வாரம் மட்டுமே பயணம். அந்தப் பில்லை ஒருவர் எடுத்துக்கொடுத்தார். இயக்குநர்கள் தாங்கள் குடியிருக்கும் வீட்டிற்குத் திரைச்சீலை வாங்கப் பணிக்காலத்தில் ஒருமுறை ஒன்றரை லட்சம் நிதி பெற்றுக்கொள்ளலாம். ஆனால், இரண்டு முறை பில் போட்டு மூன்று லட்சம் ரூபாய் வாங்கியிருந்தார். இதுபோன்ற ஊழல்களை எல்லாம் அடையாளம் கண்டு சேர்த்தேன்.

என் புகார் பற்றி '*தமிழ் இந்து*' நாளிதழில் செய்தி வெளியானது. “இதை முறையாக விசாரித்து நடவடிக்கை எடுக்க வேண்டும். ஓர் அதிகாரிமீது மூத்த அதிகாரி ஒருவரே ஊழல் குற்றச்சாட்டுகளைத் தெரிவித்திருக்கும்போது, அதை விரைவில் விசாரிக்க வேண்டும். புகார் தெரிவித்த அதிகாரிக்கும் பாதுகாப்புக் கொடுக்க வேண்டும்” என்று மார்க்சிஸ்ட் கட்சியின் மாநிலப் பொதுச்செயலாளர் தோழர் கே.பாலகிருஷ்ணன் அறிக்கை வெளியிட்டிருந்தார். அந்தச் செய்தியும் *தமிழ் இந்து*வில் வெளியாகியிருந்தது. செய்தி வருகிறது என்பதை அறிந்து கொண்டு அன்றைக்கு நெய்வேலிக்கு வந்த அனைத்து நாளிதழ்களையும் விக்ரமனின் கையாட்கள் கைப்பற்றிவிட்டார்கள். அன்று நெய்வேலி முழுவதும் நாளிதழ்கள் எதுவும் கிடைக்கவில்லை.

நான் உடனே '*தமிழ் இந்து*' ஆசிரியர் அசோகனுக்குக் கடிதம் எழுதினேன். அடுத்து உள்ளூர்க் காவல்நிலையத்திலும் விக்கிரமன்மீது புகார் கொடுத்தேன். அந்தக் காலகட்டத்தில் நெய்வேலியில் '*தடயம்*' என்ற பத்திரிகை வெளிவந்தது. பணம் வாங்கிக்கொண்டு அதிகாரிகளைப் பற்றித் தவறாக எழுதுவார்கள். *தினமலரில்* செய்தியாளராகப் பணியாற்றியவர், தடயத்தைப் பயன்படுத்திப் பிடிக்காதவர்களைப் பற்றி எழுதவைப்பது வழக்கம். அதில் என்னைப் பற்றி “இவர் எல்லோரையும் மிரட்டிக்கொண்டிருக்கிறார்.

விக்கிரமன் ஒரு மாசற்றத் தங்கம். ஊழல் கறைபடியாதவர். அவரை ஊழல்வாதி என்று தவறாகக் குற்றம்சாட்டுகிறார்" என்று குறிப்பிட்டிருந்தனர். இந்தச் செய்தியைச் சமூகவலைத்தளங்களிலும் பகிர்ந்தார்கள்.

பின்னர் சுகுமாரன், அ.மார்க்ஸ், கல்யாணி எல்லோரும் சேர்ந்து விக்கிரமனின் ஊழலைக் கண்டித்து நடவடிக்கை எடுக்கக்கோரி ஒரு கண்டன அறிக்கை வெளியிட்டார்கள். "என்எல்சியில் உள்ள ஓர் அதிகாரியே ஊழல் புகார் தெரிவித்துள்ளார். ஒரு கட்சியின் மாநிலப் பொதுச்செயலாளரும் அந்த அதிகாரி மீது நடவடிக்கை எடுக்குமாறு வலியுறுத்தியிருக்கிறார்" என்று அறிக்கையில் சுட்டிக்காட்டியிருந்தார்கள். அது என்எல்சியில் கலக்கத்தை ஏற்படுத்தியது. ஆனால், பாலகிருஷ்ணன் அறிக்கை வெளியிட்ட பிறகும், உள்ளூரில் இருந்த சிபிஐ, சிபிஎம். சிஐடியூ தொழிற்சங்கத்தினர் விக்கிரமனை எதிர்த்து ஒரு வார்த்தைப் பேசவில்லை. தொழிலாளர்களுக்காகப் போராடும் சங்கங்கள் எப்படி இருந்தன என்று நினைத்துப் பாருங்கள். "எங்களுக்கும் அதற்கும் சம்பந்தமில்லை. அவர் சென்னையிலிருந்து அறிக்கை கொடுத்துள்ளார்" என்று பிரச்சினையிலிருந்து விலகிக்கொண்டனர்.

பிரச்சினை மிகவும் பெரிதான பிறகு தலைமையதிகாரியிடம், "என்மீது ஊழல் புகார் தெரிவித்திருக்கும் துரைக்கண்ணுவை அழைத்து விசாரியுங்கள் சார்" என்று விக்கிரமன் முறையிட்டார்.

"ஊழல் புகார் தெரிவிக்கும்போது நான் அவரை அழைத்து விசாரித்தால், நானும் உங்களுக்கு ஆதரவாக இருந்தேன் என்று சொல்லமாட்டார்களா. நீங்களே அவரை அழைத்துப் பேசிக்கொள்ளுங்கள்" என்று சொல்லிவிட்டார்.

மதிய நேரத்தில் விக்கிரமனின் தனிச் செயலர் தொலைபேசி செய்தார். "சார், உங்களை இயக்குநர் அழைக்கிறார்" என்றார்.

"அலுவல் சார்ந்ததா? தனிப்பட்ட சந்திப்பா என்று கேளுங்கள் நான் முன்பே சொல்லிவிடுகிறேன், தனிப்பட்ட சந்திப்பு என்றால் வரமாட்டேன். அலுவல் சார்ந்தது என்றால் என்ன பிரச்சினை என்று சொல்லுங்கள். அதற்கான கோப்புகளோடு அவருக்கு அடுத்த நிலையிலுள்ள ஓர் அதிகாரியுடன்தான் சந்திப்பேன்" என்று தெரிவித்தேன்.

"ஒரு இயக்குநர் அவருக்குக் கீழுள்ள மேலாண் இயக்குநரைக் கூப்பிடுகிறார். இவர் என்ன அலுவல் சார்ந்ததா அல்லது தனிப்பட்ட சந்திப்பா என்று கேள்வி கேட்கிறார். வரச் சொல்லுங்கள்" என்று சொல்லியிருக்கிறார்.

"நோ... நோ... இதில் தெளிவான பதில் இல்லையென்றால் வர முடியாது" என்றேன். இதுபற்றி சதீசுக்குத் தொலைபேசி செய்து, "என்னை இயக்குநர் சந்திக்க அழைத்தார். என்னவென்று சொன்னால் தேவையான கோப்புடன் வருகிறேன். அப்போது நீங்களும் வர வேண்டும். நான் அவர் மீது ஊழல் புகார் தெரிவித்திருக்கிறேன். தனியாகச் சென்று பார்த்தால், உள்ளே என்ன நடந்தது என்று எப்படிச் சொன்னாலும் வெளியில் உள்ளவர்கள் நம்புவார்கள். அப்படியோர் அசம்பாவிதம் நடக்கக் கூடாது என்பதால் சந்திப்பைத் தவிர்க்கிறேன்" என்று கூறினேன்.

"ஆமாம். நீங்கள் சொல்வது சரி. உங்களை அழைக்கும்போது நானும் அங்குதான் இருந்தேன். ஒரு வார்த்தை என்னிடம் சொல்லவில்லை" என்றார். இவை அனைத்தையும் ஒரு குறுஞ்செய்தியாகத் தலைமையதிகாரிக்கும் அனுப்பிவைத்தேன். பின்னர் அவரும் சந்திக்கும் முயற்சியைச் செய்யவில்லை. நானும் அவரைப் பார்க்கவில்லை.

எல்லா களேபரங்களும் நடந்துமுடிந்து மார்ச் மாதத்தில் எனக்குப் பதவி உயர்வு ஆணை கொடுத்தார்கள். நான் சங்கத்தில் பணியாற்றியபோது, எனக்கு எதிராகச் சொல்வதற்கு ஏதாவது புகார்கள் சிக்குமா என்று விக்கிரமன் பழைய கோப்புகளைத் தேடுவதாக நண்பர்கள் சொன்னார்கள். எவ்வளவோ சமாதானம் செய்ய முயற்சி செய்தார்கள். எதற்கும் ஒப்புக்கொள்ளவில்லை. ஒரே ஒருமுறை இரண்டு நிமிடம் என்றார்கள். "நான் அவர் முகத்திலேயே விழிக்க மாட்டேன்" என்று திட்டவட்டமாகச் சொல்லி மறுத்துவிட்டேன். கடைசிவரைக்கும் சந்திக்கவில்லை.

நான் ஓய்வுபெறுவதற்கு ஒரு மாதத்திற்கு முன்பு செயல் இயக்குநர் பதவி உயர்வு கொடுத்தார்கள். "என் அறைக்கு வரச் சொல்லுங்கள். நான் கொடுக்கும் காபியைக்கூட குடிக்க வேண்டாம். என் கையிலிருந்து ஆணையை வாங்கிக்கொள்ளச் சொல்லுங்கள்" என்று சொன்னதாக மனிதவள செயல் இயக்குநர் அழைத்தார். "நீங்கள் கொடுங்கள். உங்களுக்குச் சங்கடமாக இருந்தால், தபாலில் அனுப்பிவிடுங்கள். நான் வாங்கிக்கொள்கிறேன்"

என்றேன். பிறகு அவர்களே என்னிடம் ஆணையை வழங்கிப் புகைப்படம் எடுத்துக்கொண்டார்கள். எனக்கு மேலதிகாரி விக்கிரமன்தான். ஆனால், ஒன்றரை ஆண்டுகள் அவரைப் பார்க்கவேயில்லை.

நான் ஓய்வுபெறும் நாளும் வந்தது. பதவி உயர்வு ஆணை கொடுக்கும்போது ஏற்பட்ட அதே பிரச்சினை. உங்களிடம் நேரில் பணி விடுப்பு ஆணையையும் பணப் பலன் ஆணைகளையும் வழங்க வேண்டும் என்று விரும்புகிறார் என்றார்கள்.

"நான் பதவி உயர்வு ஆணையை அவரிடமிருந்து வாங்கவில்லை. இப்போது என்ன இருக்கிறது" என்றேன்.

"என்ன சார்... உங்களுக்கு 60வயது ஆகிவிட்டது. கோபம் வேண்டாம்..." என்றார் மனிதவள செயல் இயக்குநர் சதீஷ்.

"வயசாகிவிட்டால் எல்லாம் மாறிவிடுமா. அவர் ஏமாற்றுக்காரர். எனக்கு அவருடன் எந்தப் பிரச்சினையும் இல்லை. பிரச்சினை இல்லாதபோது முதுகில் குத்தியவருடன் எந்தச் சமரசமும் கிடையாது. அதில் நான் மிகவும் தெளிவாக இருக்கிறேன். நீங்களே கொடுங்கள்" என்றேன். நண்பர் இராமச்சந்திரனுடன் பணி நிறைவுச் சான்றிதழ்களைப் பெற்றுக்கொண்டு திரும்பினோம்.

கடைசி வரை ஓயாத போராட்டங்களும் இனிய தருணங்களுமாக என்எல்சி பயணம் நிறைவடைந்தது. இணையக் கூட்டம் வழியாகப் பிரியாவிடை கொடுத்தார்கள். அலுவலகத்தில் எந்த நிகழ்ச்சியும் வேண்டாம் என்று மறுத்துவிட்டேன். "இதுவொரு கடைசி வேலைநாள் அவ்வளவுதான். என் பணி வாழ்வில் எல்லோரும் மிகுந்த ஆதரவை வழங்கினீர்கள்" என்று நன்றி தெரிவித்தேன். என்எல்சி பணி நாட்கள் முழுமையடைந்தன.

பிறகு மூன்று மாதங்கள் நெய்வேலியில் தங்கியிருந்தேன். அந்த நாட்களில் பேரா. கல்யாணி, எம்.பி.கணேசன், சத்தியமூர்த்தி, இராமச்சந்திரன், ஜவஹர், இராபர்ட் போன்ற நண்பர்கள் சேர்ந்து பழங்குடி இருளர் பாதுகாப்புச் சங்கம் மற்றும் நெய்வேலி தமிழ்ச் சங்கம் சார்பாகப் பணி ஓய்வு விழாவை நெய்வேலியில் நடத்தினார்கள். பிறகு பச்சையப்பா அறக்கட்டளையை நிர்வகிக்கும் பொறுப்புக் கிடைத்ததும் சென்னைக்கு நகர்ந்தேன்.

சி.துரைக்கண்ணு ▸ 139

இதுதான் என் நெய்வேலி வாழ்வு.

மொய், அன்பளிப்புகள் வாங்காமல் எளிய முறையில் என் திருமணத்தை நடத்த வேண்டும் என்பது ஆழமாக மனத்தில் பதிந்திருந்தது. போட்டிருக்கும் உடைகளோடு திருமணம் செய்துகொண்ட தோழர்களைப் பார்த்திருக்கிறேன். தோழர் எஸ்கே என்கிற கோவிந்தசாமியின் திருமணமும், தோழர் குணாளன் - இராதா ஆகியோரின் திருமணமும் அப்படித்தான் நடந்தன. எங்கள் வீட்டிலேயே என் தலைமையில் குணாளன் - இராதா திருமணம் நடத்திவைக்கப்பட்டது. எனக்குத் திருமணம் நடக்காத காலத்திலேயே தலைமை தாங்கிச் சில திருமணங்களை நடத்திவைத்திருக்கிறேன்.

1986ஆம் ஆண்டு பந்தநல்லூரில் மிகப்பெரிய பட்டியல் சமூக விழிப்புணர்வு மாநாட்டை ஏற்பாடு செய்திருந்தார் தலைவர் மணி. அதில் கிட்டத்தட்ட 25 ஆயிரம் பேர் திரண்டிருந்தார்கள். மாநாட்டுக்கு நெய்வேலியிருந்து சென்றிருந்தேன். ஊட்டி கலைக்கல்லூரியில் ஆங்கிலப் பேராசிரியராக இருந்த குமாரசாமி அங்கு வந்திருந்தார். நெய்வேலிக்குத் திரும்பிச் செல்லும்போது அவரையும் அழைத்துச் செல்லும் பொறுப்பை என்னிடம் கொடுத்தார்கள். நெய்வேலியில் உறவினர் ஒருவர் வீட்டுக்குச் சென்றுவிட்டு அவர் கோயம்புத்தூர் செல்ல வேண்டியிருந்தது. நானும் அவரும் பேருந்துப் பயணத்தில் பேசிக்கொண்டே வந்தோம். பேருந்து நிலையத்திலிருந்து சைக்கிளில் ஏற்றிக்கொண்டுபோய் அவரை உறவினர் வீட்டில் விட்டுவிட்டேன். ஊருக்குச் சென்றவர் ஒரு வாரத்தில் மீண்டும் நெய்வேலிக்கு என்னைச் சந்திக்க வந்துவிட்டார்.

"மாநாட்டில் உங்களைக் கவனித்தேன். என்னுடைய பேத்தி ஒருத்தி இருக்கா. உங்களுக்குப் பிடித்திருந்தால், திருமணம் செய்துகொள்ளலாம்" என்று சொன்னார்.

நான் அந்தக் காலத்திலேயே அம்பேத்கரை கோவைக்கு அழைத்துவந்து கூட்டம் நடத்தியவன். எனக்குத் தமிழில் அதிக ஈடுபாடு உண்டு என்றெல்லாம் தன்னைப் பற்றி அறிமுகம் செய்துகொண்டார். அடுத்த சில நாட்களில் என் துணைவியாரின் அப்பா, அம்மா எல்லோரும் என்னைப் பார்த்துப் பேச வந்திருந்தார்கள்.

"நாங்கள் திருமணம் செய்தால் தாலி இருக்காது, அன்பளிப்புக் கிடையாது, எளிய திருமணமாகத்தான் இருக்கும்" என்று அவர்களிடம்

தெரிவித்தேன். இதற்கு முன்பே டாக்டர் வரனெல்லாம் வந்தது. நெருங்கிய மருத்துவ நண்பரே அதுபற்றி என்னிடம் பேசினார். "இயக்க வாழ்வு என்று நான் வேறுமாதிரியான வாழ்க்கைப் பாதையைத் தேர்ந்தெடுத்தவன். பொது வாழ்க்கைக்கு ஏற்ற மாதிரிதான் துணையைத் தேட வேண்டும். என்னுடைய இந்த வேலையைப் பார்த்துவிட்டுத் திருமணம் செய்ய நினைக்கக் கூடாது" என்று அழுத்தமாகச் சொல்லி மறுத்துவிட்டேன். அதையேதான் இவர்களிடமும் சொல்லிவைத்தேன்.

நான் சொன்ன எல்லாக் கருத்துகளையும் அவர்களால் ஏற்றுக் கொள்ள முடிந்தது. ஆனால் தாலி இல்லை என்பதை ஏற்றுக்கொள்ளவே முடியவில்லை. இதுபற்றி என்னிடம் விவாதம் செய்யத் தொடங்கிவிட்டார்கள்.

"உங்க அப்பா அம்மாவெல்லாம் தாலியில்லாமல் கல்யாணம் செய்துகொண்டார்களா?" என்றார்கள்.

"காலகட்டம் வேறு. இன்று காலம் மாறியிருக்கிறது. எங்களுக்கு ஏற்பட்டுள்ள புரிதலில் இருந்துதான் தாலி வேண்டாம் என்று சொல்கிறோம். எங்க அப்பா அம்மாவுக்குப் பெண் வீட்டிலிருந்து வரதட்சணை கொடுத்தால் பரவாயில்லை. இப்படிக் கேட்பது நியாயமா. அதெல்லாம் கேட்டால்கூட சரி என்கிறீர்கள். தாலி வேண்டாம் என்றால் ஏற்க மறுக்கிறீர்களே ஏன்" என்று அவர்களிடம் கேட்டேன்.

"எங்க பெண்ணை விட்டுட்டு ஓடிட்டா என்ன செய்யறது" என்று கவலைப்பட்டார்கள்.

"திருமணத்தில் தாலியெல்லாம் வேண்டாம் என்று சொல்வதே, நாங்கள் பெண்ணைவிட்டு ஓடிவிட மாட்டோம் என்பதற்கான உறுதி. இதிலிருந்துதான் எங்களை நீங்கள் நன்றாகப் புரிந்துகொள்ள வேண்டும்" என்று விளக்கினேன். எனக்காகப் பேராசிரியர் கல்யாணியும் அவர்களிடம் பேசினார்.

என் மாமனார் பாலசுந்தரம், இரயில்வே கண்காணிப்பு அதிகாரியாகப் பணியாற்றினார். மாமியார் பரிமளா. மாமனாருக்கு இதயப் பிரச்சினை இருந்துவந்தது. அதனால்தான் கடைசி மகள் சுகந்திகீதாவுக்கு விரைவில் திருமணம் செய்துவைக்க வேண்டும் என்று விரும்பினார்கள். பொதுவாக இரயில்வே துறையில் அலுவலகப் பதவிகளில் பிராமணர்கள்தான் அதிகம் இருப்பார்கள். "இப்படி ஒரு பையனைப் பார்த்தேன். அவர் தாலி வேண்டாம் என்கிறார். வரதட்சணை, ஆடம்பரம். மொய் எதுவும்

கூடாது என்கிறார்" என்று என்னைப் பற்றி அவர்களிடம் பகிர்ந்திருக்கிறார். "பெண்ணை அழைத்துப் போய் அவர்களின் காலில் பூப் போட்டு வணங்கிவிட்டுப் பெண்ணை விட்டுட்டு வந்துடுய்யா..." என்று அவர்கள் சொன்னார்களாம். திருமணம் நடந்த பிறகு இந்தச் சம்பவத்தை என்னிடம் மாமியார் நினைவுகூர்ந்தார்.

திருமணம் பற்றிப் பேசிக்கொண்டிருக்கும்போதே மாமனார் மறைந்து விட்டார். என் துணைவியாரின் அம்மாவுக்கு மகளை எனக்குத் திருமணம் செய்துகொடுக்க விருப்பமில்லை. தாலி வேண்டாம் என்கிறார். பெண்ணை விட்டுட்டுப் போய்விட்டார் என்றால் சிக்கலாகிவிடும் என்று பயந்தார். மாமனார் மறைவதற்கு முன் அவரது மகளிடம், "யார் எதிர்த்தாலும் அவரையே திருமணம் செய்துகொள்" என்று சொல்லியுள்ளார்.

பின்னர் மீண்டும் பேச வந்தார்கள். திருமணத்திற்கு 30.8.1987 என்று நாள் குறித்தோம். நான் பார்த்த பெண்ணையே எங்கள் பெற்றோர் ஏற்றுக்கொண்டார்கள். சிறுவயதிலேயே என் சமூக அரசியல் ஆர்வங்களுக்கு அவர்கள் எந்தத் தடையும் விதித்ததில்லை. எங்கள் கிராமத்தில்தான் மா.லெ இயக்க தஞ்சை மாவட்டச் செயலாளர் குணாளன் தலைமையில் மிக எளிமையாகத் திருமணம் நடந்தது. அ.மார்க்ஸ், கல்யாணி, ரவிக்குமார் ஆகியோரோடு தஞ்சாவூர் மாவட்டத்தில் செயலாற்றிய இயக்கத் தோழர்களும் கலந்துகொண்டார்கள்.

என் திருமணம் பற்றி ஊரில் பரபரப்பான பேச்சு. நெய்வேலியில் என்னுடன் பணியாற்றும் சக நண்பர்களும் வந்திருந்தார்கள். மாறுபட்ட திருமணத்தைப் பார்த்து வியந்தார்கள்.

திருமணத்திற்குப் பிறகு நெய்வேலிக்கு வந்துவிட்டோம். அனைத்துப் பொதுக் காரியங்களுக்கும் என் துணைவியார் மிகவும் ஆதரவாக இருந்தார். எவ்வளவோ காவல்துறை நெருக்கடிகள் வந்த காலத்திலும் மனவுறுதியுடன் எனக்குப் பெருந்துணையாக நின்றார். திருமணத்திற்கு முன்பே என் பணிகள் பற்றி மிகவும் வெளிப்படையாகச் சொல்லியிருந்தேன். அந்தத் தன்னிலை விளக்கம் குடும்ப வாழ்க்கையை நடத்திச் செல்வதற்கான பெரும் வெளிச்சமாக இருந்தது. எல்லா உண்மைகளையும் நெருக்கடிகளையும் சொல்லி, விரும்பினால் திருமணம் செய்யலாம் என்று தெரிவித்திருந்தேன். அதையே என் திருமணத்தில் சுட்டிக்காட்டினார் கல்யாணி: "ஆயிரம் பொய்

சொல்லி திருமணம் செய்யலாம் என்பார்கள். ஆனால், இங்கே ஆயிரம் உண்மைகளைச் சொல்லி துரைக்கண்ணு திருமணத்தை நடத்தியிருக்கிறார்" என்றார்.

திருமணப் பேச்சுவார்த்தை நடத்திக்கொண்டிருக்கும்போதுதான் தமிழரசன் தொடர்புடைய மருதையாறு பாலம் தகர்ப்புச் சம்பவம் நடந்தது. அதில் என்னிடமும் விசாரணை நடத்தினார்கள். என் துணைவியாரின் உறவினர் வீட்டிலும் போய் விசாரித்தார்கள். அதனால் அவர்கள் மிகவும் பயந்துவிட்டார்கள். குண்டு வெடிப்பு நடந்த அன்று என் ஊருக்கு நான் புல்லட்டில் வந்துபோனேன் என்ற தகவலை ஊரில் யாரோ போலீஸாரிடம் தெரிவித்திருந்தார்கள். மருதையாறு பாலம் சம்பவத்தில் ஒரு புல்லட் சம்பந்தப்பட்டிருந்தது. நான் ஊருக்கு வந்த சம்பவத்துடன் அதை இணைத்துவிட்டார்கள். இதுதொடர்பாக கியூ பிராஞ்ச் போலீஸார் என்னிடம் ஒரு வாரம் விசாரணை நடத்தினார்கள்.

பெண் வீட்டில் ஒப்புக்கொள்ளவில்லை என்றால் விட்டுவிடலாம். அதற்காக எதையும் நாம் மறைக்க வேண்டியதில்லை என்பதை வலியுறுத்தினார் கல்யாணி. எனக்காகப் பெண் வீட்டாரிடம் கலந்து பேசினார். அவர்கள் வீட்டுக்கு போலீஸ் வந்து விசாரிக்கிறார்கள் என்று சொன்னார்கள். அதற்கு கல்யாணிதான் சரியான பதில் சொன்னார். "உங்க சொந்தக்காரங்க காவல் உயரதிகாரியாக இருந்து சீருடையுடன் வீட்டுக்கு வந்தால், நீங்கள் என்ன சொல்வீர்கள். எங்க சொந்தக்காரர் எஸ்பி என்று பெருமையாகச் சொல்லமாட்டீர்களா. அவர்கள் வந்ததாலேயே இவரைக் குற்றவாளி என்று பார்க்காதீர்கள். பொதுக் காரியத்தில் ஈடுபடுவதால்தான் இந்தச் சங்கடங்கள். இதைச் சாதாரணமாக எடுத்துக்கொள்ளுங்கள். மற்றபடி அவர் சம்பந்தப்படவில்லை என்பது உங்களுக்குத் தெரியும்தானே" என்று தெளிவாக விளக்கமளித்தார்.

வாழ்க்கை மெல்ல நகர்ந்துகொண்டிருந்தது. ஆண்டுக்கு ஒருமுறை சுற்றுலா செல்வோம். ஊட்டி, கொடைக்கானல், ராமேஸ்வரம், கன்னியாகுமரி, ஹைதராபாத் என ஒவ்வோர் ஊராகப் போய்வருவோம். எனக்கு இரு மகள்கள் பிறந்தார்கள். மூத்தவர் வின்னி, இளையவர் ஜென்னி.

பெரிய மகள் பிறந்தபோது இந்து பத்திரிகையில் தலைப்புச் செய்தி : நெல்சன் மண்டேலாவை விடுதலை செய்ய வலியுறுத்தி சிட்னி நகரில்

அவரின் மனைவி வின்னி தலைமையில் மாபெரும் பேரணி என்றிருந்தது. இச்செய்தியைப் பார்த்துவிட்டு வின்னி என்று பெயர் வைக்கலாம் என்றார் துணைவியார். நானும் சரி என்று சொன்னேன். அடுத்ததும் மகள் பிறந்ததால், அவருக்கு ஜென்னி எனப் பெயரிட்டு மகிழ்ந்தோம்.

குழந்தைகள் வளர்ந்ததும் அவர்களுடைய கல்வி பற்றிய யோசனை வந்தது. நானோ தமிழ்வழிக் கல்வியில் ஆர்வமாக இருந்தேன். அது பற்றிய பிரச்சாரத்திலும் ஈடுபட்டுவந்திருக்கிறேன். எனவே நம்முடைய பிள்ளைகளைத் தமிழ்வழியில்தான் சேர்க்க வேண்டும் என்று உறுதியாக இருந்தேன். என்எல்சி தொழிலாளர்கள்கூட தங்கள் குழந்தைகளைத் தமிழ்வழிக் கல்வியில் சேர்க்க மாட்டார்கள். 18 மெட்ரிக்குலேஷன் மற்றும் சிபிஎஸ்இ பள்ளிகளை ஜவஹர் கல்விக் கழகம் நடத்திவருகிறது. அதுதவிர பல தனியார் பள்ளிகள். அருகிலுள்ள கிராமங்களில் இருந்தும் நெய்வேலியில் உள்ள பள்ளிகளில் ஆங்கிலவழியில்தான் சேர்ப்பார்கள்.

நெய்வேலி ரோமன் கத்தோலிக்க நடுநிலைப்பள்ளியில் தமிழ்வழியில் என் மூத்த மகளைச் சேர்க்கச் சென்றேன். எனது குழந்தையை அங்கே சேர்ப்பதை அவர்களால் நம்ப முடியவில்லை. அப்போது குடிநீர் வழங்கல் பிரிவு உதவிப் பொறியாளராக நகரத்தில் பிரபலமாக இருந்தேன். நெய்வேலியில் ஒரு பழக்கம் இருந்துவந்தது. தங்கள் தம்பி, தங்கை அல்லது உறவினர் பிள்ளைகளைத் தொழிலாளர்கள் படிக்கவைக்க நேர்ந்தால், தமிழ்வழியில் சேர்த்துவிடுவார்கள். அப்படி நினைத்துக்கொண்டு, உறவினர் குழந்தையைப் போன்றே அணுகினார்கள். "இல்லை. என் குழந்தைதான்" என்று சொன்னால் ஒருமாதிரிப் பார்த்தார்கள். அங்கு ஆறாம் வகுப்பு வரை வின்னியும், அதே பள்ளியில் ஜென்னி ஐந்தாம் வகுப்பு வரையும் படித்தார்கள். அடுத்து இருவரையும் என்எல்சி பள்ளிக்கு மாற்றினோம்.

பல தோழர்கள் வீட்டுக்கு வந்து செல்வதால், கொள்கை ஈடுபாடு, இலக்கிய வாசிப்பு என அவர்கள் தெளிவாக வளர்ந்துகொண்டிருந்தார்கள். பள்ளி வயதில் இரண்டு பேருக்குமே பொதுவான சமூக அரசியல் இலக்கிய நூல்களை வாசிக்கும் பழக்கம் இருந்தது. சில நேரங்களில் நான்கு பேருமே வீட்டில் அமைதியாகப் படித்துக்கொண்டிருப்போம். பள்ளிக் கல்விக்குப் பிறகு கொங்கு பொறியியல் கல்லூரியில் மூத்தவரும், அண்ணாமலைப் பல்கலைக்கழகத்தில் இளையவரும் பொறியியல் படித்தார்கள்.

என் மகள்கள் படித்த ரோமன் கத்தோலிக்கப் பள்ளிக்கு ஒருநாள் என்னைப் பேச அழைத்திருந்தார்கள். கடலூரிலிருந்து பேராயர், விழாவுக்குத் தலைமை தாங்கினார். ஓர் அறிமுகம் கொடுத்துவிட்டு என்னைப் பேச அழைத்தார்கள். நான் மேடையில் பேசும்போது, கீழே அமர்ந்திருந்த பேராயர், "தமிழ்வழிக் கல்வியையும் பள்ளியையும் பாராட்டி இவ்வளவு நன்றாகப் பேசுகிறார். இவர் பிள்ளைகளை இந்தப் பள்ளியில் படிக்கவைத்திருக்கலாமே" என்று கேட்டிருக்கிறார். "அவருடைய குழந்தைகளும் இங்கேதான் படிக்கிறார்கள்" என்று அருகில் அமர்ந்திருந்த தலைமை ஆசிரியர் விளக்கமளித்துள்ளார். அடுத்து பேசவந்த பேராயர், "உண்மையிலேயே இவர் சொல்லுக்கும் செயலுக்கும் இடைவெளி இல்லாத நபர் என்பது இவர்கள் சொன்னதும்தான் தெரிந்தது. பேசுவாங்க ஆனால் செயல்படமாட்டார்கள். தமிழ்வழிக் கல்வியை அவர் பாராட்டிப் பேசியது எனக்கு மகிழ்ச்சியாக இருந்தது" என்று நெகிழ்ந்து குறிப்பிட்டார்.

தமிழ்வழியில் படித்து என் மகள்கள் இருவரும் பொறியியல் படித்து நெய்வேலிக்கே நம்பிக்கையளிக்கும் செய்தியாக மாறியிருந்தது. இங்கே ஒரு சம்பவத்தைக் குறிப்பிட வேண்டும். நெய்வேலியில் தமிழ்வழிப் பள்ளிகளை மேம்படுத்துவதற்காக நாங்கள் போராடிக்கொண்டிருந்தபோது, தமிழ்த் தேசிய அரசியல் பேசிய அவ்வளவு பேருமே எதிராக இருந்தார்கள் அல்லது அமைதியாக வேடிக்கை பார்த்தார்கள். இவர்கள் பிள்ளைகள் ஆங்கிலவழியில் படிப்பதால், ஆசிரியர்கள் அங்கே சென்று டியூசன் எடுப்பதை ஆதரித்தார்கள். பெருவாரியான உழைக்கும் மக்களின் தலைமுறைக்காக நாம் வேலை செய்கிறோம் என்பதை அவர்கள் ஏற்றுக்கொள்ளவில்லை. தமிழே இல்லாமல் தமிழ்த் தேசியம் எப்படி வெல்லும்? அவர்களிடம்தான் கேட்க வேண்டும்.

ஒரு நகைமுரணும் இருந்தது. நான் தமிழ்வழிப் பள்ளிகளை மேம்படுத்த முயற்சி செய்தபோது, அதை ஆர்எஸ்எஸ் இயக்கத்தினர் ஆதரித்தார்கள். "எங்களை நீங்கள் எப்படி எடுத்துக்கொள்வீர்கள் என்று தெரியாது. உங்கள் பார்வை வேறு. ஆனால் நீங்கள் எடுத்திருக்கிற நடவடிக்கை மிகச் சிறப்பானது. நாங்கள் ஆதரவாக இருக்கிறோம்" என்றார்கள். என்னால் அவர்கள் சொல்வதை நம்ப முடியவில்லை. இதுபற்றி ஒருமுறை கல்யாணியிடம் பேசியபோது, "அப்படிப் பார்க்க வேண்டியதில்லை. சில தலைமுறைக்கு முன்பே

படித்தவர்கள் அவர்கள். நல்ல படிப்பு மக்களுக்குக் கிடைக்க வேண்டும் என்ற உணர்விலிருந்து பாராட்டுகிறார்கள். எதிர்க்கும் இவர்களுக்குப் படிப்பைப் பற்றித் தெரியாது" என்று எனக்குத் தெளிவை ஏற்படுத்தினார்.

தமிழ்த் தேசியர்கள் வேறுமாதிரி என்னைப் பற்றி வெளியே பேசினார்கள். "இப்போதுதான் பஞ்சமர்களும் சூத்திரர்களும் ஆங்கில வழியில் படிக்க வருகிறார்கள். அவர்களுக்குக் கிடைக்கக்கூடிய தனிப்பயிற்சியை பிராமணர்கள் சொல்வதால் நிறுத்துகிறார்" என்ற விமர்சனங்களை எல்லாம் கணக்கில் எடுத்துக்கொள்ளாமல் தொடர்ந்து கல்விப்பணி செய்தோம். என்எல்சி ஊழியர்களுக்குப் பிள்ளைகளைப் பள்ளியில் படிக்கவைத்தால் மாதந்தோறும் ரூ.250 ஊக்கத் தொகை கொடுப்பார்கள். ஆங்கிலவழிப் பள்ளியில் மாதக் கட்டணமே 4 ஆயிரம் ரூபாய் இருக்கும். "என் மகள்கள் படிக்கிற காலத்திலேயே சம்பாதித்துக்கொடுக்கிறார்கள். அவர்களுக்குக் கட்டணமே செலுத்துவதில்லை. எனக்கு 500 ரூபாய் தருகிறார்கள்" என்று வேடிக்கையாக நான் குறிப்பிட்டது நினைவுக்கு வருகிறது.

பிள்ளைகளின் திருமணத்தைப் பற்றித் திட்டமிடும்போது சனாதனச் சடங்குகளுடன் செய்யக் கூடாது என்பதில் மிகவும் உறுதியாக இருந்தோம். பெரியார், அம்பேத்கர் கருத்துகளை உள்வாங்கியதுடன் மார்க்சிய அறிமுகமும் இருந்ததால் வந்த உறுதி அது. வரன் தேடும்போதும் அதையே மையப்படுத்தித் தேடினோம். அதேநேரத்தில் இந்தக் காரணத்திற்காக வரும் நல்ல வரனை இழந்துவிடக் கூடாது என்பதிலும் கவனமாக இருந்தோம். அதைப் பேராசிரியர் கல்யாணியும் அடிக்கடி வலியுறுத்தினார். முதலில் பெண் - மாப்பிள்ளை இருவருக்கும் பிடித்திருக்க வேண்டும், கொஞ்சம் சமூக அக்கறையுள்ள குடும்பமாக இருந்தால் கூடுதல் சிறப்பு என்ற நோக்கத்தில்தான் முயற்சிகளில் ஈடுபட்டோம்.

மூத்தவர் வின்னி, அண்ணா பல்கலைக்கழகத்தில் எம்.பிளான் படித்ததால் திருவனந்தபுரத்தில் பயிற்சி டவுன் பிளானராகக் கொஞ்ச நாட்கள் வேலைபார்த்தார். கடலூரில் அவருக்கு வரன் அமைந்தது. மாப்பிள்ளையின் தந்தையார், இந்திய உணவுப்பொருள் கழகத்தில் அலுவலராக இருந்தார். நல்ல குடும்பம். மாப்பிள்ளை மனோஜ் ஆனந்த், ஃபோர்டு டெக்னாலஜிஸ் மென்பொருள் நிறுவனத்தில் பணியில் இருந்தார். எங்கள் திருமண வழிமுறைகளை ஏற்றுக்கொள்ள சற்றுத் தயங்கினார்கள்.

கல்யாணிதான் அவர்களிடம் பேசினார். "பல சீர்திருத்தத் திருமணங்களை முன்னின்று நடத்திவைத்தவர். அவர் பிள்ளைக்கு எப்படி அய்யர் வைத்து வைதீக முறையில் நடத்த ஒப்புக்கொள்வார். நீங்கள் அந்த மாதிரி நினைக்க வேண்டியதில்லை. என் அண்ணன் மகன் வழக்கறிஞர் கல்யாணி திருமணம், தேவர்கள் அதிகம் வசிக்கும் ஊரில் இவர் தலைமையில்தான் நடந்தது. எங்க வீட்டுத் திருமணங்களையே சீர்திருத்தத் திருமணமாக நடத்தியிருக்கிறோம்" என்று விரிவாக எடுத்துரைத்தார். மூத்த மருத்துவர் ஜெயராஜ் அவர்களும் மாப்பிள்ளை வீட்டாருடன் கலந்து பேசினார்.

சம்பந்தியின் மாமனார், என்எல்சியில் இருந்து ஓய்வுபெற்றவர். முற்போக்குச் சிந்தனை கொண்டவர். "இவங்க நல்லதைத்தானே சொல்கிறார்கள். அதை ஏற்றுக்கொண்டு திருமணத்தைச் செய்யுங்கள்" என்றார். பின்னர், எங்களுடைய பேச்சுக்குச் சம்மதம் தெரிவித்தார்கள். குறைந்தபட்சம் தமிழ் முறைப்படியாவது நடத்தலாம் என்ற விருப்பத்தையும் முன்வைத்தார்கள்.

என்னுடன் என்எல்சியில் பணியாற்றிய நண்பர் முத்துகிருஷ்ணன், நெய்வேலி தமிழ்ச் சங்கத்தில் பொறுப்பாளராக இருந்தார். இளம் வயதுதான் என்றாலும், அவர்தான் தமிழ் முறைப்படி திருமணத்தை நடத்திவைத்தார். தமிழ்த் திருமணங்களைப் பற்றிய வழிமுறைகளைத் தொகுத்துப் பிரமாதமாக நடத்தினார். கடலூரில் சுப்பராயலு ரெட்டியார் மண்டபத்தில் திருமணம். உறவினர்கள் மற்றும் நண்பர்கள் மத்தியில் மிகச் சிறப்பாகப் பேசப்பட்ட திருமணமாக இருந்தது. விஸ்லி - மனோஜ் ஆனந்த் தம்பதிக்கு லட்சனா, சஞ்சனா என இரு பெண் குழந்தைகள். பெரிய பேத்தி நான்காம் வகுப்புப் படிக்கிறார். சின்ன பேத்தி இந்த ஆண்டுதான் பள்ளியில் சேர்ந்திருக்கிறார். பெரிய பேத்தி லட்சனாவின் பிறந்தநாளும் என் பிறந்தநாளும் ஒரே நாளில் (நவம்பர் 17) வருவதுதான் குடும்பத்தில் அனைவருக்கும் மகிழ்ச்சி.

அடுத்த சில ஆண்டுகளில் இளைய மகள் ஜென்னிக்காக வரன் தேடினோம். சென்னையில் மென்பொருள் துறையில் பணியாற்றினார். பிறகு சிறிதுகாலம் அகரம் பவுண்டேசனில் தன்னார்வலராகச் சேவையில் ஈடுபட்டார். தனது திருமணமும் சீர்திருத்த முறையில்தான் நடக்க வேண்டும் என்பதில் உறுதியாக இருந்தார். எங்களுடைய திருமண முறைகளை மறுப்பேதும் சொல்லாமல் மாப்பிள்ளை வீட்டில் ஒப்புக்கொண்டார்கள். அவர்களுடைய சொந்த ஊர் கும்பகோணம். மாப்பிள்ளையின் அம்மா

ஆதிதிராவிடர் நலப்பள்ளியில் தலைமை ஆசிரியராக இருந்தார். துபாயில் கணிணி வலையமைப்புப் பொறியாளராகப் பணியாற்றிக்கொண்டிருக்கிறார் மாப்பிள்ளை தினேஷ். அவர்கள் குடும்பத்தினரிடம் திருமணச் சடங்கு பற்றிய பேச்சுவார்த்தை எதுவும் தேவையில்லாமல் போய்விட்டது.

இரண்டு திருமணங்களிலும் நிச்சயதார்த்தம் என்ற எதுவும் செய்யவில்லை. கிராமங்களில் திருமணத்திற்கு முதல் நாள் பெண்ணை அழைத்துவந்து பரிசம் போடுவார்கள். அவ்வளவுதான். காலையில் திருமணம் நடத்துவார்கள். திருமணம் மாதிரியே மண்டபம் ஏற்பாடு செய்து, பத்திரிகை அடித்து நிச்சயதார்த்தம் நடத்துவது பெரும் ஊதாரித்தனமாகத் தெரிந்தது. இருதரப்பும் பேசும்போதே அதெல்லாம் வேண்டாம் என்று முதலிலேயே சொல்லிவிட்டோம். சம்பந்தி வீட்டாரும் ஒப்புக்கொண்டார்கள். ஜென்னி திருமணம், நீதிபதி சந்துரு அவர்கள் தலைமையில் நெய்வேலியிலேயே சிறப்பாக நடைபெற்றது. பேராசிரியர் கல்யாணி, சிவகாமி ஐஏஎஸ், மைசூர் பல்கலைக்கழகத் துணைவேந்தர் ஜவஹர் நேசன், முன்னாள் என்எல்சி இயக்குநர் பாபுராவ், என்எல்சியின் பொது மருத்துவமனை செயல் இயக்குநர் டாக்டர் ஜெயராஜ் உள்பட பலரும் கலந்துகொண்டு வாழ்த்துரை வழங்கினார்கள்.

முதல் நாள் மாலையில் வரவேற்பு நிகழ்ச்சி எதுவும் வைக்கவில்லை. காலையில் திருமணம் முடிந்து மதியம் விருந்துடன் இனிதே முடிந்தது. நெய்வேலியில் பலருக்கும் இளைய மகளின் திருமணம் ஆச்சரியத்தைக் கொடுத்திருந்தது. "நாங்கள் நிறைய செலவு செய்துவிட்டோம். நீங்கள் மிக எளிமையாக, வெகு அழகாக நடத்திமுடித்துவிட்டீர்கள். மகிழ்ச்சியாக இருக்கிறது" என்று என்எல்சி நண்பர்கள் பாராட்டினார்கள். திருமணத்தில் முழுமையாக நெகிழிப் பயன்பாட்டிற்குத் தடைவிதித்தோம். நெகிழி இல்லாத திருமணம் என்று எழுதிவைத்திருந்தோம். முதல் நாள் இரவு சிறுதானியச் சிற்றுண்டி. பதிமுகம் போட்டுக் காய்ச்சிய குடிநீர் கேரளப் பாணியில் வழங்கினோம். அனைவருக்கும் குவளையில்தான் குடிநீர் விநியோகம். மனநிறைவான திருமணமாக நடந்துமுடிந்தது.

அறுசுவை விருந்து மிகவும் ருசியாக இருந்ததாகப் பாராட்டினார்கள். நண்பர் முத்துகிருஷ்ணனும் மயிலாடுதுறையிலிருந்து வந்திருந்த அவருடைய உறவினரும் சமையல் ஏற்பாட்டைக் கவனித்தார்கள். நெருங்கிய நண்பர்கள் மற்றும் உறவினர்களைத்தான் அழைக்கப்போகிறோம். அதனால் சாப்பாடு

சுவையாக இருக்க வேண்டும் என்று திட்டமிட்டிருந்தோம். திருமண விழாவில் ஒவ்வொருவரும் பேசியது ஒரு கருத்தரங்கம்போல மாறியிருந்தது. எல்லோரும் அமைதியாகப் பேச்சை ரசித்தார்கள். நீதிபதி சந்துருவின் 'அம்பேத்கர் ஒளியில் என் தீர்ப்புகள்' என்ற நூலைத் திருமண விழாவில் கலந்துகொண்டவர்களுக்கு அன்பளிப்பாக வழங்கினோம். பின்பக்க அட்டையில் திருமணம் பற்றிய தகவலை அச்சிட்டிருந்தோம்.

என் திருமணத்தைப்போல தாலியும் இல்லாமல் நடத்த இரு வீடுகளின் சம்மதம் வேண்டும். காலமும் மாறியிருந்தது. அன்றைக்கு இருந்த அரசியல் இயக்கங்களின் வீச்சு அபரிதமாக இருந்தது. இன்று கொள்கைகளை மறந்த நிலையில் கட்சிகள் ஏமாற்றுவதாக உள்ளன. இந்தச் சூழலில் இவ்வளவு போராடி திருமணத்தை நடத்தியதையே மிகப்பெரிய வெற்றியாகத்தான் பார்க்கிறேன். நான் பேசியதை நடைமுறையில் செயல்படுத்துவதில் கவனமாக இருந்திருக்கிறேன். சிலநேரங்களில் என்னை அலுவல்ரீதியாக நெருக்க வேண்டும் என்றால், பார்ப்பன அதிகாரிகளிடம் "இவருக்குப் பார்ப்பனர்களைப் பிடிக்காது" என்று சொல்லிவிடுவார்கள். நாத்திகன் என்ற அடிப்படையில் பல நெருக்கடிகள் வந்தன. ஆனால், நான் அதை நெருக்கடியாகப் பார்க்கவில்லை.

இரண்டாவது பெண்ணின் திருமணம் கொஞ்சம் தள்ளிப்போனது. நெருங்கிய நண்பர்களே கூட கொள்கை உறுதியால்தான் தள்ளிப்போகிறது என்று நினைத்துக்கொண்டு சீக்கிரம் முடியுங்கள் என்று ஆலோசனைக் கூறினார்கள். எதார்த்தத்தில் உண்மை இதுதான், பிள்ளைகள் விரும்பினால் மட்டுமே அடுத்தகட்டத்திற்குச் செல்லும் முடிவை நானும் துணைவியாரும் எடுத்திருந்தோம். திருமணத்தை முடிவு செய்வதில் அவர்களுக்கு முழுச் சுதந்திரம் இருந்தது. 100 சதவீதம் அவர்களுக்குச் சம்மதம் என்றால்தான் திருமணம் என்பதில் தெளிவாக இருந்தோம். பையனைப் பார்த்துப் பிடிக்கவில்லை என்றால், மீண்டும் அதைப் பற்றிப் பேசுவதில்லை. இருவருமே காதல் திருமணம் செய்யவில்லை என்பதில் எங்களுக்குச் சற்று வருத்தம்தான். 'என்னடா... நம்மை மாப்பிள்ளைத் தேட வைத்துவிட்டார்களே' என்று சங்கடப்பட்டதும் உண்டு.

என் மகள்களின் திருமணத்தில் பேராசிரியர் கல்யாணியின் பங்கு மிகவும் முக்கியமானது. என்னிடம் சொல்லத் தயங்கும் விஷயங்களைக்கூட அவரிடம் பிள்ளைகள் சொல்வார்கள். பிறகு அவர் மூலம் எனக்குத் தகவல் வரும்.

சிலநேரங்களில் அவரே பேசித் தீர்த்துவிடுவார். இலண்டன், துபாய் என்று போய்விட்டால்கூட அவரிடம் தொடர்ந்து பேசிக்கொண்டிருக்கிறார்கள். "அவங்க அப்பாவிடம் சொல்லாத விஷயத்தைக்கூட என்னிடம் சொல்வார்கள்" என்று கல்யாணியும் பெருமையாகச் சொல்வார். பிள்ளைகள் படிக்கும் காலத்தில் வீட்டிற்கு வந்தால் இருவருக்கும் இயற்பியல் பாடங்களை நடத்துவார்.

அண்ணாமலைப் பல்கலைக்கழகத்தில் படிக்கும்போது நாங்கள் மா.லெ மாணவர் இயக்கத்தில் இருந்தோம். அவர் புரட்சி பண்பாட்டு இயக்கத்தில் செயல்பட்டார். பொறியியல் படித்துவிட்டு வெளியில் செல்லும்போது கல்யாணி, எம்பில் படிக்கவந்தார். ஏற்கெனவே அவரைப் பற்றிக் கேள்விப்பட்டிருந்தோம். நானும் ரவிக்குமாரும்தான் பல்கலைக்கழகம் சென்று அவரை முதன்முதலில் சந்தித்தோம். அப்படியே அந்த நாள் நினைவில் பசுமையாக இருக்கிறது. நான் நெய்வேலியில் பணியில் இருந்தபோது. அவர் திண்டிவனத்தில் இருந்தார். இருவரும் சேர்ந்து செயல்படுவதற்கான தருணங்களும் பிரச்சினைகளும் காலம் முழுவதும் இருந்துகொண்டே இருந்தன. எப்போதும் எளிய மக்களின் உரிமைகளுக்காகப் போராடும் வலிமையான குரல் அவருடையது.